(易經)

ஐ ஜிங்

மாற்றத்தின் நூல்

சீன ஞானிகளின் மாற்றத் தத்துவ வழிகாட்டி

மொழிபெயர்ப்பு & தொகுப்பு

டேவிட் துரை அரசன்

Made with ♥ on the Notion Press Platform
www.notionpress.com

பொருளடக்கம்

4. 蒙 (மெங்) - இளமை அறியாமை

5. 需 (சூ) - காத்திருத்தல்

6. 訟 (சோங்) - மோதல்

7. 師 (ஷி) - படை / அமைப்பு

8. 比 (பி) - ஐக்கியம்

சிறிய திரட்சி மற்றும் சீரமைப்பு (9-16)

9. 小畜 (சியாவோ சூ) - சிறிய திரட்சி

10. 履 (லூ) - நடத்தை

11. 泰 (தை) - அமைதி

12. 否 (பி) - தேக்கம்

13. 同人 (தோங் ரென்) - கூட்டு

14. 大有 (தை யோவ்) - பெரும் உடைமை

15. 謙 (கியான்) - தாழ்மை

16. 豫 (யூ) - உற்சாகம்

பின்தொடர்தல் மற்றும் சீர்திருத்தம் (17-24)

17. 隨 (சுய்) - பின்தொடர்தல்

18. 蠱 (கூ) - சீர்திருத்தம்

19. 臨 (லின்) - அணுகுமுறை

20. 觀 (குவான்) - பார்வை

21. 噬嗑 (ஷி கெ) - கடித்து மென்று உண்ணுதல்

22. 賁 (பி) - அலங்காரம்

23. 剝 (போ) - உரிதல்

24. 復 (ஃபூ) - திரும்புதல்

தூய்மை மற்றும் பெரும் சக்தி (25-32)

25. 無妄 (வூ வாங்) - தூய்மை

26. 大畜 (தை சு) - பெரும் திரட்சி

27. 頤 (ஈ) - ஊட்டம்

28. 大過 (தை குவோ) - பெரும் மீறல்

29. 坎 (கான்) - நீர் / ஆபத்து

30. 離 (லி) - நெருப்பு / ஒளி

31. 咸 (சியான்) - தாக்கம்

32. 恒 (ஹெங்) - நிலைத்தன்மை

பின்வாங்கல் மற்றும் முன்னேற்றம் (33-40)

33. 遯 (டுன்) - பின்வாங்கல்

34. 大壯 (தை ஜுவாங்) - பெரும் வலிமை

35. 晉 (ஜின்) - முன்னேற்றம்

36. 明夷 (மிங் இ) - ஒளி மறைதல்

37. 家人 (ஜியா ரென்) - குடும்பம்

38. 睽 (குவேய்) - எதிர்ப்பு

39. 蹇 (ஜியான்) - தடை

40. 解 (சியே) - விடுதலை

குறைதல் மற்றும் அதிகரித்தல் (41-48)

41. 損 (சுன்) - குறைத்தல்

42. 益 (இ) - அதிகரித்தல்

43. 夬 (குவாய்) - முறிவு

44. 姤 (கோ) - சந்திப்பு

45. 萃 (சுய்) - சேகரித்தல்

46. 升 (ஷெங்) - உயர்தல்

47. 困 (குன்) - சோர்வு

48. 井 (ஜிங்) - கிணறு

புரட்சி மற்றும் செழிப்பு (49-56)

49. 革 (கே) - புரட்சி

50. 鼎 (டிங்) - பாத்திரம்

51. 震 (ஷென்) - இடி

52. 艮 (கன்) - மலை / நிறுத்தம்

53. 漸 (ஜியான்) - படிப்படியான முன்னேற்றம்

54. 歸妹 (குவை மேய்) - திரும்பிச் சேரும் மணப்பெண்

55. 豐 (பெங்) - செழிப்பு

56. 旅 (ல்யூ) - பயணி

நுழைவு மற்றும் நிறைவு (57-64)

57. 巽 (ஷுன்) - நுழைவு

58. 兌 (துய்) - மகிழ்ச்சி

59. 渙 (ஹுவான்) - சிதறல்

60. 節 (ஜீள) - வரம்பு

61. 中孚 (ஜோங் ஃபு) - உள்ளார்ந்த நம்பிக்கை

62. 小過 (ஷியாவ் குவோ) - சிறு மீறல்

63. 既濟 (ஜி ஜி) - நிறைவு பெற்றது

64. 未濟 (வேய் ஜி) - இன்னும் நிறைவு பெறாதது

ஹெக்ஸாகிராமை அடையாளம் காண்பதற்கான அட்டவணை

மாற்றம் ஒன்றே நிலையானது

唯變不變

மொழிபெயர்ப்பாளரின் குறிப்பு

易經 (ஐ ஜிங்) என்பது சீனத் தத்துவ மரபில் மிகப் பழமையானதும் ஆழமானதுமான ஒரு நூலாகும். இது எதிர்காலத்தை கணிக்கும் கருவியாக மட்டுமல்ல; மனித சிந்தனை, இயற்கையின் இயக்கம், மாற்றத்தின் விதி ஆகியவற்றை ஆராயும் தத்துவ அமைப்பாகவும் விளங்குகிறது. பல நூற்றாண்டுகளாக இது அரசியல், நெறிமுறை, அறிவியல், மற்றும் ஆன்மீக சிந்தனைகளில் தாக்கத்தை ஏற்படுத்தி வந்துள்ளது.

இந்த நூலின் மூல உரை சீன மொழியில் குறியீடுகளும், சுருக்கமான சொற்றொடர்களும் கொண்டதாக இருப்பதால், நேரடி மொழிபெயர்ப்பு மட்டுமே செய்தால் அதன் அர்த்த ஆழம் வாசகனுக்கு முழுமையாக வெளிப்படாது. அதனால் இம்மொழிபெயர்ப்பில், மூலக் கருத்தைச் சிதைக்காமல், தமிழ் வாசகனுக்குப் புரியும் வகையில் பொருள் விளக்கத்துடன் உரை அமைக்க முயற்சி செய்யப்பட்டுள்ளது.

இந்தப் புத்தகம் ஐ ஜிங்-இன் ஆசிரியத்துவத்தை உரிமை கோருவதற்காக அல்ல. இது ஒரு தமிழ் மொழிபெயர்ப்பும், அமைப்பு விளக்கமும் ஆகும். பல்வேறு ஆங்கில மற்றும் சீன ஆதாரங்களை ஒப்பிட்டு, பொதுவாக ஏற்றுக்கொள்ளப்பட்ட வரிசையும், பாரம்பரிய ஹெக்ஸாகிராம் அமைப்பும் பயன்படுத்தப்பட்டுள்ளன. எங்கு விளக்கங்கள் சேர்க்கப்பட்டுள்ளனவோ, அவை மொழிபெயர்ப்பாளரின் புரிதலாக மட்டுமே வழங்கப்பட்டுள்ளன; அவை இறுதி தீர்ப்பாகக் கருதப்பட வேண்டியதல்ல.

ஐ ஜிங் வாசகனிடம் ஒரே பொருளைத் திணிப்பதில்லை. ஒவ்வொரு காலத்திலும், ஒவ்வொரு சூழ்நிலையிலும், வாசகனின் சிந்தனை நிலையைப் பொறுத்து, அதன் பொருள் மாறக்கூடும். அந்த சிந்தனைப் பயணத்திற்கு ஒரு தமிழ் வழிகாட்டி நூலாக இப்புத்தகம் பயன்பட வேண்டும் என்பதே இதன் நோக்கம்.

இந்தப் பணியில் ஏதேனும் குறைகள் அல்லது மொழி வரம்புகள் இருந்தால், அவை மொழிபெயர்ப்பாளரின் குறைபாடுகளாகவே கருதப்பட வேண்டும்; ஐ ஜிங்-இன் தத்துவ மரபின் அல்ல.

—

டேவிட் துரை அரசன்
(மொழிபெயர்ப்பாளர்)

அறிமுகம்

ஐ ஜிங் கோட்பாடு

ஐ ஜிங் என்றால் என்ன?

ஐ ஜிங் அல்லது மாற்றங்களின் நூல் (易經) என்பது சீனாவின் மிகப் பழமையான மற்றும் மிகவும் மதிக்கப்படும் தத்துவ நூல்களில் ஒன்றாகும். இது கி.மு. 3000 ஆண்டுகளுக்கு முன்பு உருவாக்கப்பட்டதாக நம்பப்படுகிறது. இந்த நூல் பிரபஞ்சத்தின் மாற்றங்களையும், அதன் இயல்புகளையும் புரிந்துகொள்ள உதவும் ஒரு வழிகாட்டியாகும்.

யின் மற்றும் யாங் கோட்பாடு

ஐ ஜிங்கின் அடிப்படையானது யின் (陰) மற்றும் யாங் (陽) என்ற இரு எதிர்மறை ஆற்றல்களின் இணக்கமாகும். யாங் என்பது நேர்மறை, ஆண்மை, ஒளி, வெப்பம் மற்றும் செயல்பாடு ஆகியவற்றைக் குறிக்கிறது. யின் என்பது எதிர்மறை, பெண்மை, இருள், குளிர்ச்சி மற்றும் செயலின்மை ஆகியவற்றைக் குறிக்கிறது. இந்த இரண்டு சக்திகளும் எப்போதும் சமநிலையில் உள்ளன மற்றும் ஒன்றை ஒன்று சார்ந்துள்ளன.

8 திரிகிராம்கள் (பாகுவா)

ஐ ஜிங் எட்டு அடிப்படை திரிகிராம்கள் (卦 - குவா) கொண்டுள்ளது, இவை பாகுவா (八卦) என்று அழைக்கப்படுகின்றன. ஒவ்வொரு திரிகிராமும் மூன்று கோடுகளால் ஆனது, இவை தொடர்ச்சியான (யாங்) அல்லது உடைந்த (யின்) கோடுகளாக இருக்கும். இந்த எட்டு திரிகிராம்கள் வானம், பூமி, நெருப்பு, நீர், மலை, காற்று, இடி மற்றும் ஏரி ஆகிய இயற்கையின் எட்டு அடிப்படை கூறுகளைக் குறிக்கின்றன.

- ☰ வானம் – தொடக்கம், இயக்கம்
- ☷ பூமி – ஏற்றுக்கொள், ஆதரவு
- ☲ நெருப்பு – தெளிவு, அறிவு
- ☵ நீர் – ஆபத்து, ஆழம்
- ☴ காற்று – ஊடுருவல்
- ☳ இடி – திடீர் மாற்றம்
- ☶ மலை – நிறுத்தம்
- ☱ ஏரி – மகிழ்ச்சி

மனித வாழ்க்கையும் இயற்கை விதிகளைப் போலவே இயங்குகிறது.

64 ஹெக்ஸாகிராம்கள்

இரண்டு திரிகிராம்களை (ஒவ்வொன்றும் மூன்று கோடுகள்) ஒன்றன் மேல் ஒன்றாக அடுக்கினால், ஆறு கோடுகள் கொண்ட ஒரு ஹெக்ஸாகிராம் உருவாகிறது. இப்படி 64 வெவ்வேறு ஹெக்ஸாகிராம்கள் உருவாக்கப்படுகின்றன. ஒவ்வொரு

ஹெக்ஸாகிராமும் ஒரு குறிப்பிட்ட நிலையை அல்லது சூழ்நிலையைக் குறிக்கிறது மற்றும் அதற்கான விளக்கத்தையும் வழிகாட்டுதலையும் வழங்குகிறது.

2 திரிகிராம்கள் சேர்ந்தால்
1 ஹெக்ஸாகிராம்.
8 × 8 = **64 ஹெக்ஸாகிராம்கள்**
இதன் பொருள்:

- 64 விதமான நிலைமைகள்
- 64 விதமான மனநிலைகள்
- 64 விதமான செயல்படும் வழிகள்

மாற்றத்தின் கொள்கை

ஐ ஜிங்கின் மையக் கருத்து 'மாற்றம்' ஆகும். பிரபஞ்சத்தில் எல்லாம் தொடர்ந்து மாறிக்கொண்டே இருக்கிறது. ஒரு நிலை மற்றொரு நிலைக்கு மாறுகிறது. இந்த மாற்றங்கள் சுழற்சி முறையில் நடக்கின்றன - பகல் இரவாகிறது, இரவு மீண்டும் பகலாகிறது. இந்த சுழற்சிகளையும் அவற்றின் வடிவங்களையும் புரிந்துகொள்வதே ஐ ஜிங்கின் நோக்கமாகும்.

நடைமுறை பயன்பாடு

பாரம்பரியமாக, ஐ ஜிங் குறி பார்க்கும் முறையாகப் பயன்படுத்தப்படுகிறது. நாணயங்கள் அல்லது யாரோ குச்சிகளைப் பயன்படுத்தி ஒரு ஹெக்ஸாகிராம் உருவாக்கப்படுகிறது. பிறகு அந்த ஹெக்ஸாகிராமின் விளக்கத்தை வாசித்து, தற்போதைய சூழ்நிலையைப் புரிந்துகொள்ளவும், எதிர்காலத்தைப் பற்றிய நுண்ணறிவை பெறவும் உதவுகிறது.

தத்துவ முக்கியத்துவம்

ஐ ஜிங் வெறும் குறி பார்க்கும் நூல் மட்டுமல்ல; இது ஒரு ஆழமான தத்துவ அமைப்பாகும். கன்பூசியஸ் மற்றும் லாவோ சூ போன்ற பல சீன தத்துவஞானிகள் இந்த நூலை ஆழமாக ஆய்வு செய்தனர். இது தாவோயிசம் மற்றும் கன்பூசியனிசம் ஆகிய இரு முக்கிய சீன தத்துவங்களின் அடித்தளமாக அமைந்துள்ளது.

நவீன காலத்தில் ஐ ஜிங்

இன்றும் ஐ ஜிங் உலகம் முழுவதும் ஆய்வு செய்யப்பட்டு பயன்படுத்தப்படுகிறது. மனோதத்துவ நிபுணர் கார்ல் யூங் இந்த நூலை ஆழமாக ஆராய்ந்தார் மற்றும் அதன் கருத்துக்களை உளவியலில் பயன்படுத்தினார். நவீன காலத்தில், ஐ ஜிங் தனிப்பட்ட வளர்ச்சி, முடிவெடுத்தல் மற்றும் சுய அறிவுக்கான ஒரு கருவியாகப் பயன்படுகிறது.

இந்த நூல் ஐ ஜிங்கின் கோட்பாடுகளையும், அதன் 64 ஹெக்ஸாகிராம்களையும், அவற்றின் விளக்கங்களையும் விரிவாக ஆராய்கிறது. இது உங்கள் வாழ்க்கையின் மாற்றங்களைப் புரிந்துகொள்ளவும், நீங்கள் எதிர்கொள்ளும் சூழ்நிலைகளில் ஞானத்தையும் தெளிவையும் பெறவும் உதவும்.

ஐ ஜிங்கின் வரலாறு

மாற்றங்களின் நூலின் பயணம்

1. தொடக்கம் மற்றும் புராதன வேர்கள்

புராண கால தோற்றம் (கி.மு. 3000 - 2000)

ஐ ஜிங்கின் தோற்றம் சீன வரலாற்றின் புராண காலத்தில் இருந்து தொடங்குகிறது. சீன பாரம்பரியத்தின்படி, ஐ ஜிங்கின் அடிப்படை கருத்துக்கள் மூன்று பெரிய ஞானிகளால் உருவாக்கப்பட்டதாக நம்பப்படுகிறது:

ஃபூ ஷி (伏羲): சீன நாகரிகத்தின் புராண நிறுவனர், எட்டு திரிகிராம்களை (பாகுவா) முதன்முதலில் உருவாக்கியவர் என்று கூறப்படுகிறது. அவர் பிரபஞ்சத்தின் வடிவங்களை - வானம், பூமி, பருவங்கள் மற்றும் இயற்கையை - கவனித்து, அவற்றை எளிய கோடுகளின் அமைப்பில் குறியீடாக்கினார்.

கிங் வென் (文王): ஷாங் வம்சத்தின் போது (கி.மு. 1150), கிங் வென் சிறையில் இருந்தபோது 64 ஹெக்ஸாகிராம்களை உருவாக்கி, ஒவ்வொன்றுக்கும் விளக்கங்களை எழுதியதாக நம்பப்படுகிறது.

டியூக் ஆஃப் ஜோ (周公): கிங் வென்னின் மகன், ஒவ்வொரு ஹெக்ஸாகிராமின் ஆறு கோடுகளுக்கும் தனித்தனி விளக்கங்களை சேர்த்தார்.

2. ஜோ வம்ச காலம் (கி.மு. 1046 - 256)

ஜோ ஐ (周易) - ஜோவின் மாற்றங்கள்

ஜோ வம்ச காலத்தில், இந்த நூல் 'ஜோ ஐ' (周易) அல்லது 'ஜோவின் மாற்றங்கள்' என்று அழைக்கப்பட்டது. இந்த காலத்தில் ஐ ஜிங் அரசாங்கம் மற்றும் அரசியலில் முக்கிய பங்கு வகித்தது. அரசர்கள் மற்றும் ஆலோசகர்கள் முக்கியமான முடிவுகளை எடுக்கும் முன் ஐ ஜிங்கை ஆலோசித்தனர்.

இந்த காலத்தில், யாரோ குச்சிகளைப் பயன்படுத்தி குறி பார்க்கும் முறை முறையான அடிப்படையில் நிறுவப்பட்டது. குறி பார்ப்பவர்கள் (卜官) சிறப்பு பயிற்சி பெற்ற அரச அதிகாரிகளாக இருந்தனர்.

3. கன்பூசியஸ் மற்றும் பத்து சிறகுகள் (கி.மு. 551 - 479)

கன்பூசியஸின் பங்களிப்பு

கன்பூசியஸ் (孔子) ஐ ஜிங்கை ஆழமாக ஆய்வு செய்தார் மற்றும் அதன் தத்துவ முக்கியத்துவத்தை உயர்த்தினார். அவர் கூறியதாக கூறப்படும் பிரபலமான வாசகம்: 'எனக்கு இன்னும் சில ஆண்டுகள் இருந்தால், ஐ ஜிங்கை 50 ஆண்டுகள் படிக்க விரும்புவேன், அப்போது நான் பெரிய தவறுகள் செய்யாமல் இருப்பேன்.'

பத்து சிறகுகள் (十翼)

கன்பூசியஸ் மற்றும் அவரது மாணவர்கள் பத்து விளக்க உரைகளை எழுதியதாக பாரம்பரியமாக நம்பப்படுகிறது, இவை 'பத்து சிறகுகள்' அல்லது 'பத்து வர்ணனைகள்' (十翼) என்று அழைக்கப்படுகின்றன. இந்த உரைகள்:

- துவான் (彖傳) - முழு ஹெக்ஸாகிராமின் பொதுவான விளக்கங்கள் (இரண்டு பகுதிகள்)
- ஷியாங் (象傳) - ஹெக்ஸாகிராம்களின் உருவகங்கள் மற்றும் சின்னங்கள் (இரண்டு பகுதிகள்)
- ஷி குவா (繫辭傳) - பொதுவான தத்துவ விவாதங்கள் (இரண்டு பகுதிகள்)
- வென் யென் (文言傳) - குறிப்பிட்ட ஹெக்ஸாகிராம்களின் விரிவான விளக்கங்கள்
- ஷுவோ குவா (說卦傳) - எட்டு திரிகிராம்கங்களின் விளக்கம்
- ஷு குவா (序卦傳) - ஹெக்ஸாகிராம்களின் வரிசை
- சா குவா (雜卦傳) - ஹெக்ஸாகிராம்களின் ஒப்பீடுகள்

இந்த பத்து சிறகுகள் ஐ ஜிங்கை ஒரு குறி பார்க்கும் கையேட்டில் இருந்து ஒரு ஆழமான தத்துவ நூலாக மாற்றின.

4. ஹான் வம்ச காலம் (கி.மு. 206 - கி.பி. 220)

உத்தியோகபூர்வ அந்தஸ்து

ஹான் வம்ச காலத்தில், 'ஐ ஜிங்' (易經) - 'மாற்றங்களின் கிளாசிக்' - என்ற பெயரைப் பெற்றது. இது ஐந்து கிளாசிக் நூல்களில் (五經) ஒன்றாக உத்தியோகபூர்வமாக அங்கீகரிக்கப்பட்டது. இந்த ஐந்து நூல்களும் ஏகாதிபத்திய தேர்வு அமைப்பில் கட்டாயமான படிப்புகளாக இருந்தன.

வர்ணனைகளின் பெருக்கம்

ஹான் வம்சத்தின் அறிஞர்கள் ஐ ஜிங்கின் மீது பல வர்ணனைகளை எழுதினர். இந்த காலத்தில், ஐ ஜிங்கை இரண்டு பள்ளிகள் வெவ்வேறு முறைகளில் விளக்கினர்:

- சியாங் ஷு பள்ளி (象數學派): எண்கள் மற்றும் அடையாளங்களை வலியுறுத்தியது
- யி லி பள்ளி (義理學派): தத்துவ அர்த்தங்களை வலியுறுத்தியது

5. டாங் மற்றும் சாங் வம்சங்கள் (கி.பி. 618 - 1279)

நியோ-கன்பூசியனிசம்

சாங் வம்சத்தில், ஐ ஜிங் நியோ-கன்பூசியனிசத்தின் (理學) மையமாக மாறியது. ஜு ஷீ (朱熹, 1130-1200) மற்றும் பிற அறிஞர்கள் ஐ ஜிங்கை மெட்டாபிசிக்ஸ் மற்றும் காஸ்மாலஜியின் அடிப்படையாக விளக்கினர்.

டியாகிராம் பாரம்பரியம்

இந்த காலத்தில், ஐ ஜிங்கை காட்சிப்படுத்த பல்வேறு வரைபடங்கள் மற்றும் டியாகிராம்கள் உருவாக்கப்பட்டன. இவற்றில் மிக முக்கியமானது 'ஹா டு' (河圖) மற்றும் 'லுவோ ஷு' (洛書) எனப்படும் மந்திர சதுரங்கள் ஆகும்.

6. மிங் மற்றும் கிங் வம்சங்கள் (கி.பி. 1368 - 1912)

மிங் மற்றும் கிங் வம்சங்களின் போது, ஐ ஜிங் ஆய்வு தொடர்ந்து செழித்தது. நூற்றுக்கணக்கான வர்ணனைகள் எழுதப்பட்டன. இந்த காலத்தில், ஐ ஜிங் சீன கலாச்சாரத்தின் ஒவ்வொரு அம்சத்திலும் - மருத்துவம், கலை, இலக்கியம், கட்டிடக்கலை, தற்காப்பு கலைகள் - பாதிப்பை ஏற்படுத்தியது.

7. நவீன காலம் (20 மற்றும் 21 ஆம் நூற்றாண்டுகள்)

மேற்கத்திய கண்டுபிடிப்பு

17 மற்றும் 18 ஆம் நூற்றாண்டுகளில், ஜேசுயிட் மிஷனரிகள் ஐ ஜிங்கை ஐரோப்பாவிற்கு அறிமுகப்படுத்தினர். ஜெர்மன் தத்துவவாதி லைப்னிட்ஸ் (Leibniz) ஐ ஜிங்கின் பைனரி கட்டமைப்பில் ஆர்வம் காட்டினார் மற்றும் அதை பைனரி எண்கணிதத்துடன் தொடர்புபடுத்தினார்.

கார்ல் யூங்கின் உளவியல் அணுகுமுறை

20 ஆம் நூற்றாண்டில், சுவிஸ் உளவியலாளர் கார்ல் குஸ்டாவ் யூங் (Carl Gustav Jung, 1875-1961) ஐ ஜிங்கை ஆழமாக ஆய்வு செய்தார். அவர் 'synchronicity' (ஒருங்கிணைந்த நிகழ்வு) என்ற கருத்தை உருவாக்கினார், இது ஐ ஜிங்கின் செயல்முறையை விளக்க உதவியது. 1949 இல் ரிச்சர்ட் வில்ஹெல்மின் ஜெர்மன் மொழிபெயர்ப்புக்கு யூங் ஒரு முன்னுரை எழுதினார், இது மேற்கில் ஐ ஜிங்கின் பிரபலத்தை பெரிதும் அதிகரித்தது.

முக்கிய மொழிபெயர்ப்புகள்

20 ஆம் நூற்றாண்டில் பல முக்கியமான மொழிபெயர்ப்புகள் வெளியிடப்பட்டன:

• ரிச்சர்ட் வில்ஹெல்ம் (Richard Wilhelm, 1924) - ஜெர்மன் மொழியில், பின்னர் ஆங்கிலத்திற்கு மொழிபெயர்க்கப்பட்டது

• ஜேம்ஸ் லெக் (James Legge, 1882) - முதல் முழுமையான ஆங்கில மொழிபெயர்ப்பு

• ஜான் பிலொஃபெல்ட் (John Blofeld, 1965) மற்றும் பலர்

சீனாவில் நவீன காலம்

1949 இல் மக்கள் குடியரசு சீனா நிறுவப்பட்ட பிறகு, கலாச்சார புரட்சியின் போது (1966-1976) ஐ ஜிங் 'நான்கு பழையவை'யின் ஒரு பகுதியாக விமர்சிக்கப்பட்டது. ஆனால் 1980 களில் இருந்து, ஐ ஜிங் ஆய்வு மீண்டும் உயிர்ப்பெற்று, சீனாவில் மற்றும் உலகம் முழுவதும் தொடர்கிறது.

8. சமகால பயன்பாடுகள் மற்றும் தாக்கம்

தொழில்நுட்பம் மற்றும் அறிவியல்

ஐ ஜிங்கின் பைனரி அமைப்பு நவீன கணினி அறிவியலுடன் தொடர்புபடுத்தப்பட்டுள்ளது. சில கணினி விஞ்ஞானிகள் ஐ ஜிங்கின் 64 ஹெக்ஸாகிராம்களை 6-பிட் பைனரி குறியீடாக பார்க்கிறார்கள். மேலும், DNA வரிசைமுறையின் 64 கோடான்களுடன் ஐ ஜிங்கின் 64 ஹெக்ஸாகிராம்கள் ஒத்திருப்பது ஆர்வமூட்டும் ஆராய்ச்சியாக உள்ளது.

தனிப்பட்ட மேம்பாடு மற்றும் முடிவெடுத்தல்

இன்று, ஐ ஜிங் தனிப்பட்ட வளர்ச்சி, வாழ்க்கை பயிற்சி மற்றும் முடிவெடுக்கும் கருவியாக பரவலாக பயன்படுத்தப்படுகிறது. வணிக தலைவர்கள், ஆலோசகர்கள் மற்றும் தனிநபர்கள் ஐ ஜிங்கை நுண்ணறிவு மற்றும் வழிகாட்டுதலுக்கான ஆதாரமாக பயன்படுத்துகின்றனர்.

உலகளாவிய பாரம்பரியம்

2004 இல், சீனா யுனெஸ்கோவிடம் ஐ ஜிங்கை உலக நினைவுச் சின்னங்களின் பதிவேட்டில் சேர்க்குமாறு விண்ணப்பித்தது. ஐ ஜிங் இப்போது 30 க்கும் மேற்பட்ட மொழிகளில் மொழிபெயர்க்கப்பட்டு, உலகம் முழுவதும் மில்லியன் கணக்கான மக்களால் படிக்கப்படுகிறது.

முடிவுரை

3000 ஆண்டுகளுக்கும் மேலான பயணத்தில், ஐ ஜிங் ஒரு எளிய குறி பார்க்கும் கையேட்டில் இருந்து உலகின் மிக ஆழமான தத்துவ நூல்களில் ஒன்றாக உருவாகியுள்ளது. அதன் கருத்துக்கள் காலத்தை கடந்து, பண்பாடுகளை கடந்து, இன்னும் மனித அனுபவம் மற்றும் மாற்றத்தின் இயல்புகள் பற்றிய நுண்ணறிவை வழங்குகின்றன.

இன்றைய வேகமாக மாறிவரும் உலகில், ஐ ஜிங்கின் பண்டைய ஞானம் முன்னெப்போதையும் விட பொருத்தமானதாக உள்ளது. மாற்றத்தை புரிந்துகொண்டு, அதனுடன் இணக்கமாக வாழ்வதே ஐ ஜிங் நமக்கு கற்றுக்கொடுக்கும் நித்திய பாடம்.

ஐ ஜிங் (易經) – ஆலோசனை பெறும் முறை

ஐ ஜிங் (மாற்றத்தின் நூல்) ஆலோசனை பெறுவது என்பது ஒரு நடைமுறை மட்டுமல்ல; அது சிந்தனை மற்றும் தியானம் சார்ந்த செயல்முறை.
இது சீரற்ற நிகழ்வையும், உள் உணர்வையும் இணைத்து, ஒரு நிலைமை, கேள்வி அல்லது முடிவைப் பற்றி தெளிவான வழிகாட்டுதலை வழங்குகிறது.

கீழே, ஐ ஜிங் ஆலோசனை பெறும் முறை படிப்படியாக விளக்கப்படுகிறது.

---

1. மனதைத் தயார்படுத்துதல்

அமைதியான, இடையூறு இல்லாத இடத்தைத் தேர்ந்தெடுக்கவும்.
சில ஆழமான மூச்சுகளை இழுத்து, மனதை அமைதிப்படுத்துங்கள்.
நீங்கள் கேட்க விரும்பும் கேள்வி அல்லது நிலைமையை மனதில் தெளிவாக வைத்துக் கொள்ளுங்கள்.

உதாரணம்:
"இந்த சூழ்நிலையில் சரியான அணுகுமுறை எது?"

குறிப்பு:
"ஆம் / இல்லை" என்ற கேள்விகளை தவிர்க்கவும்.
அதற்கு பதிலாக,

- "இதிலிருந்து நான் என்ன புரிந்து கொள்ள வேண்டும்?"
- "இந்த நிலைமையை நான் எவ்வாறு அணுகுவது சிறந்தது?"
  என்ற வகையில் கேள்விகளை அமைக்கவும்.

---

2. ஹெக்ஸாகிராம் உருவாக்கும் முறை

(மூன்று நாணய முறை)

ஹெக்ஸாகிராம் என்பது ஆறு கோடுகளால் உருவாகும் குறியீடு.
அதை உருவாக்க பொதுவாக பயன்படுத்தப்படுவது மூன்று நாணய முறை.

1. ஒரே மாதிரியான மூன்று நாணயங்களை உங்கள் மூடிய கைகளில் பிடித்து, அவற்றை கீழே விடுங்கள்.
2. மதிப்புகள்:
    - தலை (Heads) = 3
    - பூ (Tails) = 2

மூன்று நாணயங்களின் மொத்த மதிப்பை கணக்கிடுங்கள்:

- மூன்று தலை = 9

- ○ இரண்டு தலை + ஒரு பூ = 8
- ○ அதுபோல மற்ற இணைப்புகளும் கணக்கிடப்பட வேண்டும்.

3. பெறப்படும் எண்:
   - ○ ஒற்றை (odd) எண்ணாக இருந்தால் → முறியாத கோடு (—)
   - ○ இரட்டை (Even) எண்ணாக இருந்தால் → நடுவில் முறிந்த கோடு (– –)

அந்த கோடுக்கு அருகில், பெறப்பட்ட எண்ணையும் எழுதுங்கள்.

4. இரண்டாவது கோட்டை பெற, மீண்டும் நாணயங்களை வீசுங்கள்.
   இந்த கோட்டை, முதல் கோட்டின் மேலே வரைய வேண்டும்; கீழே அல்ல.
5. இதே முறையை தொடர்ந்து, ஆறு கோடுகள் வரையப்படும் வரை செய்யுங்கள்.

முக்கிய குறிப்பு:
கோடுகள் கீழிருந்து மேலாக (முதல் கோடு → ஆறாவது கோடு) வரையப்பட வேண்டும்; மேலிருந்து கீழாக அல்ல.

உங்கள் ஹெக்ஸாகிராம் இதுபோல் தோன்றலாம்:

ஆறாவது கோடு	9
ஐந்தாவது கோடு	8
நான்காவது கோடு	7
மூன்றாவது கோடு	9
இரண்டாவது கோடு	7
முதல் கோடு	6

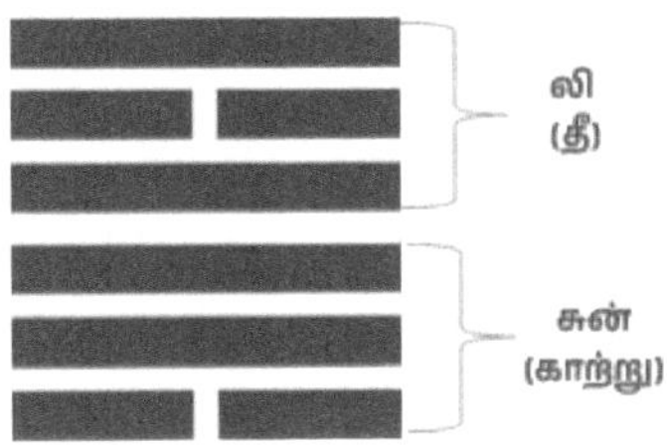

---

3. ஹெக்ஸாகிராமை அடையாளம் காணுதல்

இது எந்த ஹெக்ஸாகிராம் என்பதை அறிய, ஹெக்ஸாகிராமை அடையாளம் காண்பதற்கான அட்டவணையைப் பார்க்கவும்.

- கீழேயுள்ள மூன்று கோடுகள் → கீழ் திரிகிராம்
- மேலுள்ள மூன்று கோடுகள் → மேல் திரிகிராம்

இந்த இரண்டு திரிகிராம்கள் சந்திக்கும் இடத்தில் உள்ள எண்ணே, உங்கள் ஹெக்ஸாகிராம் எண்.
மேலுள்ள உதாரணத்தில், அது 50 ஆகும்.

---

4. ஹெக்ஸாகிராம் உரையை வாசித்தல்

அந்த ஹெக்ஸாகிராமுக்கான உரையை வாசிக்கவும்.

- **1. 卦名 (பெயர்), 2. தீர்ப்பு (卦辭 / குவா சிஜ), 3. காட்சி (象曰 / ஷியாங் யு)** என்ற பகுதி வரை முழு உரையையும் வாசிக்கவும்.
- அதன் பிறகு, உங்கள் ஹெக்ஸாகிராமில் மாறும் கோடுகள் உள்ளனவெனில், அவற்றுக்கான உரைகளை மட்டும் வாசிக்கவும்.

6 அல்லது **9** மதிப்புள்ள கோடுகளே மாறும் கோடுகள்.
மேலுள்ள உதாரணத்தில், 1, 3, 6 ஆகிய கோடுகள் மாறும் கோடுகள்.

---

5. இரண்டாவது ஹெக்ஸாகிராம்

மாறும் கோடுகளுக்கான உரையை வாசித்த பிறகு,
அந்த கோடுகளை எதிர் தன்மையாக மாற்றுங்கள்:

- முறிந்த கோடு → முறியாத கோடு
- முறியாத கோடு → முறிந்த கோடு

மேலுள்ள உதாரணத்தில்:

- முதல் கோடு முறியாததாக மாறுகிறது
- மூன்றாம் மற்றும் ஆறாம் கோடுகள் முறிந்ததாக மாறுகின்றன

இப்போது உருவாகும் புதிய ஹெக்ஸாகிராமை கண்டறியுங்கள்.
இந்த உதாரணத்தில், அது 54 ஆகும்.

இரண்டாவது ஹெக்ஸாகிராமின் உரையை,
முதலாவது ஹெக்ஸாகிராமின் வழிகாட்டுதலை மேலும் தெளிவுபடுத்தும் நோக்கில் வாசிக்கவும்.
இதில் கோடுகளுக்கான உரைகளை வாசிக்க வேண்டாம்;
தொடக்க விளக்கப் பகுதிகளை மட்டும் வாசிக்கவும்.

---

6. ஹெக்ஸாகிராம் “பாடம்” பகுதிகளை வாசித்தல்

முக்கிய ஹெக்ஸாகிராமும் (தேவைப்பட்டால்) இரண்டாவது ஹெக்ஸாகிராமும் வாசிக்கப்பட்ட பிறகு,
அந்த ஹெக்ஸாகிராமுக்கான “பாடம்” பகுதிகளை வாசிக்கவும்.

இந்த பாடங்கள்:

- நெறிப் பாடம்

- தத்துவப் பாடம்
- நடைமுறை வாழ்க்கைப் பாடம்
- வேலை & தலைமைத்துவப் பாடம்
- உளவியல் பாடம்
- ஆன்மிகப் பாடம்
- ஒரு வரி சாரம்

எனப் பிரிக்கப்பட்டுள்ளன.

உன் கேள்விக்கு பொருந்தும் 2 அல்லது 3 பாடங்களை மட்டும் தேர்ந்து கொண்டு வாசிக்கவும்.
அவை ஹெக்ஸாகிராமின் செய்தியை நடைமுறையில் புரிந்து கொண்டு செயல்பட உதவும்.

நேர்மையான குறிப்பு

இது ஜோதிடம் அல்ல.
இது எதிர்காலம் சொல்வதற்கான கருவியும் அல்ல.

ஐ ஜிங் என்பது சிந்தனை, முடிவெடுப்பு, மற்றும் மாற்றங்களைப் புரிந்துகொள்ள உதவும் தத்துவ வழிகாட்டி.

ஹெக்ஸாகிராமை அடையாளம் காண்பதற்கான அட்டவணை

மேல் → **கீழ் ↓**	☰ க்யான் (வானம்)	☳ சென் (இடி)	☵ கான் (நீர்)	☶ கென் (மலை)	☷ குன் (பூமி)	☴ சுன் (காற்று)	☲ லி (தீ)	☱ துயி (ஏரி)
☰ க்யான் (வானம்)	**1**	**34**	**5**	**26**	**11**	**9**	**14**	**43**
☳ சென் (இடி)	**25**	**51**	**3**	**27**	**24**	**42**	**21**	**17**
☵ கான் (நீர்)	**6**	**40**	**29**	**4**	**7**	**59**	**64**	**47**
☶ கென் (மலை)	**33**	**62**	**39**	**52**	**15**	**53**	**56**	**31**
☷ குன் (பூமி)	**12**	**16**	**8**	**23**	**2**	**20**	**35**	**45**
☴ சுன் (காற்று)	**44**	**32**	**48**	**18**	**46**	**57**	**50**	**28**
☲ லி (தீ)	**13**	**55**	**63**	**22**	**36**	**37**	**30**	**49**
☱ துயி (ஏரி)	**10**	**54**	**60**	**41**	**19**	**61**	**38**	**58**

ஹெக்ஸாகிராம் 1:
第一卦 — 乾 (க்யான்)

ஹெக்ஸாகிராம் 1: 第一卦 — 乾 (க்யான்) — படைப்பு / சொர்க்கம் / துவக்க சக்தி

---

1. 卦名 (பெயர்)
சீன உரை: 乾
சீன உரை தமிழில்: க்யான்
நேரடி பொருள்: படைப்பாற்றல், வானம், தூய யாங் ஆற்றல்.
குறியீட்டு பொருள்: வானம் (☰) மேல் — வானம் (☰) கீழ் — தூய இயக்கமும் சக்தியும்.
இது இயக்க சக்தி, தொடக்க சக்தி, தெய்வீக படைப்பாற்றலை குறிக்கிறது.
பிரபஞ்சம் ஒழுங்கையும் உயிரையும் உருவாக்க க்யான் மூலம் செயல்படுகிறது.
நேர்மை மற்றும் நெறியில் நிலைத்திருப்பதால் வெற்றி கிடைக்கும்.

---

2. தீர்ப்பு (卦辭 / குவா சிஜ)
சீன உரை: 乾，元亨，利貞。

தமிழ் மொழிபெயர்ப்பு:

படைப்பாற்றல் — உயர்ந்த வெற்றி; நிலைத்த முயற்சி முன்னேற்றம் தரும்.

பொருள்:

அனைத்து படைப்புகளின் மூலத்தை வெளிப்படுத்துகிறது.
அதன் சக்தி தூயது, வலிமையானது, மாறாதது.
உறுதியான நிலைப்பாட்டின் மூலம் முன்னேற்றமும் சாதனையும் பெற முடியும்.
வானம் தன்னிச்சையாக செயல்படும் போல், ஒருவர் உயர்ந்த நிலை, தெளிவு, ஒழுக்கம் ஆகியவற்றுடன் செயல்பட வேண்டும்.

---

3. காட்சி (象曰 / ஷியாங் யு)
சீன உரை: 天行健，君子以自強不息。

தமிழ் மொழிபெயர்ப்பு:

வானத்தின் இயக்கம் நிரம்பிய சக்தியுடனுள்ளது.
எனவே சிறந்த மனிதர் தன்னை எப்போதும் வலுப்படுத்திக் கொண்டு இடைவிடாமல் முயல்கிறார்.

பொருள்:

வானத்தின் இடையறாத இயக்கம் ஞானியை தொடர்ச்சியான சுய மேம்பாட்டுக்கு ஊக்குவிக்கிறது.
ஒழுக்கமும் தொடர்ந்து முயற்சியும் உண்மையான மகத்துவத்தை உருவாக்கும்.

வெற்றியில் ஓய்ந்து விடாமல் — வானம் போல உன் வலிமையை புதுப்பித்துக் கொள்.

வரி உரைகள் (爻辭 / யாவோ சி)

初九 (கீழ் வரி)
சீன உரை: 潛龍勿用。

தமிழ் மொழிபெயர்ப்பு:

மறைந்திருக்கும் நாகம் — செயல்பட வேண்டாம்.

பொருள்:

சக்தி மறைந்து, இன்னும் வெளிப்படாத நிலையில் உள்ளது.
நேரம் வரவில்லை; அமைதியாக தயார் செய்து சரியான தருணத்தைக் காத்திரு.

九二 (இரண்டாவது வரி)
சீன உரை: 見龍在田，利見大人。

தமிழ் மொழிபெயர்ப்பு:

நாகம் வயலில் தோன்றுகிறது — சிறந்த மனிதரைச் சந்திப்பது நல்லது.

பொருள்:

படைப்பாற்றல் வெளிப்படத் தொடங்குகிறது.
இது அறிவும் நெறியும் கொண்ட ஒருவருடன் இணைந்து உயர்ந்த நோக்கத்துக்கு செயல்பட வேண்டிய நேரம்.

九三 (மூன்றாவது வரி)
சீன உரை: 君子終日乾乾，夕惕若，厲无咎。

தமிழ் மொழிபெயர்ப்பு:

சிறந்த மனிதர் நாள் முழுவதும் உழைக்கிறார்; இரவில் கூட எச்சரிக்கையுடன் இருப்பார். ஆபத்து இருந்தாலும் குற்றம் ஏதும் இல்லை.

பொருள்:

தொடர்ச்சி கொண்ட முயற்சியும் விழிப்புணர்வும் முன்னேற்றத்தை காக்கிறது.
அமைதியின்மை அல்லது அபாயம் இருந்தாலும், அடங்காத முயற்சி தவறுகளைத் தடுக்கிறது.

九四 (நான்காவது வரி)
சீன உரை: 或躍在淵，无咎。

தமிழ் மொழிபெயர்ப்பு:

ஆழத்தில் பாய முயற்சி — குற்றம் இல்லை.

பொருள்:

துணிச்சலுடன் செயல்படத் தயார் நிலையில் உள்ளீர்.
சரியான தருணத்தில் ஞானத்துடன் செயல்பட்டால் குற்றம் ஏற்படாது.

九五 (ஐந்தாவது வரி)
சீன உரை: 飛龍在天，利見大人。

தமிழ் மொழிபெயர்ப்பு:

வானில் பறக்கும் நாகம் — சிறந்த மனிதரைச் சந்திப்பது நல்லது.

பொருள்:

படைப்பாற்றல் முழுமையாக வெளிப்படுகிறது.
உன் திறமையும் நற்குணமும் ஒளிர்கிறது; தெய்வீக நெறியுடன் இணைந்து செயல்பட்டால் தலைமைத்துவமும் வெற்றியும் உறுதி.

上九 (மேல் வரி)
சீன உரை: 亢龍有悔。

தமிழ் மொழிபெயர்ப்பு:

அகங்காரம் கொண்ட நாகம் — பச்சாத்தாபம் வரும்.

பொருள்:

அதிகமாக உயர்வது வீழ்ச்சிக்கு வழிவகுக்கும்.
தாழ்மையை மறந்தால் இழப்பு ஏற்படும்.
வெற்றிக்குப் பின் சமநிலையும் மென்மையும் தேவை.

用九 (விருப்ப வரி)
சீன உரை: 見群龍无首，吉。

தமிழ் மொழிபெயர்ப்பு:

தலைவரில்லாமல் ஒன்றுபட்ட நாகங்களின் கூட்டம் — நல்ல அதிர்ஷ்டம்.

பொருள்:

உண்மையான தலைமை என்பது ஆணவமல்ல; ஒற்றுமையும் சமநிலையும் ஆகும். எல்லோரும் அகங்காரம் இன்றி ஒன்றுபட்டு செயல்பட்டால் ஆசீர்வாதமும் பெரும் நலனும் கிடைக்கும்.

---

1. நெறிப் பாடம்

- உழைப்பு இடைவிடக்கூடாது.
- தருணத்தை கவனிக்காமல் செய்யும் செயல் உன்னை தள்ளுண்டும்.
- தன்னை வளர்ப்பது தினசரி கடமையாக இருக்க வேண்டும்.
- வெற்றி கிடைத்த பின் அகங்காரம் வந்தால் நீ விழுவாய்.
- வலிமையை ஒத்துழைப்பில் பயன்படுத்தினால் ஆசீர்வாதம் அதிகம்.

சுருக்கம்:
ஒழுக்கம் + தொடர்ச்சி + தாழ்மை = நீண்டநாள் வெற்றி.

---

2. தத்துவப் பாடம்

- பிரபஞ்சம் நின்று விடாது; நீயும் நின்றுவிடக்கூடாது.
- சக்தி என்பது சத்தம் செய்யாமல் உருவாகும் ஒன்று — சரியான தருணம் வந்ததும் வெளிப்படும்.
- காத்திருக்க தெரிந்தவன் தான் உண்மையான வலிமையாளர்.
- சமநிலையை இழந்த உயர்வு, நாசத்திற்கு முன்னோட்டம்.
- தலைமை என்பது 'நான்' என்பதைக் குறைப்பதில்தான் முழுமை பெறுகிறது.

மைய சிந்தனை:
ஆற்றல் + கட்டுப்பாடு = சிருஷ்டி.

---

3. நடைமுறை வாழ்க்கைப் பாடம்

அ) **எப்போது செயல்பட வேண்டும்?**

- சந்தர்ப்பம் தெளிவில்லாதபோது: **இடைவேளை எடு.**
- வாய்ப்பு தெரிந்தபோது: **உடனே செயல்படு.**
- வெற்றி வந்தபின்: **வேகம் குறைத்து நிலைபேறு காக்க.**

ஆ) **ஆளுமை ஒழுக்கம்**

- தினசரி ஒரு திறனை மேம்படுத்து (ஏன்? கியான் = தொடர் இயக்கம்)
- நேரத்தை வீணாக்குவோரிடமிருந்து தூரம் வா.
- தன்னைக் கட்டுப்படுத்த 3 விஷயம்: தூக்கம், உணவு, வேலைநிலை.

இ) முடிவெடுத்தல்

- உணர்ச்சியை அடிப்படையாக வைத்த முடிவு = தவறு.
- தயாரிப்பில்லா செயல்பாடு = வீழ்ச்சி.
- திட்டமிட்டு செயல்படுவது = பெரிய பலன்.

---

4. வேலை & தலைமைத்துவப் பாடம்

அ) **வேலை**

- தினசரி செயல்பாட்டில் தொடர்ச்சி இல்லையென்றால் வளர்ச்சி கிடையாது.
- 'நேரம் இல்லை' என்று சொல்லிக்கொள்வது முட்டாள்தனம்; உற்பத்தித்திறன் மனப்பான்மை கொண்டு வா.
- திறமை மட்டும் போதாது; ஒழுக்கம் தான் உன்னை முன்னோக்கி தள்ளும்.

ஆ) **தலைமைத்துவம்**

- சத்தம் அதிகமானவர் தலைவர் அல்ல.
- கட்டுப்பாடு உள்ளவர் + தாழ்மை உள்ளவர் => உண்மையான தலைவன்.
- அதிகாரம் கிடைத்தவுடன் அகங்காரம் வந்தால், ஹெக்ஸாகிராம் 1 சொல்வது: **"அரங்கேறி விழுவாய்."**

இ) தொழில் மற்றும் வேலை வாய்ப்பு சந்தர்ப்பம்

- திறமை இருக்கிறது, ஆனால் சந்தர்ப்பம் இல்லை? → தயாராக இரு.
- சந்தர்ப்பம் தெரிகிறது? → இணை, தொடர்பு செய்.
- உச்சத்தில் இருக்கிறாயா? → அடக்கமாக இரு.

---

5. உளவியல் பாடம்

- வலிமையான மனம் என்பது உணர்ச்சிகளை அடக்குவது அல்ல; **திசைமைக்குவது**.
- உன் ஆற்றல் திசைதவறினால், அது உன்னை எதிர்த்து வேலை செய்யும்.

- உனக்கு உள்ள சக்தியை சிறிய விஷயங்களில் வீணாக்காதே — பெரிய நோக்கத்தில் கவனம் கொடு.
- தன்னம்பிக்கை அவசியம், ஆனால் அதிக தன்னம்பிக்கை = வீழ்ச்சி.

சுய வளர்ச்சி விதி:
கட்டுப்பாடில்லாத வலிமை = அழிவு. கட்டுப்படுத்தப்பட்ட வலிமை = உருவாக்கம்.

---

6. ஆன்மிகப் பாடம்

- க்யான் என்பது 'தெய்வீக இயக்கம்.'
- நின்று காண்பது, காத்திருப்பது, மற்றும் சரியான தருணத்தில் செயல்படுவது — இவை எல்லாம் ஆன்மிகப் பயிற்சி.
- உன் செயல் பிரபஞ்சத் திசையில் சேர்ந்திருக்க வேண்டும்; தனிப்பட்ட அகங்காரத்தில் அல்ல.
- 'தலையற்ற' என்ற செய்தி (群龙无首):
  உண்மையான ஆன்மீகம் என்பது 'நான்' என்ற உணர்வை மறக்குதல்.
- யாங் சக்தி = வளர்ச்சி, தைரியம், ஆனால் **அளவுக்கு மீறினால் எரித்து விடும்.**

---

7. ஒரு வரி சாரம்

"தொடர்ச்சியான உழைப்பு, சரியான தருணத்தில் செயல், வெற்றிக்குப் பின் தாழ்மை — இதுதான் க்யானின் மைய நெறி."

ஹெக்ஸாகிராம் 2:
第二卦 — 坤 (குன்)

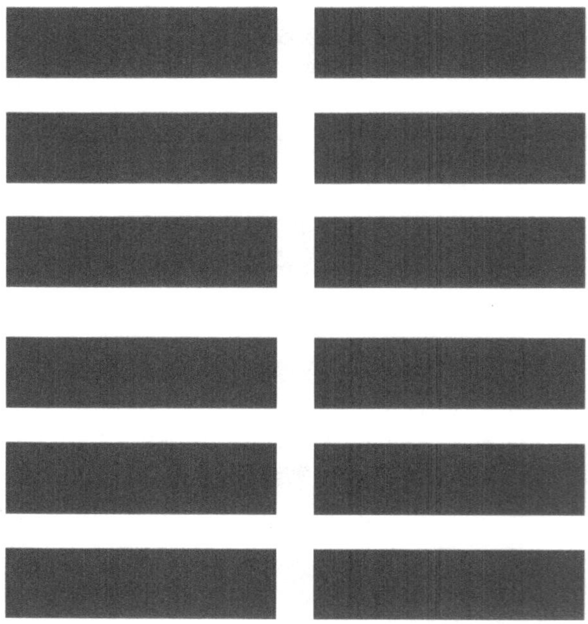

ஹெக்ஸாகிராம் 2: 第二卦 — 坤 (குன்) — ஆதரவு / பூமி / பெறும் சக்தி

---

1. 卦名 (பெயர்)

சீன உரை: 坤
சீன உரை தமிழில்: குன்
நேரடி பொருள்: பூமி, தாய்மை, ஏற்றுக்கொள்வது, பரப்பும் சக்தி.
குறியீட்டு பொருள்: பூமி (☷) மேல் — பூமி (☷) கீழ் — முழுமையான யின் சக்தி.
இது **பெறுதல், பொறுமை, போற்றுதல், தாங்கும் ஆற்றல்** ஆகியவற்றின் சின்னம்.
குன் என்பது படைப்பை உருவாக்கவில்லை; படைப்பை **தாங்கி, வளர்த்து, ஊட்டும் சக்தி.**
நிலைத்தன்மை, பணிவு, நிலம் போன்ற மெதுவான ஆனால் தவறாத முன்னேற்றம் ஆகியவற்றை குறிக்கும்.

---

2. தீர்ப்பு (卦辭 / குவா சிஜ)

சீன உரை: 坤，元亨，利牝馬之貞。
தமிழ் மொழிபெயர்ப்பு:

பூமி — உயர்ந்த வெற்றி; பணிவும் நிலைத்த முறையும் செழிப்பை தரும்.

பொருள்:
குன் வெற்றியின் வழி **வலிமையால் அல்ல — தாங்கும் சக்தியால்.**
பூமி விதையை எப்படி தன்னுள் வைத்துப் பணிவாக வளர்க்கிறதோ, அதுபோல் முன்மொழிகிறது:
• சீறி ஓடாமல் செல்வது நலம்.
• குறுக்காமல், எதிர்த்து நின்று நான் என்னும் அகங்காரம் காட்டாமல் செயல்பட்டால் வெற்றி உறுதி.
குதிரை (牝馬) குறிக்கும் செய்தி:
— திசை தெரியாமல் தலைமை பிடிக்காமல், உண்மையான பாதையை மெதுவாகப் பின்பற்றுவது நலம்.

---

3. காட்சி (象曰 / ஷியாங் யு)

சீன உரை: 地勢坤，君子以厚德載物。
தமிழ் மொழிபெயர்ப்பு:

பூமியின் இயல்பு விசாலமும் தாங்கும் சக்தியுமாகும்.
ஆக, சிறந்த மனிதன் பரந்த மனம் கொண்டு அனைத்தையும் தாங்குவார்.

பொருள்:
பூமி அனைத்தையும் ஏற்றுக் கொள்ளும்.

தள்ளுவதில்லை. எதிர்ப்பதில்லை.
அதனால் அது **அனைத்தையும் வளர்க்கும்.**

ஞானிக்கான பாடம்:
• பெரியபடி செய் — சத்தம் இல்லாமல்.
• பணிவும் பொறுமையும் கொண்டால், காலமே உன் பக்கம் வேலை செய்யும்.

வரி உரைகள் (爻辭 / யாவோ சி)

初六 (கீழ் வரி)

சீன உரை: 履霜，堅冰至。
தமிழ் மொழிபெயர்ப்பு:

பனித்துளியில் நடப்பது — விரைவில் கடின பனி வரும்.

பொருள்:
சிறிய அறிகுறிகளை புறக்கணித்தால் பெரிய பிரச்சினை வரும்.
ஆரம்ப எச்சரிக்கை = கவனிக்க வேண்டிய நேரம்.

六二 (இரண்டாவது வரி)

சீன உரை: 直方大，不習无不利。
தமிழ் மொழிபெயர்ப்பு:

நேர்மை, சீர்மை, விரிவான மனம் — பயிற்சி இல்லாவிட்டாலும் நலம்.

பொருள்:
பணிவு, நேர்மை, திறந்த மனம் இருந்தால் வெற்றி தானாக வருகிறது.
அதிரடி திறன் தேவையில்லை; நல்ல மனநிலை போதும்.

六三 (மூன்றாவது வரி)

சீன உரை: 含章可貞，或從王事，无成有終。
தமிழ் மொழிபெயர்ப்பு:

திறமை மறைந்திருக்கலாம் — சரியான பணி பின்பற்றினால் நிறைவு உண்டு.

பொருள்:
உன் திறமையை பற்றி சத்தம் போடாதே.
உகந்த பணி வந்தால் சேர்ந்து செய்.
முடிவு தாமதமாகலாம், ஆனால் பயன் உறுதி.

六四 (நான்காவது வரி)

சீன உரை: 括囊，无咎无譽。
தமிழ் மொழிபெயர்ப்பு:

பையை மூடு — குற்றமும் இல்லை, புகழும் இல்லை.

பொருள்:
சில சூழ்நிலைகளில் **மொழி அடக்குவது பாதுகாப்பு.**
மவுனம் உன்னை காப்பாற்றும்.

六五 (ஐந்தாவது வரி)

சீன உரை: 黃裳，元吉。
தமிழ் மொழிபெயர்ப்பு:

மஞ்சள் ஆடை — பெரிய அதிர்ஷ்டம்.

பொருள்:
மஞ்சள் = மத்தியமை, சமநிலை.
அளவான நடத்தை மிக பெரிய சாதகத்தைத் தரும்.

上六 (மேல் வரி)

சீன உரை: 龍戰于野，其血玄黃。
தமிழ் மொழிபெயர்ப்பு:

நாகங்கள் வயலில் போராடுகின்றன — இரத்தம் கருப்பும் மஞ்சளும்.

பொருள்:
வலிமை பணிவு இடையே சமநிலை இழந்தால் பெரிய மோதல்.
வெற்றி யாருக்கும் இல்லை — இரண்டும் காயம்.
முடிவில் சமநிலையே மீண்டும் தேவை.

用六 (விருப்ப வரி)

சீன உரை: 利永貞。
தமிழ் மொழிபெயர்ப்பு:

நிலைத்த நெறி நீடித்த நன்மை தரும்.

பொருள்:
உண்மையை, நேர்மையை, பணிவை நீண்டகாலம் பாதுகாத்தால் வாழ்க்கை நிலைபெறும்.

---

1. நெறிப் பாடம்

• பொறுமை = பலவீனம் அல்ல; கட்டுப்படுத்தப்பட்ட வலிமை.
• ஆரம்ப எச்சரிக்கையை உடனே கவனிக்காமல் இருந்தால் பிரச்சினை பெரிதாகும்.
• மவுனமும் பணிவும் சில நேரங்களில் மிகப் பெரிய பாதுகாப்பு.
• சமநிலை இல்லாவிட்டால் உள்ளும் புறமும் மோதல் உருவாகும்.
சுருக்கம்:
பணிவு + பொறுமை + சமநிலை = நீண்டநாள் செழிப்பு.

---

2. தத்துவப் பாடம்

• குன் என்பது பிரபஞ்சத்தின் "போஷிக்கும்" பக்கம்.
• வலிமை உருவாக்கும்; பணிவு தாங்கி வளர்க்கும்.
• திசைதெரியாத தலைவர் ஆவது தவறு — பூமியின் வழி பின்பற்றுதல்தான் நலம்.
• சத்தமில்லாத செயல்தான் ஆழமான மாற்றம் தரும்.
மைய சிந்தனை:
பெறுதல் + பணிவு = செழிப்பு.

---

3. நடைமுறை வாழ்க்கைப் பாடம்

அ) எப்போது செயல்பட வேண்டும்?
• ஆபத்து ஆரம்ப நிலையில் இருக்கும் போது: உடனே முன்னெச்சரிக்கை.
• ஆதரவு தேவைப்படும் போது: மிரட்டாமல் — துணையாக இரு.
• சூழல் குழப்பமாக இருக்கும் போது: வேகம் காட்டாதே.

ஆ) ஆளுமை ஒழுக்கம்
• கோபத்தை அடக்குவது உன்னை பலப்படுத்தும்.
• உடனடி பதில்களைத் தவிர்த்து — முதலில் கவனித்து உணர்.
• வேகமான அதிகப்படியான எதிர்வினை = சிதைவின் ஆரம்பம்.

இ) முடிவெடுத்தல்
• "சில நேரங்களில் பேசாமை" தான் மிகச்சிறந்த பாதுகாப்பு.
• அகங்காரம் அடிப்படையில் செயல் = போர்க்கள நாகங்கள் (இழப்பு).
• நிலையான, மிதமான அணுகுமுறை = நீண்டநாள் பயன்.

---

4. வேலை & தலைமைத்துவப் பாடம்

அ) வேலை
• நிலைத்திருப்பது வளர்ச்சியைக் கொடுக்கும் — விரைவு ஓட்டம் அல்ல.
• சீரான முயற்சி இல்லாததால் நிலை குலையும்.
• மற்றவர்களை வளர்க்கப் பழகு — நீயும் உயர்வாய்.

ஆ) தலைமைத்துவம்
• உண்மையான தலைவர் எல்லோரையும் தாங்குவார், அழுத்தமிட மாட்டார்.
• சத்தம் இல்லாத அதிகாரம் = நிலையான அதிகாரம்.
• தன்னம்பிக்கை நல்லது, ஆனால் "எனக்கே தெரியுமே" என்ற அணுகுமுறை நாசம்.

இ) தொழில் & வாய்ப்பு
• நிதானமாக அடித்தளம் அமை.
• வெளிப்படையாகப் போர் போடாதே — சரியான நேரம் தவறினால் இழப்பு.
• உழைப்பில் பணிவு வைத்தால் நீண்ட பயன்.

---

5. உளவியல் பாடம்

• யின் மனநிலை = மெதுவாக சேரும் சக்தி.
• உணர்ச்சி வெடிப்பு = உள் மோதலின் அறிகுறி.
• எளிமை > நாடகம்.
• அகங்காரம் இல்லாமல் செயல்படுவது மன அமைதியை தரும்.
சுய வளர்ச்சி விதி:
பணிவின் வலிமை = நிலைபேறு.

---

6. ஆன்மிகப் பாடம்

• குன் = பூமியின் தெய்வீக சக்தி.
• மவுனம், பொறுமை, தாங்கும் ஆற்றல் — இவையே ஆன்மிகப் பயிற்சி.
• பரப்பும் சக்தி: நீ வளர்ப்பதற்கான இடத்தை உருவாக்கினால், பிரபஞ்சம் நிரப்பும்.
• "நாகப் போர்" செய்தி: உள் இருள் வெளி ஒளி இடையே மோதல் வந்தாலும், சமநிலை தேவை.
• யின் = கருணை, தாய்மை, மென்மை — ஆனால் அது பலவீனம் அல்ல; மிகப் பெரிய சக்தி.

---

7. ஒரு வரி சாரம்

"பணிவு, பொறுமை, சமநிலை — இவை பூமியின் பாதை; அனைத்தையும் தாங்கும் சக்தி அதிலே உள்ளது."

ஹெக்ஸாகிராம் 3:

第三卦 — 屯 (சுன்)

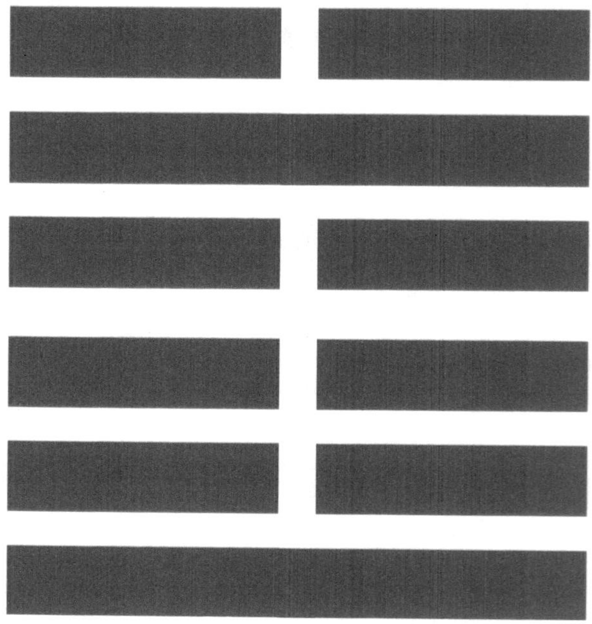

ஹெக்ஸாகிராம் 3: 第三卦 — 屯 (சுன்) — துவக்க சிரமங்கள் / முளைதல் / உருவாக்கத்தின் அழுத்தம்

---

1. 卦名 (பெயர்)

சீன உரை: 屯
சீன உரை தமிழில்: சுன்
நேரடி பொருள்: முளைதல், துவக்க சிரமம், பிறப்பு போராட்டம்.
குறியீட்டு பொருள்:

- மேலே நீர் (☵) — குழப்பம், அபாயம், உறுதி இல்லாத சூழல்
- கீழே இடி (☳) — திடீர் இயக்கம், துவக்க சக்தி, உயிர்ப்பு

முளைக்கும் விதை போல — முதலில் குழப்பம், அழுத்தம், தடைகள்.
இது ஆரம்ப கட்டத்தில் வரும் குழப்பம், எதிர்ப்பு, மற்றும் உருவாகும் வலிமையை குறிக்கிறது.
முளை நிலத்தைக் கிழிக்கும்போது வரும் அழுத்தம் போல — துவக்கத்தின் கலக்கம் இயல்பானது.
சரியான திசை, துணை, பொறுமை இருந்தால் முன்னேற்றம் உறுதி.

---

2. தீர்ப்பு (卦辭 / குவா சிஜ)

சீன உரை:
屯，元亨，利貞。勿用有攸往，利建侯。

தமிழ் மொழிபெயர்ப்பு:
துவக்க சிரமம் — உயர்ந்த முன்னேற்றம்; ஆனால் நிலைத்த நெறி அவசியம்.
அவசரப்படாதே; முதலில் சரியான திசை, சரியான துணை தேடு.

பொருள்:
• ஆரம்பத்தில் குழப்பம், தடைகள், திசை தெளிவின்மை.
• ஆனால் இது வளர்ச்சியின் இயல்பான நிலை.
• அவசரம் தீங்கு; நிலைபேறு → அடுத்த படி → வெற்றி.
• தனியாக ஓடாதே — கூட்டணி, ஆலோசனை அவசியம்.

---

3. காட்சி (象曰 / ஷியாங் யு)

சீன உரை:

雲雷屯，君子以經綸。

தமிழ் மொழிபெயர்ப்பு:
மேகமும் மின்னலும் — குழப்பம்; ஞானி அதனை ஒழுங்குபடுத்துகிறார்.

பொருள்:
துவக்கத்தில் சூழல் குழப்பமாக இருக்கும் — இது இயல்பு.
ஞானி செய்ய வேண்டியது:
• நிலையை புரிந்து ஒழுங்கு அமைத்தல்
• திட்டமிட்டு செயல்படுத்தல்
• நிதானம் + அமைப்பு = பாதுகாப்பான முன்னேற்றம்

வரி உரைகள் (爻辭 / யாவோ சி)

初九 (கீழ் வரி)

சீன உரை:
磐桓，利居貞，利建侯。

தமிழ் மொழிபெயர்ப்பு:
தடுமாறல்; இடத்தில் நிலைத்திருப்பது நலம்; கூட்டணி அமைத்தல் பயன் தரும்.

பொருள்:
அவசரப்படாதே.
முதலில் அடித்தளத்தை வலுப்படுத்து — பின்னர் துணை அமையட்டும்.

六二 (இரண்டாவது வரி)

சீன உரை:
屯如邅如，乘馬班如。匪寇婚媾。女子貞不字，十年乃字。

தமிழ் மொழிபெயர்ப்பு:
குழப்பமும் தடைகளும் அதிகம்; ஆனால் இது எதிரி அல்ல — இணைப்பு தேவைப்படும் சூழல்.

பொருள்:
உதவி தாமதமாக வரும்.
பொறுமை → சரியான இணைப்பு → முன்னேற்றம்.

六三 (மூன்றாவது வரி)

சீன உரை:
即鹿無虞，惟入于林中，君子幾不如舍。往吝。

தமிழ் மொழிபெயர்ப்பு:
காட்டு மானைப் பின்தொடர்ந்து திட்டமின்றி ஓடுவது — இழப்பு.

பொருள்:
திட்டமின்றி முயற்சி = நேர இழப்பு.
செயலுக்கு முன் திசை தீர்மானி.

六四 (நான்காவது வரி)

சீன உரை:
乘馬班如，求婚媾，往吉，无不利。

தமிழ் மொழிபெயர்ப்பு:
முன்னேற்றம் மெதுவாக இருந்தாலும், இணைப்பு தேடினால் நன்மை.

பொருள்:
உதவி கேட்பது பலவீனம் அல்ல.
சரியான கூட்டணி வெற்றியின் கதவைத் திறக்கும்.

九五 (ஐந்தாவது வரி)

சீன உரை:
屯其膏，小貞吉，大貞凶。

தமிழ் மொழிபெயர்ப்பு:
வளம் உள்ளது; சிறு முயற்சி நல்லது; பெரிய முயற்சி இப்போது ஆபத்து.

பொருள்:
வேகமாக விரிவாதல் தவறு.
சிறு படிகள் → நன்மை

上六 (மேல் வரி)

சீன உரை:
乘馬班如，泣血漣如。

தமிழ் மொழிபெயர்ப்பு:
தொடர்ச்சியான தடைகள்; மன அழுத்தம் அதிகம்.

பொருள்:
நிறுத்தி சூழலை மறுபரிசீலனை செய் — பின்னர் நகர்வது நலம்.

---

1. நெறிப் பாடம்

- துவக்க சிரமம் = வளர்ச்சியின் அறிகுறி.
- திசை தெரியாமல் ஓடுவது முட்டாள்தனம்.

• கூட்டணி + துணை = முன்னேற்றம்.
• சிறு படிகள் → நீண்டநாள் வெற்றி.

சுருக்கம்:
நிதானம் + திட்டம் + சரியான துணை = வெற்றியின் அடித்தளம்.

---

2. தத்துவப் பாடம்

• முளை மேலே வரும்போது எதிர்ப்பு இயல்பு.
• குழப்பத்தை ஒழுங்காக மாற்றுதல் — ஞானியின் செயல்.
• "தொடக்கம் கடினம் = எதிர்காலம் பலம்."

மைய சிந்தனை:
குழப்பம் + பொறுமை = உருவாக்கம்.

---

3. நடைமுறை வாழ்க்கைப் பாடம்

அ) எப்போது செயல்பட வேண்டும்?
• திசை தெளிவில்லாதபோது வேகத்தை குறை.
• குழப்பத்தில் கட்டமைப்பு உருவாக்கு.
• உதவி தேவைப்பட்டால் கேள் — பெருமை வைக்காதே.

ஆ) ஆளுமை ஒழுக்கம்
• உடனடி எதிர்வினை தவறு.
• திட்டமிடல் → பின்னர் செயல்.

இ) முடிவெடுத்தல்
• ஆரம்பத்தில் பெரிய முடிவுகள் தவிர்.
• சிறு துல்லியமான முடிவுகள் → ஆழமான முன்னேற்றம்.

---

4. வேலை & தலைமைத்துவப் பாடம்

அ) வேலை
• புதிய திட்டங்கள் தொடக்கத்தில் குழப்பமானது இயல்பு.
• தவறான வேகம் → சிதைவு.
• ஆரம்ப கட்டத்தில் சரியான கூட்டணி முக்கியம்.

ஆ) தலைமைத்துவம்
• தொடக்க குழப்பத்தில் தலைவர் அமைப்பு கொடுப்பார்.
• "நான் மட்டும் செய்வேன்" = தோல்வி.

இ) தொழில் & வாய்ப்பு

• திட்டம் வலிமையாக இருந்தாலும் செயல்பாடு மெதுவாக தொடங்கும் — இயல்பு.
• வளங்கள் மற்றும் வழிகாட்டிகள அவசியம்.

---

5. உளவியல் பாடம்

• துவக்க குழப்பம் = சாதாரணம்.
• அதிகமாக சிந்திப்பது = உள் குழப்பம் உயர்தல்.
• சிறு பணிகளில் மனம் நிலைநிறுத்து.

சுய வளர்ச்சி விதி:
நிதானமான மனம் = முன்னேற்றத்தின் அடித்தளம்.

---

6. ஆன்மிகப் பாடம்

• துவக்க சிரமம் = ஆன்மாவின் வளர்ச்சி நிலை.
• ஒழுங்கை உருவாக்குவது ஆன்மிகப் பயிற்சியின் பகுதி.
• நான் என்னும் அகங்காரம் குறைந்து இணைப்பு தேடுதல் → ஆன்மிக முன்னேற்றம்.

---

7. ஒரு வரி சாரம்

"துவக்க சிரமங்கள் உன்னை நிறுத்த அல்ல — உன்னை உருவாக்க வந்தவை."

ஹெக்ஸாகிராம் 4:
第四卦 — 蒙 (மெங்)

ஹெக்ஸாகிராம் 4: 第四卦 — 蒙 (மெங்) — அறியாமை / ஆரம்ப கற்றல் / வழிகாட்டல் தேவை

---

1. 卦名 (பெயர்)

சீன உரை: 蒙
சீன உரை தமிழில்: மெங்
நேரடி பொருள்: அறியாமை, மறைவு, வளராத நிலை.
குறியீட்டு பொருள்: மலை (☶) மேலே — நீர் (☵) கீழே.
இதன் பொருள்: இருள் + குளறுபடி + வழிகாட்டல் தேவைப்படும் மனநிலை.
இது "குழந்தை மனம்" — அறியாத காரணத்தால் தவறுகள் அதிகம், ஆனால் கற்றல் வாய்ப்பு மிக அதிகம்.

மெங் என்பது:
• அறியாத நிலையால் ஏற்படும் தவறுகள்
• கற்றுக்கொள்ளும் திறன்
• அறியாமையை நீக்கும் சரியான வழிகாட்டல்

---

2. தீர்ப்பு (卦辭 / குவா சிஜ)

சீன உரை:
蒙，亨。匪我求童蒙，童蒙求我。初筮告，再三瀆，瀆則不告。利貞。

தமிழ் மொழிபெயர்ப்பு:
அறியாமை — முன்னேற்றம் சாத்தியம்.
ஞானி அறிவு தேடி வரும் ஒருவருக்கு போதிக்க வேண்டும்;
ஆனால் கேட்காதவருக்கு அறிவுரை சொல்பது பயனில்லை.
ஒரு முறை கேள்வி கேட்டால் வழிகாட்டு;
மீண்டும் மீண்டும் கேட்பது மரியாதையின்மை — இப்போது கற்பிக்க வேண்டாம்.

பொருள்:
• கற்பதற்கு விருப்பம் உள்ளவரை வழிநடத்த வேண்டும்.
• அறிவு மறுக்கும் ஒருவரிடம் வற்புறுத்த வேண்டாம்.
• தெளிவான கேள்வி → தெளிவான பதில்.
• ஒழுக்கம் + கவனம் = முன்னேற்றம்.

---

3. காட்சி (象曰 / ஷியாங் யு)

சீன உரை:
山下出泉，蒙。君子以果行育德。

தமிழ் மொழிபெயர்ப்பு:
மலையின் கீழிருந்து ஊற்று பாய்வது — மெங்.
ஞானி தன் செயல்களில் உறுதியாக இருந்து நற்குணங்களை வளர்க்கிறார்.

பொருள்:
கற்றலின் ஆரம்பம் குழப்பத்திலிருந்து வருகிறது.
ஞானி செயல் மூலம் போதிக்கிறார் —
வார்த்தை அல்ல, ஒழுக்கம் தான் உண்மையான கற்றல்.

வரி உரைகள் (爻辭 / யாவோ சி)

初六 (கீழ் வரி)

சீன உரை:

發蒙，利用刑人，用說桎梏。以往吝。

தமிழ் மொழிபெயர்ப்பு:
அறியாமையை நீக்கத் தொடங்கு; கடினமான கட்டுப்பாடு அவசியம்.
ஆனால் மிக அதிகமாக முன்னேற்ற முயற்சித்தால் சிரமம்.

பொருள்:
ஆரம்ப தவறுகளை சீர்செய்ய கடுமை தேவை.
ஆனால் அதிக அழுத்தம் கொடுத்தால் எதிர்ப்பு வரும்.

九二 (இரண்டாவது வரி)

சீன உரை:
包蒙，吉。納婦，吉。子克家。

தமிழ் மொழிபெயர்ப்பு:
அறியாமையை பொறுமையுடன் அணுகினால் நலம்.
சேர்க்கை, இணைப்பு, வழிகாட்டல் நல்ல பலன் தரும்.

பொருள்:
கற்றல் மனநிலை → முன்னேற்றம்.
நல்ல வழிகாட்டல் → உறுதியான வளர்ச்சி.

六三 (மூன்றாவது வரி)

சீன உரை:
勿用取女，見金夫，不有躬，無攸利。

தமிழ் மொழிபெயர்ப்பு:
இப்போது இணைப்பு / சேர்க்கை செய்யாதே.
பொறுப்பை புறக்கணிக்கும் ஒருவரைச் சார்ந்தால் நலம் இல்லை.

பொருள்:
தவறான கூட்டணி = தடைகள்.
நேர்மை இல்லாதவரை நம்பாதே.

六四 (நான்காவது வரி)

சீன உரை:
困蒙，吝。

தமிழ் மொழிபெயர்ப்பு:
அறியாமை உன்னை சிக்கலில் தள்ளும் — இழப்பு.

பொருள்:
கற்றலுக்கு எதிர்ப்பு காட்டினால் முன்னேற்றம் முடங்கி விடும்.

六五 (ஐந்தாவது வரி)

சீன உரை:
童蒙，吉。

தமிழ் மொழிபெயர்ப்பு:
அறியாமை இருந்தாலும் கற்க விருப்பம் இருந்தால் — நலம்.

பொருள்:
சரியான மனநிலை = நல்ல முன்னேற்றம்.

上九 (மேல் வரி)

சீன உரை:
擊蒙，不利為寇，利禦寇。

தமிழ் மொழிபெயர்ப்பு:
அறியாமையை தாக்குவது நலம்;
ஆனால் தாக்குதலாக நடப்பது தவறு — பாதுகாப்பு தான் நன்மை.

பொருள்:
அறியாமையை நீக்க நடவடிக்கை எடு.
ஆனால் பிறரை தாக்கும் செயல்கள் தவறு.

---

1. நெறிப் பாடம்

- கற்றுக்கொள்ள விருப்பம் இருந்தால் முன்னேற்றம் உறுதி.
- கற்றல் மறுக்கும் ஒருவரை கற்பிப்பது நேர நாசம்.
- சரியான கேள்வி → சரியான பாதை.
- பொறுமை + ஒழுக்கம் = வளர்ச்சி.

சுருக்கம்:
கற்றல் மனநிலை → நன்மை; அகந்தை → இழப்பு.

---

2. தத்துவப் பாடம்

- மெங் = அறியாமை அல்ல; வளர்ச்சி ஆரம்பநிலை.
- கற்றல் என்பது மனநிலையால் தீர்மானிக்கப்படும்.
- ஆசிரியர் மாணவரை தேடக் கூடாது — மாணவரே கற்றலை தேட வேண்டும்.

மைய சிந்தனை:
அறியாமை + சரியான வழிகாட்டல் = ஞானம்.

---

3. நடைமுறை வாழ்க்கைப் பாடம்

அ) எப்போது செயல்பட வேண்டும்?
- குழப்பமான நிலையிலே: வழிகாட்டல் தேடு.
- அறியாமை தெரிந்ததும்: கற்றலின் ஆரம்பம் செய்.
- தவறான மனிதர்களை சாராதே.

ஆ) ஆளுமை ஒழுக்கம்
- கற்றல் = மரியாதை + கவனம் + பொறுமை.
- அடிக்கடி கேள்வியை மீண்டும் மீண்டும் கேட்பது = ஒழுக்கமின்மை.

இ) முடிவெடுத்தல்
- அறிவில்லாத நிலையில் பெரிய முடிவுகள் எடுக்காதே.
- முதலில் கற்று, பின்னர் செய்.

---

4. வேலை & தலைமைத்துவப் பாடம்

அ) வேலை
- ஆரம்பத்தில் அறியாமை இயல்பு — கற்றல் கட்டாயம்.
- சரியான வழிகாட்டி வளர்ச்சியை வேகப்படுத்துவார்.

ஆ) தலைமைத்துவம்
- வழிகாட்ட முயற்சி செய்யும் போது — மாணவர் தயாராக இருக்க வேண்டும்.
- ஆர்வமில்லாதவரை கற்பித்தால் எதிர்ப்பு வரும்.

இ) தொழில் & வாய்ப்பு
• ஆரம்ப தவறுகளை கற்றலாக மாற்று.
• தவறான கூட்டணி / திசை → இழப்பு.

---

5. உளவியல் பாடம்

• ஏற்றுக்கொள்ளும் மனநிலை இருந்தால் வளர்ச்சி எளிதாகும்.
• "எனக்கே தெரியும்" என்ற மனநிலை = உண்மையான அறியாமை.
• மனதை திறந்து வைத்தால் பயம் குறையும்.

சுய வளர்ச்சி விதி:
கற்றல் = விடுதலை.

---

6. ஆன்மிகப் பாடம்

• அறியாமை என்பது ஆன்மிக பயணத்தின் முதல் படி.
• சரியான வழிகாட்டிக்கு இருதயம் திறந்தால் மாற்றம் தானாக வரும்.
• மென்மை + தாழ்மை = உள் ஞானத்தின் கதவு.

---

7. ஒரு வரி சாரம்

"அறியாமை தவறு அல்ல — கற்றலைத் தொடங்க மறுப்பதே உண்மையான தவறு."

ஹெக்ஸாகிராம் 5:

第五卦 — 需 (சூ)

ஹெக்ஸாகிராம் 5: 第五卦 — 需 (சூ) — காத்திருப்பு / நேரம் வருதல் / பொறுமை

---

1. 卦名 (பெயர்)

சீன உரை: 需
சீன உரை தமிழில்: சூ
நேரடி பொருள்: காத்திருப்பு, நேரம் வருதல்.
குறியீட்டு பொருள்: நீர் (☵) மேலே — வானம் (☰) கீழே.
இதன் பொருள்:
• நீர் மேல் → அபாயம், நிச்சயமற்ற நிலை, வெளிப்புற தடைகள்
• வானம் கீழே இருக்கிறது → உள்ளார்ந்த வலிமை, உறுதி, செயல் சக்தி
• இரண்டுக்குமிடையே → காத்திருப்பு காலம்

இது அவசரம் செய்யாமல், சூழல் தயாராகும் வரை **பொறுமையுடன் காத்திருப்பது** வெற்றியின் பாதை எனக் குறிக்கிறது.

---

2. தீர்ப்பு (卦辭 / குவா சிஜ)

சீன உரை:
需，有孚，光亨，貞吉。利涉大川。

தமிழ் மொழிபெயர்ப்பு:
காத்திருப்பு — நம்பிக்கை இருந்தால் வெற்றி.
பக்தி, நம்பிக்கை, நேர்மை இருந்தால் நன்மை.
பெரிய ஆற்றைக் கூட கடக்கலாம் — சரியான நேரம் வந்தால்.

பொருள்:
• காத்திருப்பு என்பது செயல் இழப்பு அல்ல — சூழல் தயாராகும் வரை ஒழுங்கு காண்பது.
• பொறுமையில் நம்பிக்கை இருந்தால் வளர்ச்சி.
• நேரம் வந்தால் பெரிய தடைகளும் தாண்டப்படும்.

---

3. காட்சி (象曰 / ஷியாங் யு)

சீன உரை:
雲上於天，需。君子以飲食宴樂。

தமிழ் மொழிபெயர்ப்பு:
மேகங்கள் வானத்தின் மேல் — சூ.
ஞானி சரியான நேரம் வரும் வரை தன்னைப் பராமரிக்கிறார்.

பொருள்:
காத்திருப்பது என்பது வெறுமனே நோக்காமல் இருத்தல் அல்ல.

காத்திருக்கும் போது:
• உடல் — ஓய்வு
• மனம் — அமைதி
• செயல் — தயாரிப்பு

வரி உரைகள் (爻辭 / யாவோ சி)

初九 (கீழ் வரி)

சீன உரை:
需於郊。利用恒，無咎。

தமிழ் மொழிபெயர்ப்பு:
வெளிப்புறத்தில் காத்திரு; நிலைத்த மனநிலை நன்மை தரும்.

பொருள்:
தொலைவில் இருந்து சூழலை கவனிக்கவும், அவசரம் வேண்டாம்.

九二 (இரண்டாவது வரி)

சீன உரை:
需於沙。小有言，終吉。

தமிழ் மொழிபெயர்ப்பு:
மணலில் காத்திருப்பு — சிறு சிரமங்கள் இருக்கும்; இறுதியில் நன்மை.

பொருள்:
சிறிய தடைகள் வரலாம், ஆனால் அதனால் மனம் குழம்ப வேண்டாம்.

九三 (மூன்றாவது வரி)

சீன உரை:
需於泥，致寇至。

தமிழ் மொழிபெயர்ப்பு:
சதுப்பில் காத்திருத்தல் — ஆபத்து வரலாம்.

பொருள்:
தவறான இடத்தில் காத்திருந்தால் பெரிய தடைகள் வரும்.
சரியான சூழல் தேர்வு முக்கியம்.

六四 (நான்காவது வரி)

சீன உரை:
需於血，出自穴。

தமிழ் மொழிபெயர்ப்பு:
இரத்தம் போல் ஆபத்தான சூழலில் காத்திருத்தல் — பின்னர் தப்பிக்க முடியும்.

பொருள்:
கடினநிலையில் இருந்தாலும் அமைதியாக இரு — விரைவில் வெளியேறும்.

九五 (ஐந்தாவது வரி)

சீன உரை:
需於酒食，貞吉。

தமிழ் மொழிபெயர்ப்பு:
உணவு, பானம் உடன் காத்திருப்பது — நன்மை.

பொருள்:
இது தயார் நிலை:
- மன அழுத்தம் இன்றி காத்திரு
- உடல், மனம் இரண்டையும் பராமரிக்கவும்

上六 (மேல் வரி)

சீன உரை:
入於穴，有不速之客三人來，敬之終吉。

தமிழ் மொழிபெயர்ப்பு:
ஒளிந்து காத்திருக்கும் போது எதிர்பாராத மூவர் வருவர்; அவர்களை மதித்தால் நன்மை.

பொருள்:
காத்திருக்கும் காலத்தில் வரும் மனிதர்கள், வாய்ப்புகள் முக்கியம்.
அவர்களை மதித்தால் நன்மை, இணைப்பு ஏற்படும்.

---

1. நெறிப் பாடம்

- காத்திருப்பது = பலவீனம் அல்ல; சமயநேரத்தின் அறிவு.
- தப்பான இடத்தில் காத்திருப்பது → ஆபத்து.
- உன்னிடம் வரும் மனிதர்கள், வாய்ப்புகளை மதிக்க வேண்டும்.

சுருக்கம்:
சமயம் + பொறுமை + சரியான இடம் = வெற்றி.

---

2. தத்துவப் பாடம்

• காலம் என்ற சக்திக்கு எதிராக ஓட முடியாது.
• சரியான நேரம் வந்தால் பெரிய தடைகளும் மறையும்.
• காத்திருப்பது என்பது உள்ளார்ந்த வலிமையைச் சேர்த்துக்கொள்ளும் செயல்முறை.

மைய சிந்தனை:
பொறுமை = சக்தியின் சேமிப்பு.

---

3. நடைமுறை வாழ்க்கைப் பாடம்

அ) எப்போது செயல்பட வேண்டும்?
• நேரம் சரியாக இல்லை என உணர்ந்தால் — காத்திரு.
• சூழல் ஆபத்தாக இருந்தால் — நகராதே.
• ஒருவர் ஆதரவாக வந்தால் — நன்றி கொண்டு ஏற்று.

ஆ) ஆளுமை ஒழுக்கம்
• அவசரமான முடிவுகள் தவறு.
• மனதைத் தளர்த்தாமல் அமைதியாகப் பாரு.
• காத்திருக்கும் போது உடல், மனம் சீராக வைத்துக்கொள்.

இ) முடிவெடுத்தல்
• "சரியான நேரம்" என்பதை புரிந்து முடிவெடு.

---

4. வேலை & தலைமைத்துவப் பாடம்

அ) வேலை
• சில திட்டங்கள் உடனே செய்யப் படாது — நேரம் தேவை.
• தயாரிப்பு காலம் → காத்திருப்பு காலம்.

ஆ) தலைமைத்துவம்
• தலைவன் எப்போது செயல்படுவது, எப்போது காத்திருப்பது என்று தெளிவாக அறிந்திருக்க வேண்டும்.
• குழுவின் ஆற்றலை கட்டுப்படுத்துவது முக்கியம்.

இ) தொழில் & வாய்ப்பு
• பெரிய வாய்ப்புகள் திடீரென வரும்.
• அவற்றை மதிக்கவும், ஏற்றுக்கொள்ளவும்.

---

5. உளவியல் பாடம்

• காத்திருப்பு காலத்தில் மன அழுத்தம் இயல்பு — ஆனால் அது வளர்ச்சி.
• பொறுமை மனநிலையை வலுப்படுத்தும்.
• சிரமத்தில் கூட உள் அமைதியைப் பேணினால் தெளிவு கிடைக்கும்.

சுய வளர்ச்சி விதி:
அமைதி = வலிமை.

---

6. ஆன்மிகப் பாடம்

• காத்திருப்பது தியானம் போல — உள்ளார்ந்த சக்தி குவியும்.
• சரியான நேரம் வரப்படும் வரை பிரபஞ்சம் உன்னைத் தயார்படுத்தும்.
• நம்பிக்கை + ஒழுக்கம் = ஆன்மிக முன்னேற்றம்.

---

7. ஒரு வரி சாரம்

"சரியான நேரம் வந்தால் தடைகளே பாதைதான்."

ஹெக்ஸாகிராம் 6:

第六卦 — 訟 (சோங்)

ஹெக்ஸாகிராம் 6: 第六卦 — 訟 (சோங்) — வாதம் / மோதல் / நீதிக்காக போராடுதல்

---

1. 卦名 (பெயர்)

சீன உரை: 訟
சீன உரை தமிழில்: சோங்
நேரடி பொருள்: வாதம், தகராறு, நீதிக்கான மோதல்.
குறியீட்டு பொருள்:
• சொர்க்கம் மேலே (☰) → வலிமை, பிடிவாதம், "நான் சரி" என்ற நிலை
• நீர் கீழே (☵) → சந்தேகம், மறைமுகம், அபாயம்

இரண்டும் சேரும்போது:
மோதல் ஏற்படும் சூழல், ஆனால் அது விவேகத்தால் தீர்க்கப்பட வேண்டும்.

சோங் நேரடி போராட்டத்தை விட **நீதியான வழி** மூலம் தீர்வு சிறந்தது என கற்பிக்கிறது.

---

2. தீர்ப்பு (卦辭 / குவா சிஜ)

சீன உரை:
訟，有孚，窒，惕，中吉。終凶。利見大人，不利涉大川。

தமிழ் மொழிபெயர்ப்பு:
வாதம் — நம்பிக்கை இருந்தாலும் தடைகள் அதிகம்.
எச்சரிக்கை அவசியம்; நடுநிலைப் பாதையில் நன்மை.
முடிவில் மோதல் தொடர்ந்தால் தீங்கு.
ஞானியைச் சந்திப்பது நன்மை;
ஆனால் பெரிய ஆபத்தில் ஈடுபட வேண்டாம்.

பொருள்:
• உன்னிடம் நீதியும் உண்மையும் இருந்தாலும், மோதல் நல்லதல்ல.
• நடுநிலையில் இருப்பவர் மீட்பர்.
• மோதல் நீண்டால் இழப்பு உறுதி.
• பெரிய சவால் / ஆபத்தில் நேரடியாக மோதாதே.

---

3. காட்சி (象曰 / ஷியாங் யு)

சீன உரை:
天與水違行，訟。君子以作事謀始。

தமிழ் மொழிபெயர்ப்பு:
வானமும் நீரும் ஒன்றுக்கொன்று எதிராக செல்கின்றன — அதுவே சோங்.
ஞானி எந்த செயலையும் தொடங்குவதற்கு முன் திட்டமிடுகிறார்.

பொருள்:
மோதல் உருவாகும் போது, ஞானி:
• உடனடி பதில் கொடுக்க மாட்டார்
• துவக்கத்திலேயே திட்டம் பார்
• மோதலை தவிர்க்கும் பாதையைத் தேடுவார்

வரி உரைகள் (爻辭 / யாவோ சி)

初六 (கீழ் வரி)

சீன உரை:
不永所事，小有言，終吉。

தமிழ் மொழிபெயர்ப்பு:
மோதலை நீடிக்காதே; சிறு குற்றச்சாட்டு வரும் — ஆனால் முடிவு நலம்.

பொருள்:
சிறிய சிக்கல்கள் இயல்பு — நீட்டித்தால் மட்டும் பிரச்சினை.

九二 (இரண்டாவது வரி)

சீன உரை:
不克訟，歸而逋，其邑人三百戶无眚。

தமிழ் மொழிபெயர்ப்பு:
வாதத்தில் ஜெயிக்க முடியாது; பின்வாங்கு.
உன் மக்கள் நலமாக இருப்பார்கள்.

பொருள்:
பின்வாங்குவது பலவீனம் அல்ல — பாதுகாப்பு.

六三 (மூன்றாவது வரி)

சீன உரை:
食舊德，貞厲，終吉。或從王事，无成。

தமிழ் மொழிபெயர்ப்பு:
முன்னோர் நற்பண்பில் வாழ்தல் — நன்மை; ஆனால் எச்சரிக்கை அவசியம்.
அரசு/அதிகாரம் உடன் சேர்ந்தால் வெற்றி இல்லை.

பொருள்:
நீதி பின்பற்றினால் சிக்கல்கள் தாண்டலாம்.
ஆனால் பெரிய அதிகாரத்தை சார்ந்தால் முன்னேற்றம் இல்லை.

九四 (நான்காவது வரி)

சீன உரை:
不克訟，復即命渝。安貞吉。

தமிழ் மொழிபெயர்ப்பு:
வாதத்தில் வெற்றி இல்லை; விதியை ஏற்று நிலைத்து செயல்பட்டால் நன்மை.

பொருள்:
உண்மையை ஏற்று செயல்படு; கட்டாயம் நன்மை வரும்.

九五 (ஐந்தாவது வரி)

சீன உரை:
訟，元吉。

தமிழ் மொழிபெயர்ப்பு:
வாதம் — பெரிய நன்மை.

பொருள்:
சரியான நேரத்தில், சரியான நெறிக்காக போராடினால் வெற்றி.

上九 (மேல் வரி)

சீன உரை:
或錫之鞶帶，終朝三褫之。

தமிழ் மொழிபெயர்ப்பு:
உயர்ந்த பதவியும் வரலாம்; ஆனால் அதே வேகத்தில் இழக்கவும் நேரிடலாம்.

பொருள்:
மோதலால் கிடைக்கும் வெற்றி நிலையானதல்ல.
அகங்காரம் → வீழ்ச்சி.

---

1. நெறிப் பாடம்

- மோதல் நீடித்தால் இழப்பு.
- பின்வாங்குவது சில நேரங்களில் மிகப்பெரிய அறிவு.

• நீதிக்காக போராடுவது நலம் — ஆனால் ஒழுங்குடன்.
• அதிகாரத்தை சார்ந்து முன்னேறுவது ஆபத்து.

சுருக்கம்:
நீதி + நிதானம் = வெற்றி;
அகங்காரம் + மோதல் = இழப்பு.

---

2. தத்துவப் பாடம்

• சோங் கற்றுக்கொடுப்பது: "யார் ஜெயிப்பது முக்கியமல்ல — யார் இழக்காமல் நிற்பது முக்கியம்."
• உண்மையான வெற்றி என்பது *மோதலைத் தவிர்ப்பதில்தான்.*
• நீதி இருந்தாலும் தவறான நேரம் → தோல்வி.

மைய சிந்தனை:
நீதி + நேரம் + நிதானம் = உண்மையான தீர்வு.

---

3. நடைமுறை வாழ்க்கைப் பாடம்

அ) எப்போது செயல்பட வேண்டும்?
• சிக்கல் ஆரம்பத்தில் — மோதாதே.
• வாதம் பெரிதாகும் முன் — பின்வாங்கு.
• உண்மை உன்னுடன் இருந்தால் — அமைதியாக செய்.

ஆ) ஆளுமை ஒழுக்கம்
• கோபத்தில் தீர்வு தேடாதே.
• மோதலை விட திட்டம் முக்கியம்.
• நிதானம் = பாதுகாப்பு.

இ) முடிவெடுத்தல்
• நீதிக்கு ஆதாரம் இருந்தால் — நிதானமாக செய்.
• இழப்பு அதிகமாக இருந்தால் — விலகு.

---

4. வேலை & தலைமைத்துவப் பாடம்

அ) வேலை
• தேவையற்ற வாதங்கள் வேலைகளை சிதைக்கும்.
• பிரச்சனைகளை நேரத்தில் அறிந்துகொணடால் வாதம் வராது.

ஆ) தலைமைத்துவம்
• தலைவர் மோதலை அதிகரிப்பது தவறு.
• குழுவை தேவையற்ற உராய்விளருந்து காக்க வேண்டும்.

இ) தொழில் & வாய்ப்பு

• சட்டம்/பணம் சம்பந்தமான மோதல்கள் தவிர்க்கப்பட வேண்டும்.
• நேரமும் உண்மையும் உன்னுடன் இருந்தால் — வெற்றி தானாக வரும்.

---

5. உளவியல் பாடம்

• மோதலின் மூல காரணம் பெரும்பாலும் நான் என்னும் அகங்காரம்.
• அமைதி — உனக்கான சிறந்த ஆயுதம்.
• கோபம் → தவறான முடிவுகள் → நீண்ட இழப்பு.

சுய வளர்ச்சி விதி:
நிதானம் = உள் வலிமை.

---

6. ஆன்மிகப் பாடம்

• மோதல் ஆன்மிக இருளை அதிகரிக்கும்.
• பின்வாங்குதல் பலவீனம் அல்ல — கர்ம புத்தி.
• உண்மையான ஆன்மிகம் = பிறரின் தவறுகளைக் காயப்படுத்தாமல் சரி செய்வது.

---

7. ஒரு வரி சாரம்

"மோதலில் ஜெயித்தாலும் இழப்பு உண்டு — தவிர்ப்பதே உண்மையான வெற்றி."

ஹெக்ஸாகிராம் 7:
第七卦 — 師 (ஷி)

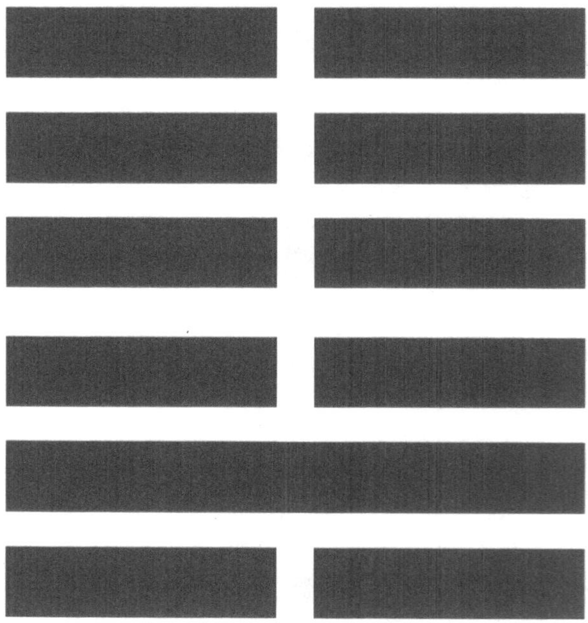

ஹெக்ஸாகிராம் 7: 第七卦 — 師 (ஷி) — படை / ஒழுங்கு / தலைமையேற்பு

---

1. 卦名 (பெயர்)

சீன உரை: 師
சீன உரை தமிழில்: ஷி
நேரடி பொருள்: படை, கூட்டம், ஒழுங்கமைக்கப்பட்ட குழு.
குறியீட்டு பொருள்:
• பூமி (☷) மேலே → ஒழுக்கம், கீழ்ப்படிதல், பொது நலன்
• நீர் (☵) கீழே → அபாயம், ஆழம், கட்டுப்படுத்த வேண்டிய சக்தி

இவை ஒன்றில் சேரும்போது:
அபாயத்தை எதிர்கொள்வதற்கு ஒழுங்கு, கட்டுப்பாடு, சரியான தலைவர் அவசியம் என்ற பொருள்.

---

2. தீர்ப்பு (卦辭 / குவா சிஜ)

சீன உரை:
師，貞，丈人吉，无咎。

தமிழ் மொழிபெயர்ப்பு:
படை — நிலைத்த நெறி அவசியம்.
முதிய ஞானியின் தலைமையில் நன்மை;
தவறு இல்லை.

பொருள்:
• ஒழுங்கும் ஒழுக்கமும் இல்லாத குழு தோல்வி அடையும்.
• வயதான அனுபவமிக்க தலைவர் முன்னிலையில் வெற்றி உறுதி.
• சரியான வழிகாட்டல் → அபாயங்களை வெல்லும் வலிமை.

---

3. காட்சி (象曰 / ஷியாங் யு)

சீன உரை:
地中有水，師。君子以容民畜眾。

தமிழ் மொழிபெயர்ப்பு:
பூமிக்குள் நீர் — ஷி.
ஞானி மக்களை தாங்கி, கூட்டத்தைக் காப்பாற்றுகிறார்.

பொருள்:
படை / குழு என்பது அதிகாரம் அல்ல — பொறுப்பு.
ஞானி தன் மக்களை பாதுகாப்பாக வழிநடத்த வேண்டும்.

வரி உரைகள் (爻辭 / யாவோ சி)

初六 (கீழ் வரி)

சீன உரை:
師出以律，否臧凶。

தமிழ் மொழிபெயர்ப்பு:
ஒழுங்கு கொண்டு குழு நகர வேண்டும்;
ஒழுங்கில்லாத நடத்தை — தீங்கு.

பொருள்:
குழுவின் ஆரம்ப ஒழுங்கே வெற்றியின் அடித்தளம்.

九二 (இரண்டாவது வரி)

சீன உரை:
在師中，吉，无咎，王三錫命。

தமிழ் மொழிபெயர்ப்பு:
படையின் நடுவில் அமைதி, நன்மை;
அரசர் மூன்று முறை உத்தரவு வழங்குவது போல், சரியான பொறுப்பு.

பொருள்:
நிலையான தலைமை → நலன் + நம்பிக்கை.

六三 (மூன்றாவது வரி)

சீன உரை:
師或輿尸，凶。

தமிழ் மொழிபெயர்ப்பு:
குழு சில நேரங்களில் உடல்களை ஏற்றி செல்கிறது — தீங்கு.

பொருள்:
பெரிய இழப்புகள் உருவாவதற்கு காரணம்:
• தவறான தலைவர்
• தவறான திட்டம்
• அதிக அபாயத்தை எடுப்பது

六四 (நான்காவது வரி)

சீன உரை:
師左次，无咎。

தமிழ் மொழிபெயர்ப்பு:
படையை பின்வாங்கச் செய்வது — தவறு இல்லை.

பொருள்:
பின்வாங்குவது பலவீனம் அல்ல — புத்திசாலித்தனம்.

六五 (ஐந்தாவது வரி)

சீன உரை:
田有禽，利執言，无咎。

தமிழ் மொழிபெயர்ப்பு:
வேட்டைக்கு காணப்படும் பறவை; உண்மையைப் பிடித்து நிலை நிறுத்து — தீங்கு இல்லை.

பொருள்:
தெளிவான தகவல் → சரியான தீர்வு.

上六 (மேல் வரி)

சீன உரை:
大君有命，開國承家，小人勿用。

தமிழ் மொழிபெயர்ப்பு:
பெரிய மன்னன் உத்தரவு வழங்குகிறார் — நாட்டை விரிவாக்கலாம்;
ஆனால் தகுதியற்றவரை பயன்படுத்தாதே.

பொருள்:
- வாய்ப்பு மிக பெரியது.
- ஆனால் கெட்ட மனிதரைக் கொண்டு குழு அமைத்தால் வீழ்ச்சி.

---

1. நெறிப் பாடம்

- ஒழுங்கில்லாத குழு = இழப்பு.
- அனுபவமிக்க தலைவர் → பாதுகாப்பு.
- தேவையற்ற ஆபத்தைத் தவிர்.
- தகுதியற்றவரை முன்னிலைப்படுத்தாதே.

சுருக்கம்:
ஒழுங்கு + தலைமை + பொறுப்பு = வெற்றி.

---

2. தத்துவப் பாடம்

• ஷி கற்பிக்கிறது: "குழு என்பது வலிமைக்கான கருவி அல்ல — பொறுப்பின் சின்னம்."
• சரியான தலைமை → குழுவின் வளர்ச்சி.
• தகுதியற்றவர் கையில் அதிகாரம் → நாசம்.

மைய சிந்தனை:
தலைமை + ஒழுங்கு = பாதுகாப்பு.

---

3. நடைமுறை வாழ்க்கைப் பாடம்

அ) எப்போது செயல்பட வேண்டும்?
• குழப்பம் அதிகமானால் — ஒழுங்கை அமை.
• அபாயம் அதிகமானால் — பின்வாங்கு.
• வாய்ப்பு உறுதியாக இருந்தால் — முன்னேறு.

ஆ) ஆளுமை ஒழுக்கம்
• பொறுப்பு = முதன்மை.
• தவறு செய்தால் — திருத்து; காரணம் சொல்லாதே.
• உன் குழுவை பாதுகாப்பதில் நேர்மை அவசியம்.

இ) முடிவெடுத்தல்
• உண்மையான தலைவன் எப்போது செல்வது, எப்போது நிறுத்துவது என்பதால் அறியப்படுவார்.

---

4. வேலை & தலைமையின் பாடம்

அ) வேலை
• குழுவின் பொறுப்பு தலைவனின் மேல்.
• ஒழுங்கில் குறை — திட்டம் சிதறும்.

ஆ) தலைமைத்துவம்
• தகுதியற்றவரை பதவி உயர்த்தாதே.
• குழுவை பாதுகாப்பது உன் கடமை.

இ) தொழில் & வாய்ப்பு
• பெரிய வாய்ப்புகள் வரும் போது — சரியான மனிதர்களை மட்டுமே தேர்வு செய்.

---

5. உளவியல் பாடம்

• தலைமை என்பது மன அழுத்தத்தையும் பொறுப்பையும் தாங்குதல்.
• ஒழுக்கம் → மன வலிமை.
• பின்வாங்குதல் சில நேரங்களில் உன்னை காப்பாற்றும்.

சுய வளர்ச்சி விதி:
தன்னம்பிக்கை + ஒழுக்கம் = தலைமை.

---

6. ஆன்மிகப் பாடம்

• குழுவை தாங்குவது ஆன்மிகப் பொறுப்பு.
• சரியான மனிதர்களுடன் இணைவது உன் கர்ம பாதையை சுத்தமாக்கும்.
• அகங்காரம் இல்லாமல் வழிநடத்தினால் ஆசீர்வாதம் அதிகம்.

---

7. ஒரு வரி சாரம்

"சரியான தலைவர் — குழுவை பாதுகாக்க, வழிநடத்த, வெற்றி பெறச் செய்பவர்."

ஹெக்ஸாகிராம் 8:

第八卦 — 比 (பி)

ஹெக்ஸாகிராம் 8: 第八卦 — 比 (பி) — சங்கமம் / இணைவு / ஒற்றுமை

---

1. 卦名 (பெயர்)

சீன உரை: 比
சீன உரை தமிழில்: பி
நேரடி பொருள்: இணைவு, ஒன்றிணைவு, ஒற்றுமை.
குறியீட்டு பொருள்:
- நீர் (☵) மேலே → ஓட்டம், சேர்ந்து பாய்வு
- பூமி (☷) கீழே → நிலைநிறுத்தல்

இவை ஒன்றாக இணையும் போது:
மனிதர்கள், குழுக்கள், சூழல் அனைத்தும் ஒன்றிணைந்து செயல் படும் நிலை.
இணைவு → வளர்ச்சி; தனிமை → இழப்பு.

---

2. தீர்ப்பு (卦辭 / குவா சிஜ)

சீன உரை:
比，吉。原筮，元永貞，无咎。不寧方來，後夫凶。

தமிழ் மொழிபெயர்ப்பு:
இணைவு — நலம்.
ஆரம்பத்தில் ஆராய்ந்து, நெறி நிலைத்தால் தவறு இல்லை.
அமைதியில்லாதவர்கள் உன்னைத் தேடி வருவார்கள்;
ஆனால் பின்னால் இணைவோர் — தீங்கு.

பொருள்:
- ஒருவருடன் சேர்வது நல்லது — ஆனால் ஆரம்பத்தில் சரியான தேர்வு அவசியம்.
- தவறானவரை பின்னர் சேர்த்தால் ஆபத்து.
- உறுதியான நெறி இருந்தால் பாதுகாப்பு.

---

3. காட்சி (象曰 / ஷியாங் யு)

சீன உரை:
地上有水，比。先王以建萬國親諸侯。

தமிழ் மொழிபெயர்ப்பு:
பூமியின் மேல் நீர் — பி.
பழைய ராஜாக்கள் இதனைப் பின்பற்றி நாடுகளை ஒன்றிணைத்தனர்.

பொருள்:
ஒன்றிணைவு என்பது பெரும் வலிமை.

ஆனால் சரியான ஒற்றுமை → ஒழுக்கம், நம்பிக்கை, தகுதி கொண்டவர்களால் உருவாக வேண்டும்.

வரி உரைகள் (爻辭 / யாவோ சி)

初六 (கீழ் வரி)

சீன உரை:
有孚比之，无咎。有孚盈缶，終來有他吉。

தமிழ் மொழிபெயர்ப்பு:
நம்பிக்கையுடன் இணைவது — தவறு இல்லை.
நம்பிக்கை நிறைந்தால் பெரிய நன்மை வரும்.

பொருள்:
நம்பிக்கை → உறுதியான பிணைப்பு → நன்மை.

六二 (இரண்டாவது வரி)

சீன உரை:
比之自內，貞吉。

தமிழ் மொழிபெயர்ப்பு:
உள்ளிருந்து இணைவு — நலம்.

பொருள்:
வற்புறுத்தி இணைவு வேண்டாம்;
உள்ளார்ந்த மனநிலை இருக்கும் போது சேர்ப்பது சிறந்தது.

六三 (மூன்றாவது வரி)

சீன உரை:
比之匪人。

தமிழ் மொழிபெயர்ப்பு:
தகுதியற்றவருடன் இணைவது.

பொருள்:
தவறான கூட்டணி = விரைவான இழப்பு.

六四 (நான்காவது வரி)

சீன உரை:
外比之，貞吉。

தமிழ் மொழிபெயர்ப்பு:
வெளியில் இருந்து இணைவு — நலம்.

பொருள்:
உன் வட்டத்தை விரிவாக்கு; சரியான வெளிப்புற இணைப்பு வளர்ச்சி தரும்.

九五 (ஐந்தாவது வரி)

சீன உரை:
顯比，王用三驅，失前禽。邑人不誡，吉。

தமிழ் மொழிபெயர்ப்பு:
தெளிவான இணைவு;
ராஜா மூன்று திசை வேட்டையில் பின்புற பறவைகளை விட்டுவிடுவார்.
மக்கள் பதற்றமில்லாமல் இருப்பதால் — நலம்.

பொருள்:
வலிமையான தலைவன், அழுத்தமின்றி இணைவை ஊக்குவிப்பார்.
கட்டாயம் இல்லாத ஒற்றுமை → அதிக நன்மை.

上六 (மேல் வரி)

சீன உரை:
比之无首，凶。

தமிழ் மொழிபெயர்ப்பு:
தலைவரில்லாத இணைவு — தீங்கு.

பொருள்:
ஒற்றுமைக்கும் தலைமை அவசியம்.
தலைமை இல்லையெனில் → குழப்பம் → வீழ்ச்சி.

---

1. நெறிப் பாடம்

- சரியான இணைவு — நன்மை.
- தகுதியற்றவருடன் இணைவு — நாசம்.
- ஆரம்பத்தில் கவனமாக தேர்வு செய்தால் பாதுகாப்பு.
- கருத்து ஒன்றுபாடே வலிமை.

சுருக்கம்:
நம்பிக்கை + சரியான தேர்வு = நீடித்த இணைவு.

---

2. தத்துவப் பாடம்

• பி கற்பிப்பது: "ஒற்றுமை வளர்ச்சியின் மூலமாகும்."
• தகுதியானவருடன் இணைவு → வலிமை;
• தகுதியில்லாதவருடன் → வீழ்ச்சி.

மைய சிந்தனை:
தேர்ந்தெடுத்த ஒற்றுமை = வெற்றி.

---

3. நடைமுறை வாழ்க்கைப் பாடம்

அ) எப்போது இணைவது?
• நம்பிக்கை இருக்கும்போது.
• பொறுப்பும் ஒழுக்கமும் பகிரப்படும் போது.
• வெளிப்புறத்திலிருந்து வரும் நல்ல இணைப்பை ஏற்று.

ஆ) ஆளுமை ஒழுக்கம்
• தோழமை = பொறுப்பு.
• தகுதியற்றவரை நெருங்காதே.
• உறவை ஆரம்பிப்பதில் தெளிவு அவசியம்.

இ) முடிவெடுத்தல்
• கூட்டாளி / குழு / நண்பர் தேர்வுக்கே உன் எதிர்காலம் சார்ந்தது.

---

4. வேலை & தலைமைத்துவப் பாடம்

அ) வேலை
• குழு இணைவு → திட்டம் வெற்றி.
• குழுவில் நச்சு கூறுகள் இருந்தால் — முன்னேற்றம் சிதறும்.

ஆ) தலைமைத்துவம்
• தலைவன் ஒற்றுமையை உருவாக்குவார், அழுத்தமில்லை.
• வெளிப்புற இணைப்பை சரியாக மேலாண்மை செய்ய வேண்டும்.

இ) தொழில் & வாய்ப்பு
• சரியான கூட்டணி வெற்றியை பலப்படுத்தும்.
• தவறான கூட்டணி பெரிய இழப்பை தரும்.

---

5. உளவியல் பாடம்

• உன் மனம் இணைவதை எதிர்க்கிறதா? — அது முன் வலி காரணமாக.
• ஆனால் சரியான உறவு உன்னை வலுப்படுத்தும்.
• நம்பிக்கை → மன அமைதி.

சுய வளர்ச்சி விதி:
சரியான மனிதர் = சரியான வளர்ச்சி.

---

6. ஆன்மிகப் பாடம்

• ஒற்றுமை = ஆன்மிக சக்தியின் விரிவு.
• நல்ல மனம் கொண்டவர்களுடன் இணைவு → கர்ம சுத்தம்.
• தலைவர் இல்லா ஒற்றுமை → அகங்காரத்தின் விளைவு.

---

7. ஒரு வரி சாரம்

"சரியானவருடன் இணைந்தால் வாழ்க்கை வளரும்; தவறானவருடன் இணைந்தால் அனைத்தும் நசியும்."

ஹெக்ஸாகிராம் 9:

第九卦 — 小畜 (சியாவோ சூ)

ஹெக்ஸாகிராம் 9: 第九卦 — 小畜 (சியாவோ சூ) — சிறு சேகரிப்பு / கட்டுப்படுத்தப்பட்ட வளர்ச்சி / மெதுவான முன்னேற்றம்

---

1. 卦名 (பெயர்)

சீன உரை: 小畜
சீன உரை தமிழில்: சியாவோ சூ
நேரடி பொருள்: சிறு சேமிப்பு, மெதுவாகச் சேர்த்தல்.
குறியீட்டு பொருள்:
• காற்று (☴) மேலே → மெதுவான இயக்கம்
• சொர்க்கம் (☰) கீழே → வலிமை

இரண்டும் சேரும்போது:
மெதுவான முயற்சி, சிறு படிகள், கட்டுப்படுத்தப்பட்ட வளர்ச்சி.
"சிறு சேமிப்புகள் → பெரிய பலன்" என்ற பாதை.

---

2. தீர்ப்பு (卦辭 / குவா சிஐ)

சீன உரை:
小畜，亨。密雲不雨，自我西郊。

தமிழ் மொழிபெயர்ப்பு:
சிறு சேகரிப்பு — முன்னேற்றம் சாத்தியம்.
மேகங்கள் நிறைந்துள்ளன; ஆனால் மழை இல்லை.
அவை மேற்கு புறத்தில் சேர்கின்றன.

பொருள்:
• முன்னேற்றம் வரும் — ஆனால் தாமதமாக.
• குழப்பமில்லாத சாந்தமான காத்திருப்பு அவசியம்.
• சூழல் இன்னும் முழுமையாக தயாராகவில்லை.

---

3. காட்சி (象曰 / ஷியாங் யு)

சீன உரை:
風行天上，小畜。君子以懿文德。

தமிழ் மொழிபெயர்ப்பு:
காற்று வானத்தின் மேல் பாய்கிறது — சியாவோ சூ.
ஞானி தன் நற்குணங்களை மெதுவாக வளர்க்கிறார்.

பொருள்:
சிறு சேமிப்புகள் = நற்குணம், அறிவு, அனுபவம்.
மெதுவாக, நிதானமாக வளர்த்தால் இறுதியில் வலிமை.

வரி உரைகள் (爻辭 / யாவோ சி)

初九 (கீழ் வரி)

சீன உரை:
復自道，何其咎？吉。

தமிழ் மொழிபெயர்ப்பு:
உன் பாதைக்கு மீண்டும் திரும்பு — தவறு இல்லை; நன்மை.

பொருள்:
சந்தேகத்தில் தவறான பாதை எடுத்தால், உடனே திரும்பு.

九二 (இரண்டாவது வரி)

சீன உரை:
牽復，吉。

தமிழ் மொழிபெயர்ப்பு:
திரும்ப அழைத்தல் — நலம்.

பொருள்:
சரியான மனிதர்/திசை உன்னை மீண்டும் சரியான பாதைக்கு கொண்டு செல்லும்.

九三 (மூன்றாவது வரி)

சீன உரை:
輿說輻，夫妻反目。

தமிழ் மொழிபெயர்ப்பு:
வண்டியின் ஆரம் உடைதல் — தம்பதியர் பரஸ்பரம் சண்டை.

பொருள்:
உட்பகை, உறவு மோதல், தவறான தொடர்பு → முன்னேற்றம் நின்றுவிடும்.

六四 (நான்காவது வரி)

சீன உரை:
有孚，血去惕出，无咎。

தமிழ் மொழிபெயர்ப்பு:
நம்பிக்கை இருந்தால் — காயம் குணமாகும்; அச்சம் விலகும்; தவறு இல்லை.

பொருள்:
நம்பிக்கை → குணமடைதல் → பாதுகாப்பு.

九五 (ஐந்தாவது வரி)

சீன உரை:
有孚攣如，无咎。

தமிழ் மொழிபெயர்ப்பு:
நம்பிக்கை பிணைப்பை வலுப்படுத்தும் — தவறு இல்லை.

பொருள்:
உறுதி + ஒழுக்கம் = முன்னேற்றம்.

上九 (மேல் வரி)

சீன உரை:
既雨既處，尚德載。婦貞厲，月幾望，君子征凶。

தமிழ் மொழிபெயர்ப்பு:
மழை பெய்தது; நிலைமை அமைதி.
ஆனால் பெண்மையின் உறுதியான நிலை — ஆபத்து.
மதியம் மிக நெருக்கத்தில் — தலைவர் பயணித்தால் தீங்கு.

பொருள்:
• சூழல் அமைதியாக இருந்தாலும், இன்னும் ஆபத்து உள்ளமை.
• நேரம் சரியாக இல்லை — செயல்படாதே.

---

1. நெறிப் பாடம்

• சிறு முயற்சிகள் → பெரிய பலன்.
• தாமதம் = தோல்வி அல்ல; சூழல் இன்னும் தயாராகவில்லை.
• நம்பிக்கை → பாதுகாப்பு.
• தவறான தொடர்பு → பிரிவு/மோதல்.

சுருக்கம்:
நிதானம் + சிறு படிகள் = நீண்டநாள் வெற்றி.

---

2. தத்துவப் பாடம்

• சியாவோ சூ சொல்வது: "வலிமை ஒரே நாளில் வராது."
• காத்திருப்பது = உள் வளர்ச்சி.
• சிறு சேமிப்புகள் → பெரிய பலன்.

மைய சிந்தனை:
மெதுவான வளர்ச்சி = உறுதியான வளர்ச்சி.

---

3. நடைமுறை வாழ்க்கைப் பாடம்

அ) எப்போது செயல்பட வேண்டும்?
• முன்னேற்றத்தின் அறிகுறி உள்ளபோது — சிறு படிகளாக.
• தாமதம் அதிகமானபோது — காத்திரு.
• தவறான தொடர்பு/உறவு → முதலில் சரிசெய்.

ஆ) ஆளுமை ஒழுக்கம்
• நிலைத்தன்மை முக்கியம்.
• சிறு பழக்கங்கள் — பெரிய விளைவு.
• நம்பிக்கை இல்லையெனில் உறவை ஆரம்பிக்காதே.

இ) முடிவெடுத்தல்
• பெரிய முடிவுகளை இப்போது எடுக்காதே — நேரம் கூடவில்லை.

---

4. வேலை & தலைமைத்துவப் பாடம்

அ) வேலை
• திட்டம் துவக்கத்தில் மெதுவாக நகரும் — இது சாதாரணம்.
• சரியான நிலைமை உருவாகும் வரை கட்டுமான நிலை.

ஆ) தலைமைத்துவம்
• சிறு முன்னேற்றத்தையும் ஊக்குவிக்க வேண்டும்.
• மோதல் மேலாண்மை முக்கியம்.

இ) தொழில் & வாய்ப்பு
• சிறு சேமிப்பு → முதலீட்டு வலிமை.
• உடனடி விரிவாக்கம் → ஆபத்து.

---

5. உளவியல் பாடம்

• முன்னேற்றம் தாமதமாக தெரிந்தால் மனம் சோர்வாகும் — இது இயல்பு.
• நம்பிக்கை மன அமைதியை தரும்.
• முரண்பாடுகளை முதலில் தீர்க்க வேண்டும்.

சுய வளர்ச்சி விதி:
சிறு ஒழுக்கங்கள் → பெரிய மாற்றங்கள்.

---

6. ஆன்மிகப் பாடம்

• மெதுவான வளர்ச்சி ஆன்மாவை வலுப்படுத்துகிறது.
• அலைபோல் அல்ல — காற்றின் மெதுவான ஓட்டம்போல்.
• நம்பிக்கை + மென்மை = ஆன்மிக நிலைநிறுத்தம்.

---

7. ஒரு வரி சாரம்

"மெதுவான முன்னேற்றம் பலவீனம் அல்ல — உறுதியான வளர்ச்சியின் சின்னம்."

ஹெக்ஸாகிராம் 10:
第十卦 — 履 (லூ)

ஹெக்ஸாகிராம் 10: 第十卦 — 履 (லூ) — நடக்கும் பாதை / ஒழுக்கம் / கவனமாக முன்னேற்றம்

---

1. 卦名 (பெயர்)

சீன உரை: 履
சீன உரை தமிழில்: லூ
நேரடி பொருள்: நடந்தல், காலடிச்சுவடு, பாதை.
குறியீட்டு பொருள்:
• சொர்க்கம் (☰) மேலே → உயர்ந்த இலக்கு
• ஏரி (☱) கீழே → மகிழ்ச்சி, இலகுத்தன்மை

இவை சேர்ந்து:
ஒரு அபாயகரமான சூழலில் கவனமாக நடந்து முன்னேறல்.
இது *ஒழுக்கத்துடன் நடப்பதை* குறிக்கிறது —
"புலியின் வாலை மிதித்தாலும் கடிக்காத நிலை" போன்ற படி.

---

2. தீர்ப்பு (卦辭 / குவா சிஜ)

சீன உரை:
履虎尾，不咥人，亨。

தமிழ் மொழிபெயர்ப்பு:
புலியின் வாலை மிதித்தாலும் அது கடிக்காது — முன்னேற்றம் சாத்தியம்.

பொருள்:
• சூழல் ஆபத்தானது, ஆனால் சரியான ஒழுக்கம் இருந்தால் பிரச்சினையில்லை.
• மரியாதை, நிதானம், கட்டுப்பாடு → பாதுகாப்பு.
• அகங்காரம் → நாசம்.

---

3. காட்சி (象曰 / ஷியாங் யு)

சீன உரை:
上天下澤，履。君子以辨上下，定民志。

தமிழ் மொழிபெயர்ப்பு:
வானம் மேலே, ஏரி கீழே — லூ.
ஞானி மேல்தாழ்வை பிரித்தறிந்து மக்களின் மனத்தை நிலைநிறுத்துகிறார்.

பொருள்:
ஒழுக்கமும் மரியாதையும் → சமூக ஒழுங்கு.
ஒழுங்கு இருந்தால் குழப்பம் வராது.

வரி உரைகள் (爻辭 / யாவோ சி)

初九 (கீழ் வரி)

சீன உரை:
素履，往无咎。

தமிழ் மொழிபெயர்ப்பு:
எளிய, நேர்மையான நடப்பு — தவறு இல்லை.

பொருள்:
சிக்கலற்ற எளிமை → பாதுகாப்பு.

九二 (இரண்டாவது வரி)

சீன உரை:
履道坦坦，幽人貞吉。

தமிழ் மொழிபெயர்ப்பு:
சமமான, சீரான பாதையில் நடப்பது — நேர்மையுள்ளவருக்கு நன்மை.

பொருள்:
நிர்பந்தமில்லாமல் நேர்மையான வழியில் நட — நன்மை.

六三 (மூன்றாவது வரி)

சீன உரை:
眇能視，跛能履。履虎尾，咥人，凶。武人為于大君。

தமிழ் மொழிபெயர்ப்பு:
குறைந்த பார்வை இருந்தும் பார்க்க முடியும்; குறைபாடு இருந்தும் நடக்க முடியும்.
ஆனால் புலியின் வாலை மிதித்தால் அது கடிக்கும் — ஆபத்து.
போராளி மன்னனை எதிர்த்தால் நாசம்.

பொருள்:
சிறு திறன் இருந்தாலும் தவறான செயலால் நாசம்.
ஆபத்து தெளிவாக இருந்தால் எச்சரிக்கை அவசியம்.

九四 (நான்காவது வரி)

சீன உரை:
履虎尾，愬愬，終吉。

தமிழ் மொழிபெயர்ப்பு:
புலியின் வாலை மிதிப்பது போல பயமாய் நடப்பது — முடிவில் நலம்.

பொருள்:
பயந்தாலும் ஒழுங்கு பின்பற்றினால் பாதுகாப்பு.

九五 (ஐந்தாவது வரி)

சீன உரை:
夬履，貞厲。

தமிழ் மொழிபெயர்ப்பு:
வலிமையுடன் நடப்பது — நேர்மை தேவையானது; இல்லை என்றால் ஆபத்து.

பொருள்:
அதிக ஆணவம் → சிக்கல்.
நேர்மை + கட்டுப்பாடு → பாதுகாப்பு.

上九 (மேல் வரி)

சீன உரை:
視履考祥，其旋元吉。

தமிழ் மொழிபெயர்ப்பு:
நடப்பதை ஆய்ந்து சின்னங்களை கவனித்தால் — பெரிய நன்மை.

பொருள்:
பகுத்தறிவு + கவனிப்பு = பெரிய முன்னேற்றம்.

---

1. நெறிப் பாடம்

- ஆபத்தான சூழலில் ஒழுக்கம் அவசியம்.
- மரியாதை + கவனம் → பாதுகாப்பு.
- அகங்காரம் → கடும் இழப்பு.
- எளிமை + நேர்மை = முன்னேற்றம்.

சுருக்கம்:
ஒழுக்கம் + கவனம் = வெற்றி.

---

2. தத்துவப் பாடம்

• லூ கற்றுக்கொடுப்பது: "ஆபத்து வராத அளவுக்கு உன் அடிகளை கட்டுப்படுத்து."
• பாதை சரியானது என்றாலும் நடக்கும் விதம் தவறினால் பிரச்சினை.
• மரியாதை → சமநிலை.

மைய சிந்தனை:
நடக்கும் வழி = உன் குணத்தின் பிரதிபலிப்பு.

---

3. நடைமுறை வாழ்க்கைப் பாடம்

அ) எப்போது செயல்பட வேண்டும்?
• ஆபத்தான நிலை → மெதுவாக.
• தெளிவில்லாத நிலை → கவனமாக.
• அதிகாரம் உள்ளவர்களிடம் → மரியாதையுடன்.

ஆ) ஆளுமை ஒழுக்கம்
• தாழ்மை + கட்டுப்பாடு = பாதுகாப்பு.
• அவசரம் → ஆபத்து.
• தவறு உணர்ந்தால் உடனே திருத்து.

இ) முடிவெடுத்தல்
• கவனக்குறைவு = ஆபத்து.
• மெதுவாக, நிதானமாக செய்.

---

4. வேலை & தலைமைத்துவ பாடம்

அ) வேலை
• முக்கிய திட்டங்களில் கவனமாக முன்னேறு.
• சிறு தவறுகள் கூட பெரிய ஆபத்தாக மாறும்.

ஆ) தலைமைத்துவம்
• தலைவன் மரியாதையுடன், நிதானமாக நடத்த வேண்டும்.
• ஆணவம் → குழுவின் நாசம்.

இ) தொழில் & வாய்ப்பு
• அதிகாரிகளுடன் தொடர்பு கொள்ளும்போது கவனம் அவசியம்.
• கவனமாக நடக்கும் ஒருவர் மட்டுமே உயர்வார்.

---

5. உளவியல் பாடம்

• கவனக்குறைவு உன் பெரிய எதிரி.
• மெதுவாக, உறுதியான அடியில் நட — மன அமைதி கிடைக்கும்.
• தாழ்மை உன் மன வலிமையை பாதுகாக்கும்.

சுய வளர்ச்சி விதி:
அடக்கமும் தாழ்மையும் = உள் பாதுகாப்பு.

---

6. ஆன்மிகப் பாடம்

- ஒவ்வொரு அடியும் கர்ம பாதையை மாற்றும்.
- தாழ்மையான நடை — ஒளிக்குத் தள்ளும்.
- அகங்கார நடை — இருளுக்குத் தள்ளும்.

---

7. ஒரு வரி சாரம்

"ஆபத்தான நேரத்தில் ஒழுக்கமாக நட — புலியும் பாதிக்காது."

ஹெக்ஸாகிராம் 11:
第十一卦 — 泰 (தை)

ஹெக்ஸாகிராம் 11: 第十一卦 — 泰 (தை) — செழிப்பு / சமநிலை / வானம்-பூமி இணைவு

---

1. 卦名 (பெயர்)

சீன உரை: 泰
சீன உரை தமிழில்: தை
நேரடி பொருள்: செழிப்பு, அமைதி, சமநிலை.
குறியீட்டு பொருள்:
• பூமி மேலே (☷) → ஏற்றுக்கொள்வது, ஆதரவு, நடைமுறை செயல்பாடு
• சொர்க்கம் கீழே (☰) → உயர்வு, செயல் சக்தி, முனைப்புத் துடிப்பு

இவை இணையும் போது:
வளர்ச்சி, ஓட்டம், சமநிலை — எல்லாமும் ஒன்றுபட்டு இயங்கும் நிலை.
அதாவது வாழ்க்கையின் "உச்ச நன்மை" நிலை.

---

2. தீர்ப்பு (卦辭 / குவா சிஜ)

சீன உரை:
泰，小往大來，吉亨。

தமிழ் மொழிபெயர்ப்பு:
தை — சிறியது விலகி, பெரியது அணைகிறது;
நன்மையும் முன்னேற்றமும்.

பொருள்:
• தடைகள் விலகி, நன்மை நெருங்கும் நேரம்.
• நல்ல மனிதர்கள் அருகில்; கெட்டவர்கள் விலகுவர்.
• வளர்ச்சி தெளிவாகத் தெரியும்.

---

3. காட்சி (象曰 / ஷியாங் யு)

சீன உரை:
天地交泰，后以財成天地之道，輔相天地之宜。

தமிழ் மொழிபெயர்ப்பு:
வானமும் பூமியும் ஒன்றிணைகின்றன — தை.
அரசர் வான-பூமி நெறிகளை பின்பற்றி அனைத்தையும் செழிக்கச் செய்கிறார்.

பொருள்:
இணைவு + சமநிலை → செழிப்பு.
ஞானி சூழலை மேம்படுத்தி, மக்களை வளர்ச்சியின் பாதைக்கு கொண்டு செல்கிறார்.

வரி உரைகள் (爻辭 / யாவோ சி)

初九 (கீழ் வரி)

சீன உரை:
拔茅茹，以其彙，征吉。

தமிழ் மொழிபெயர்ப்பு:
புல் வேரை இழுக்கும் போது அதன் கூட்டு வருவது போல — சேர்ந்து செயல்பட்டால் நன்மை.

பொருள்:
சிறந்த மனிதர்கள் ஒன்றுபட்டால் வெற்றி வேகமாக வரும்.

九二 (இரண்டாவது வரி)

சீன உரை:
包荒，用馮河，不遐遺，朋亡，得尚於中行。

தமிழ் மொழிபெயர்ப்பு:
நடக்கும் அனைத்தையும் பொறுத்துக்கொள்; ஆற்றைக் கடக்கலாம்.
எவரும் புறக்கணிக்கப்படக்கூடாது.
தவறான நண்பர்களை விலக்கி, நடுநிலைப் பாதையில் நட — நன்மை.

பொருள்:
உடன்படையான மனநிலை → முன்னேற்றம்.
ஆனால் சரியான நட்பு + நடுநிலை அவசியம்.

九三 (மூன்றாவது வரி)

சீன உரை:
无平不陂，无往不復。艱貞无咎。勿恤其孚，于食有福。

தமிழ் மொழிபெயர்ப்பு:
சமநிலை என்றும் நிரந்தரம் இல்லை; செல்லும் அதே திரும்பும்.
கடின நிலையில் நிலைத்த நெறி இருந்தால் — தவறு இல்லை.
அவநம்பிக்கையில்லை — இறுதியில் நன்மை.

பொருள்:
சமநிலை மாற்றமடையும் — ஆனால் உறுதியுடன் இருந்தால் நீ பாதுகாப்பாய் இருப்பாய்.

六四 (நான்காவது வரி)

சீன உரை:
翩翩，不富以其鄰，不戒以孚。

தமிழ் மொழிபெயர்ப்பு:
இலகுவாக நகரும் நிலை; செல்வம் குறைந்தாலும் அண்டைவர்கள் உதவுவர்.
எச்சரிக்கை இன்றி நம்பிக்கை கிடைக்கும்.

பொருள்:
நல்ல சூழல் → தன்னிச்சையான உதவிகள் → நன்மை.

六五 (ஐந்தாவது வரி)

சீன உரை:
帝乙歸妹，以祉元吉。

தமிழ் மொழிபெயர்ப்பு:
மகள் மணமுடிப்பது போன்ற நல்ல இணைவு — மிகப் பெரிய நன்மை.

பொருள்:
சரியான இணைவு → பெரும் செல்வாக்கு + வளர்ச்சி.

上六 (மேல் வரி)

சீன உரை:
城復于隍，勿用師，自邑告命，貞吝。

தமிழ் மொழிபெயர்ப்பு:
கோட்டை மீண்டும் பள்ளத்தில் விழுவது போல நிலை மாற்றம்.
படையைப் பயன்படுத்தாதே.
உள்ளூரில் இருந்து எச்சரிக்கை வரும் — நிலைமை சிரமம்.

பொருள்:
சிறந்த காலம் முடியும்; கவனம் அவசியம்.
இப்போது செயல்பட்டால் இழப்பு.

---

1. நெறிப் பாடம்

- தை = வளர்ச்சி + சமநிலை + நன்மை.
- நல்ல மனிதர்கள் அருகில்; கெட்டவர்கள் விலகுவர்.
- ஆனால் நல்லகாலம் என்றும் நீடிக்காது — எச்சரிக்கை அவசியம்.

சுருக்கம்:
வளர்ச்சி காலத்தில் தாழ்மை + கவனம் = நீடித்த செழிப்பு.

---

2. தத்துவப் பாடம்

• உலகம் மேலேறி கீழிறங்கும் — ஆனால் சமநிலை உண்டாகும் நேரம் மிக முக்கியம்.
• இந்த காலம் மிக அரிய வரம் — வீணாக்காதே.
• இணைவு → உண்மையான செழிப்பின் நெறி.

மைய சிந்தனை:
சமநிலை + இணைவு = செழிப்பு.

---

3. நடைமுறை வாழ்க்கைப் பாடம்

அ) எப்போது செயல்பட வேண்டும்?
• நல்ல சூழல் உருவான உடனே — முன்முயற்சி எடு.
• மனிதர்கள் உன்னிடம் நெருங்கும் போது — உறவுகளை வலுப்படுத்து.
• நல்லகாலம் குறையத் தொடங்கும் போது — கவனமாக இரு.

ஆ) ஆளுமை ஒழுக்கம்
• நல்ல சூழலில் தாழ்மை காக்க வேண்டும்.
• நன்மை அதிகரிக்கும் போது அதிக கவனம் அவசியம்.
• தவறான தொடர்புகளை விலக்கு.

இ) முடிவெடுத்தல்
• தற்போது: முன்னேற்ற முடிவுகள் எடுக்க ஏற்ற நேரம்.
• ஆனால் இறுதிப் பகுதி — மறு மதிப்பீடு செய்ய வேண்டிய காலம்.

---

4. வேலை & தலைமைத்துவப் பாடம்

அ) வேலை
• வளர்ச்சி காலம் — திட்டங்கள் வேகமாக நகரும்.
• சரியான அணிகள், சரியான திட்டங்கள் நன்மை தரும்.

ஆ) தலைமைத்துவம்
• இணைவை ஊக்குவிக்கும் தலைவர் → பெரும் செழிப்பு.
• அதிகாரத்தை நாகரிகமாக பயன்படுத்த வேண்டும்.

இ) தொழில் & வாய்ப்பு
• இப்போது விரிவாக்கம், கூட்டணி, கூட்டமைவு அல்லது ஒருங்கிணைப்பு அனைத்தும் நன்மைத் தரும்.
• ஆனால் இறுதியில் மந்தநிலை வரும் — தயாராக இரு.

5. உளவியல் பாடம்

- நல்ல நேரத்தில் மனம் அமைதியாக இருக்கும் — ஆனால் இதுவே நான் என்னும் அகங்காரத்தை தூண்டும்.
- தாழ்மை மற்றும் நன்றியுணர்வு → மன நலம்.
- உயர்வு-இறக்கம் இரண்டும் இயல்பு.

சுய வளர்ச்சி விதி:
நன்றி + தாழ்மை = ஆன்ம வலிமை.

---

6. ஆன்மிகப் பாடம்

- வானம்-பூமி இணையும் சமயம் — ஆன்மிக வாய்ப்பு மிக உயர்ந்தது.
- உள்ளுக்குள் ஒற்றுமை உருவாக்கு.
- நல்லகாலத்தில் சாந்தி, கருணை பெருகும்.

---

7. ஒரு வரி சாரம்

"சமநிலை உருவானால் செழிப்பு வருவது தவிர்க்க முடியாதது — அதை தாழ்மையுடன் காக்க வேண்டும்."

ஹெக்ஸாகிராம் 12:
第十二卦 — 否 (பி)

ஹெக்ஸாகிராம் 12: 第十二卦 — 否 (பி) — அடைப்பு / நின்ற நிலை / ஒத்திசைவு இல்லாமை

---

1. 卦名 (பெயர்)

சீன உரை: 否
சீன உரை தமிழில்: பி
நேரடி பொருள்: அடைப்பு, தடக்கம், நின்ற நிலை.
குறியீட்டு பொருள்:
• சொர்க்கம் (☰) மேலே → உயர்வதற்கான ஆற்றல்
• பூமி (☷) கீழே → அடைப்பு, கனத்த தன்மை

இவை ஒன்றாக வந்தால்:
மேலிருக்கும் சக்தி மேலே போய்க் கொண்டே இருக்கும்;
கீழிருக்கும் சக்தி கீழே தாழ்ந்து கொண்டே இருக்கும் —
இரண்டும் தொடர்பு கொள்ளாத நிலை.

இதனால் வளர்ச்சி தடைபடும்;
நன்மை பரிமாறப்படாது.

---

2. தீர்ப்பு (卦辭 / குவா சிஜ)

சீன உரை:
否之匪人，不利君子貞，大往小來。

தமிழ் மொழிபெயர்ப்பு:
பி — நியாயமில்லாத மக்கள் மேலிடத்தைப் பிடிக்கிறார்கள்.
ஞானிக்குப் பயன் இல்லை.
நன்மை விலகி, தீமை நெருங்கும் காலம்.

பொருள்:
• சூழல் உனக்கு சாதகமல்ல.
• தவறானவர்கள் உயர்ந்து, நல்லவர்கள் தடுக்கப்படுகிறார்கள்.
• இப்போது பெரிய செயல்கள் ஆபத்து.

---

3. காட்சி (象曰 / ஷியாங் யு)

சீன உரை:
天地不交，否。君子以儉德辟難，不可榮以祿。

தமிழ் மொழிபெயர்ப்பு:
வானமும் பூமியும் இணைவதில்லை — பி.
ஞானி தனது நற்குணத்தைச் சுருக்கி, சிரமத்திலிருந்து விலகுகிறார்;
பேருரிமை அல்லது லாபத்தால் பெருமை கொள்ள மாட்டார்.

பொருள்:
மோதலைத் தவிர்த்து, உள் ஒழுக்கத்தை பாதுகாப்பதே நலம்.
இது செயல்படும் காலம் அல்ல — தாழ்ந்து இரு.

வரி உரைகள் (爻辭 / யாவோ சி)

初六 (கீழ் வரி)

சீன உரை:
拔茅茹，以其彙，貞吉。

தமிழ் மொழிபெயர்ப்பு:
புல் வேரை இழுக்கும்போது அதன் கூட்டம் கூட இழுக்கப்படும் —
சரியானவர்களுடன் சேர்ந்து நடப்பு நலம்.

பொருள்:
இந்த நின்ற காலத்திலும் நல்ல மனிதர்கள் ஒன்றுபட்டால் நன்மை ஏற்படும்.

六二 (இரண்டாவது வரி)

சீன உரை:
包承，小人吉，大人否。

தமிழ் மொழிபெயர்ப்பு:
சூழல் சிறிய மனிதர்களுக்கு சாதகமாகும்;
ஞானியுக்கு — தடைகள்.

பொருள்:
ஆழமான மனிதர்கள் இக்காலத்தில் முன்னேற முடியாது; சின்னவர்கள் மட்டும் பயன்பெறுவர்.

六三 (மூன்றாவது வரி)

சீன உரை:
包羞。

தமிழ் மொழிபெயர்ப்பு:
அவமானத்தை சுமப்பது.

பொருள்:
இக்காலத்தில் நேர்மையானவர் துன்பத்தையும் அவமானத்தையும் சந்திப்பார்.

九四 (நான்காவது வரி)

சீன உரை:
有命，无咎，疇离祉。

தமிழ் மொழிபெயர்ப்பு:
விதி உதவும்; தவறு இல்லை; இறுதியில் ஓய்வு கிடைக்கும்.

பொருள்:
சரியான நேரம் வரும்; பொறுமை வைத்தால் நிம்மதி ஏற்படும்.

九五 (ஐந்தாவது வரி)

சீன உரை:
休否，大人吉。其亡其亡，繫于苞桑。

தமிழ் மொழிபெயர்ப்பு:
அடைப்பு நீங்கும்; ஞானியுக்கு நன்மை.
இழப்பு வந்தாலும் முழுவதும் இல்லை — ஏனெனில் வேர்கள் சாலையாகப் பற்றிக்கொண்டுள்ளன.

பொருள்:
சூழல் மாறத் தொடங்கும்; நிலைத்த உள் வேர்கள் உன்னை காப்பாற்றும்.

上九 (மேல் வரி)

சீன உரை:
傾否，先否後喜。

தமிழ் மொழிபெயர்ப்பு:
அடைப்பு சரிந்து போகும்;
முதலில் சிரமம் — பின்னர் மகிழ்ச்சி.

பொருள்:
இக்காலம் முடிவடைகிறது; நன்மை திரும்ப வருகிறது.

---

1. நெறிப் பாடம்

- சூழல் உனக்குச் சாதகமில்லாத நேரம்.
- பெரிய செயல்கள் → இழப்பு.
- தவறானவர்கள் உயர்வர்; நேர்மையானவர் தடுக்கப்படுவர்.
- உள் ஒழுக்கம் + பொறுமை = பாதுகாப்பு.

சுருக்கம்:
சூழலை மாற்ற முடியாவிட்டால் — உன் நெறியை காக்க வேண்டும்.

---

2. தத்துவப் பாடம்

• உலகம் எப்போதும் இணைவதில்லை — பிளவு வரும்.
• இந்நிலை — "தயாரிப்பு மற்றும் பொறுமை" காலம்.
• சிரமத்தின் மத்தியில் உன் குணமே உன் பாதுகாப்பு.

மைய சிந்தனை:
அடைப்பு காலம் = உள் வேரை வலுப்படுத்தும் நேரம்.

---

3. நடைமுறை வாழ்க்கைப் பாடம்

அ) எப்போது செயல்பட வேண்டும்?
• இப்போது அல்ல — காத்திரு.
• குழப்பம் வரும்போது — விலகிக் கொள்.
• உன்னை இழுத்துச் செல்லும் மக்களிடமிருந்து தூரம் வா.

ஆ) ஆளுமை ஒழுக்கம்
• தாழ்மை மிக அவசியம்.
• புகழ் தேடாதே.
• சிக்கல் வரும்போது — பதில் கொடுக்காமல் இருத்தல் பாதுகாப்பு.

இ) முடிவெடுத்தல்
• பெரிய முடிவுகள் இக்காலத்தில் ஆபத்து.
• மறு மதிப்பீடு செய்யவும், சேமிக்கவும்.

---

4. வேலை & தலைமைத்துவப் பாடம்

அ) வேலை
• உன் திறமை தெரியும் — ஆனால் அங்கீகாரம் வராது.
• பெரிய முயற்சி இப்போதைக்கு வீண்.

ஆ) தலைமைத்துவம்
• குழுவில் நச்சு கூறுகள் உயர்வர் — சரி செய்ய முடியாது.
• உன் ஒருமைப்பாடு மட்டும் காக்க வேண்டும்.

இ) தொழில் & வாய்ப்பு
• முதலீடு/விரிவாக்கம் இப்போது தவறு.
• துணிந்து செய்தால் வீழ்ச்சி.

---

5. உளவியல் பாடம்

• பி என்பது உள் மனதையும் அழுத்தும்.
• ஆனால் இது உன்னை ஆழமாக வடிவமைக்கும்.
• புற உதவி வராது — நீயே உன்னைக் காக்க வேண்டும்.

சுய வளர்ச்சி விதி:
சூழ்நிலை மோசமான போது → உள் வலிமை உயர வேண்டும்.

---

6. ஆன்மிகப் பாடம்

• வானமும் பூமியும் இணைவதில்லை → உள் சக்திகள் குழப்பத்தில் இருக்கும் காலம்.
• இந்நிலையில் தியானம் + தாழ்மை = காப்பாற்றும்.
• அடைப்பு முடிந்ததும் ஒளி திரும்பும்.

---

7. ஒரு வரி சாரம்

"அடைப்பு காலத்தில் செயலல்ல — நெறிதான் உன்னை காப்பாற்றும்."

ஹெக்ஸாகிராம் 13:

第十三卦 — 同人 (தோங் ரென்)

ஹெக்ஸாகிராம் 13: 第十三卦 — 同人 (தோங் ரென்) — மனித இணைவு / பொதுவான நோக்கம் / ஒருமைப்பாடு

---

1. 卦名 (பெயர்)

சீன உரை: 同人
சீன உரை தமிழில்: தோங் ரென்
நேரடி பொருள்: மனிதர்கள் ஒன்றுபடுதல்; பொதுவான நோக்கில் இணைவு.
குறியீட்டு பொருள்:
• வானம் (☰) மேலே → உயர்ந்த இலக்கு
• நெருப்பு (☲) கீழே → ஒளி, வெளிப்படைத்தன்மை

இவை சேர்ந்து:
மனிதர்கள் திறந்த மனத்துடன், உயர்ந்த நோக்கம் நோக்கி ஒன்றிணைவது.
இது தனிப்பட்ட நலனை அல்ல —
"கூட்டு நன்மை + சுத்தமான நோக்கம் = வெற்றி" என்ற தத்தியம்.

---

2. தீர்ப்பு (卦辭 / குவா சிஜ)

சீன உரை:
同人于野，亨。利涉大川。君子正也。

தமிழ் மொழிபெயர்ப்பு:
திறந்த வெளியில் மனிதர்கள் ஒன்றுபடுதல் — முன்னேற்றம்.
பெரிய ஆற்றை கடந்தும் நன்மை.
ஞானி நேர்மையுடன் நடக்கிறார்.

பொருள்:
• இணைய வேண்டிய சூழல் திறந்ததாக இருக்க வேண்டும் — மறைவு வேண்டாம்.
• பெரிய செயல்களைச் செய்ய இது நல்ல நேரம்.
• துல்லியமான நேர்மை — அவசியம்.

---

3. காட்சி (象曰 / ஷியாங் யு)

சீன உரை:
天與火，同人。君子以類族辨物。

தமிழ் மொழிபெயர்ப்பு:
வானமும் நெருப்பும் இணைகின்றன — தோங் ரென்.
ஞானி மனிதர்களையும் சூழல்களையும் தெளிவாகப் பிரித்தறிகிறார்.

பொருள்:
ஒற்றுமை = அனைவரும் சேர்வதல்ல;
தகுதியானவர்களைத் தேர்ந்தெடுத்து ஒன்றுபடுதலே உண்மையான ஒற்றுமை.

வரி உரைகள் (爻辭 / யாவோ சி)

初九 (கீழ் வரி)

சீன உரை:
同人于門，无咎。

தமிழ் மொழிபெயர்ப்பு:
கதவின் முன் ஒன்றுபடுதல் — தவறு இல்லை.

பொருள்:
இணைவு துவக்க நிலையில்; பாதுகாப்பான முன்னேற்றம்.

六二 (இரண்டாவது வரி)

சீன உரை:
同人于宗，吝。

தமிழ் மொழிபெயர்ப்பு:
உள்ளக வட்டத்திலே மட்டும் இணைவு — குறை.

பொருள்:
சிறிய குழுவில் மாட்டிக்கொள்வது வளர்ச்சியைத் தடைசெய்கிறது.
வட்டத்தை விரிவுபடுத்த வேண்டும்.

九三 (மூன்றாவது வரி)

சீன உரை:
伏戎于莽，升其高陵，三歲不興。

தமிழ் மொழிபெயர்ப்பு:
ஆயுதம் பிடித்தோர் புதரில் மறைகிறார்கள்;
உயர்ந்த மேடு ஏறி பார்த்தாலும் மூன்று ஆண்டுகள் முன்னேற்றமில்லை.

பொருள்:
மறைவு, சந்தேகம், போராட்ட மனநிலை — அனைத்தும் இணைவை தடுக்கும்.
சூழல் இன்னும் பூரணமில்லை.

九四 (நான்காவது வரி)

சீன உரை:
乘其墉，弗克攻，吉。

தமிழ் மொழிபெயர்ப்பு:
சுவற்றை ஏறினாலும் தாக்க முடியாது — நலம்.

பொருள்:
தாக்குதல் வேண்டாம்;
அமைதியான அணுகுமுறை → பாதுகாப்பு.

九五 (ஐந்தாவது வரி)

சீன உரை:
同人先號咷而後笑。大師克相遇。

தமிழ் மொழிபெயர்ப்பு:
முதல் சந்திப்பில் சண்டையும் அலறலும்; பின்னர் சிரிப்பும் இணைவும்.
பெரிய படைவீர்கள் கூட இணைந்து செயல்படுவர்.

பொருள்:
தொடக்கத்தில் மோதல் இருந்தாலும், உண்மையான நோக்கம் இருந்தால் இணைவு உருவாகும்.

上九 (மேல் வரி)

சீன உரை:
同人于郊，无悔。

தமிழ் மொழிபெயர்ப்பு:
புறநகர்/வெளிப்புறத்தில் இணைவு — பச்சாத்தாபம் இல்லை.

பொருள்:
உங்கள் வட்டத்தை பெரிதாக்கி, திறந்த மனம் கொண்டு சேர்ந்தால் நன்மை.

---

1. நெறிப் பாடம்

• ஒற்றுமை → சக்தி.
• ஆனால் "யாருடனும் இணைவு" இல்லை — சரியானவர்களுடன் இணைவு தான் நன்மை.
• வெளிப்படையான சூழல் → முன்னேற்றம்.
• மறைவு, சந்தேகம் → தடை.

சுருக்கம்:
சுத்தமான நோக்கம் + சரியான மனிதர்கள் = வெற்றி.

---

2. தத்துவப் பாடம்

• தோங் ரென் சொல்வது: "ஒற்றுமை வளர்ச்சியின் தாயகம்."
• உண்மையான ஒற்றுமை = பரஸ்பர நேர்மை + திறந்த வெளிப்பாடு.
• குழுக்களாகப் பிரிந்தால் எதிர்காலம் மங்கும்.

மைய சிந்தனை:
வெளிப்படைத்தன்மை + தேர்ந்தெடுத்த ஒற்றுமை = வலிமை.

---

3. நடைமுறை வாழ்க்கைப் பாடம்

அ) எப்போது இணைவது?
• சுத்தமான நோக்கங்களை கிளர்த்தும் போது.
• திறந்த சூழல் இருக்கும்போது.
• வட்டத்தை விரிவுபடுத்த வேண்டிய நேரம்.

ஆ) ஆளுமை ஒழுக்கம்
• சின்ன, மூடிய வட்டத்தில் மாட்டிக்கொள்ளாதே.
• யார் உன்னை முன்னேற்றுவர் — யார் உன்னை தடுக்குவர் — தெளிவாகப் பிரித்தறி.
• பகை மனநிலை → தடை.

இ) முடிவெடுத்தல்
• வைரம் போல உண்மையான ஒற்றுமையைத் தேர்ந்தெடு.
• விரைவான நம்பிக்கை → ஆபத்து.

---

4. வேலை & தலைமைத்துவப் பாடம்

அ) வேலை
• வலுவான குழு → பெரிய வெற்றி.
• ஆரம்ப மோதல்கள் இருந்தாலும் ஒற்றுமை உருவாகலாம்.

ஆ) தலைமைத்துவம்
• தலைவர் = ஒன்றிணைப்பவர்.
• வெளிப்படைத்தன்மை → குழுவின் நம்பிக்கை.
• குறுக்கு பேசுபவர்களை விலக்கு.

இ) தொழில் & வாய்ப்பு
• வலையமைப்பாக்கம் மிக முக்கியம்.
• திறந்த கூட்டுப் பங்காண்மை → பெரிய வாய்ப்பு.

---

5. உளவியல் பாடம்

• உள்ளத்தில் சந்தேகம் இருந்தால் இணைவு முடியாது.
• துல்லியமான உண்மைத்தன்மை மன அமைதியைத் தரும்.
• முரண்பாடு இருந்தாலும் சரியான மனநிலை இருந்தால் இணைவு உருவாகும்.

சுய வளர்ச்சி விதி:
உண்மையான மனிதர்களுடன் இணைவு = உள் வலிமை.

---

6. ஆன்மிகப் பாடம்

• மனங்கள் இணைந்தால் ஆன்மிக சக்தி உயரும்.
• பொய் இல்லாத உறவுகள் → ஆன்ம சுத்தம்.
• "தோங் ரென்" = ஒளி பகிர்வும், உண்மையான சக்தியும்.

---

7. ஒரு வரி சாரம்

"சரியானவர்களுடன், சுத்தமான நோக்கத்துடன் இணைந்தால் — எந்த தடையும் கடக்கலாம்."

ஹெக்ஸாகிராம் 14:

第十四卦 — 大有 (தை யோவ்)

ஹெக்ஸாகிராம் 14: 第十四卦 — 大有 (தை யோவ்) — பெரிய செல்வம் / மிகுந்த வளம் / உயர்ந்த நிலை

---

1. 卦名 (பெயர்)

சீன உரை: 大有
சீன உரை தமிழில்: தை யோவ்
நேரடி பொருள்: பெரிய உடைமை, அளவற்ற வளம்.
குறியீட்டு பொருள்:
• நெருப்பு (☲) மேலே → தெளிவு, அறிவு, விழிப்புணர்வு
• சொர்க்கம் (☰) கீழே → பெரும் சக்தி, வளம், செயல்திறன்

இவை சேர்ந்தால்:
உயர்ந்த நற்பண்பும், தெளிவும், செல்வமும், செல்வாக்கும் ஒருங்கே இருக்கும் நிலை.
இந்த செல்வம் பொருளாதாரம் மட்டும் அல்ல —
நற்குணம், ஞானம், திறன், மனிதர்கள், வாய்ப்புகள் — அனைத்தும்.

---

2. தீர்ப்பு (卦辭 / குவா சிஜ)

சீன உரை:
大有，元亨。

தமிழ் மொழிபெயர்ப்பு:
தை யோவ் — மிகப் பெரிய செழிப்பு; உயர்ந்த முன்னேற்றம்.

பொருள்:
• இது வலிமை உச்சத்தை அடைந்த நேரம்.
• வாய்ப்புகள் அதிகம், ஆதரவு அதிகம், செல்வாக்கு அதிகம்.
• ஆனால் வெற்றி → பொறுப்பு + தாழ்மை தேவை.

---

3. காட்சி (象曰 / ஷியாங் யு)

சீன உரை:
火在天上，大有。君子以遏惡揚善。

தமிழ் மொழிபெயர்ப்பு:
நெருப்பு வானத்தின் மேல் — தை யோவ்.
ஞானி தீமையை அடக்கி, நன்மையை உயர்த்துகிறார்.

பொருள்:
செல்வாக்கு அதிகரிக்கும் போது:
• நல்லதை வலுப்படுத்து

• தீயதை நிறுத்து
இது தான் உயர்ந்த நிலையின் கடமை.

வரி உரைகள் (爻辭 / யாவோ சி)

初九 (கீழ் வரி)

சீன உரை:
无交害，匪咎，艱則无咎。

தமிழ் மொழிபெயர்ப்பு:
தவறான நட்பு இல்லை — தவறும் இல்லை.
சிரமம் இருந்தாலும் தவறு இல்லை.

பொருள்:
பெரிய செல்வத்திற்கு முன் சிறிய சிரமம் இயல்பானது.

九二 (இரண்டாவது வரி)

சீன உரை:
大車以載，有攸往，无咎。

தமிழ் மொழிபெயர்ப்பு:
பெரிய வண்டி பாரத்தைச் சுமக்கும்; முன்னேறலாம் — தவறு இல்லை.

பொருள்:
உனது திறன் செல்வத்தைத் தாங்கும் அளவுக்கு வலிமைப்படுத்தப்பட்டுள்ளது.
முன்னேற நல்ல நேரம்.

九三 (மூன்றாவது வரி)

சீன உரை:
公用亨于天子，小人弗克。

தமிழ் மொழிபெயர்ப்பு:
மகத்தானவர் அரசருடன் கூட விழாக் கண்ணியத்தைப் பெறுவர்;
சிறிய மனம் கொண்டவர் இந்நிலையில் நிலைக்க முடியாது.

பொருள்:
உயர்ந்த நிலை → உயர்ந்த குணம் அவசியம்.
நல்லவர்கள் மட்டுமே நிலைபெறுவர்.

九四 (நான்காவது வரி)

சீன உரை:
匪其彭，无咎。

தமிழ் மொழிபெயர்ப்பு:
அதிக கம்பீரம் காட்டாதே — தவறு இல்லை.

பொருள்:
செல்வாக்கு அதிகமான நேரத்தில் ஆணவம் ஆபத்து.
தாழ்மை → பாதுகாப்பு.

六五 (ஐந்தாவது வரி)

சீன உரை:
厥孚交如，威如，吉。

தமிழ் மொழிபெயர்ப்பு:
நம்பிக்கை பரவுகிறது; மதிப்பும் அதிகரிக்கிறது — நலம்.

பொருள்:
உயர்ந்தவர் → நம்பிக்கையால் வழிநடத்துவார், பயத்தால் அல்ல.

上九 (மேல் வரி)

சீன உரை:
自天佑之，吉无不利。

தமிழ் மொழிபெயர்ப்பு:
வானமே ஆசீர்வதிக்கிறது — நன்மை; தீங்கு எதுவும் இல்லை.

பொருள்:
உன் நோக்கம் தூய்மையானால் பிரபஞ்சமே உன் பக்கம்.

---

1. நெறிப் பாடம்

- உயர்ந்த செல்வாக்கு வந்தால் பொறுப்பு கூடுகிறது.
- தாழ்மையுடன் வெற்றியை நடத்த வேண்டும்.
- நல்லவர்களின் ஆதரவு அதிகரிக்கும்.
- தவறானவர்கள் இந்த நிலையில் தாமே விலகுவார்கள்.

சுருக்கம்:
பெரிய செல்வம் + தாழ்மை = நீடித்த வெற்றி.

---

2. தத்துவப் பாடம்

• தை யோவ் சொல்வது: “உயர்ந்த நிலை என்பது ஒரு பரிசு அல்ல — ஒரு சோதனை.”
• அதிக வளம் → அதிக நற்குணம் தேவை.
• உண்மையான செல்வம் = உள்ளக ஒளி + வெளிச்ச் செல்வாக்கு.

மைய சிந்தனை:
உயர்ந்த நிலை + உயர்ந்த நற்குணம் = உண்மையான செழிப்பு.

---

3. நடைமுறை வாழ்க்கைப் பாடம்

அ) எப்போது செயல்பட வேண்டும்?
• இப்போது — சூழல் உன் பக்கம்.
• பெரிய திட்டங்களைத் தொடங்க நல்ல நேரம்.
• ஆனால் ஆணவம் வேண்டாம்.

ஆ) ஆளுமை ஒழுக்கம்
• செல்வம் இருந்தாலும் தாழ்மை காக்க வேண்டும்.
• யாரையும் அவமதிக்காதே.
• நற்குணத்தை அடிப்படையாக வைத்து செயல்படு.

இ) முடிவெடுத்தல்
• விரிவாக்கம் / முதலீடு → நன்மை.
• ஆனால் ஒழுக்கத்தை இழந்தால் இழப்பு.

---

4. வேலை & தலைமைத்துவப் பாடம்

அ) வேலை
• இது வளர்ச்சி கட்டம்.
• நீ செய்யும் வேலை பலம் பெறும்.

ஆ) தலைமைத்துவம்
• உண்மையான தலைவர் → நம்பிக்கை பெறுகிறார், பயமுறுத்தமாட்டார்.
• மிகுந்த செல்வாக்கின்போது பணிவு விமர்சனம்.

இ) தொழில் & வாய்ப்பு
• மிகப்பெரிய வாய்ப்புகள் வரிசையாக வரும்.
• சாதகமான கூட்டணிகள் உருவாகும்.

---

5. உளவியல் பாடம்

• வெற்றி நான் என்னும் அகங்காரத்தை தூண்டும் — இது மிகப் பெரிய ஆபத்து.
• உள் அமைதி + தாழ்மை → மனநிலையை நிலைநிறுத்தும்.
• பிறருக்கு நன்மை செய்வது உன் மன வலிமையை உயர்த்தும்.

சுய வளர்ச்சி விதி:
சக்தி + நற்குணம் = உண்மையான வலிமை.

---

6. ஆன்மிகப் பாடம்

• பெரிய செல்வம் = கர்ம சுத்தத்தின் அறிகுறி.
• இதைக் கொண்டு பிறருக்கு ஒளி தர வேண்டும்.
• உன் நோக்கம் தூய்மையானால், வானம் உன்னை பாதுகாக்கும்.

---

7. ஒரு வரி சாரம்

"உயர்ந்த செல்வமும் வாய்ப்புகளும் வந்தால் — தாழ்மையுடன் பயன்படுத்துவதே உன் உண்மையான வலிமை."

ஹெக்ஸாகிராம் 15:
第十五卦 — 謙 (கியான்)

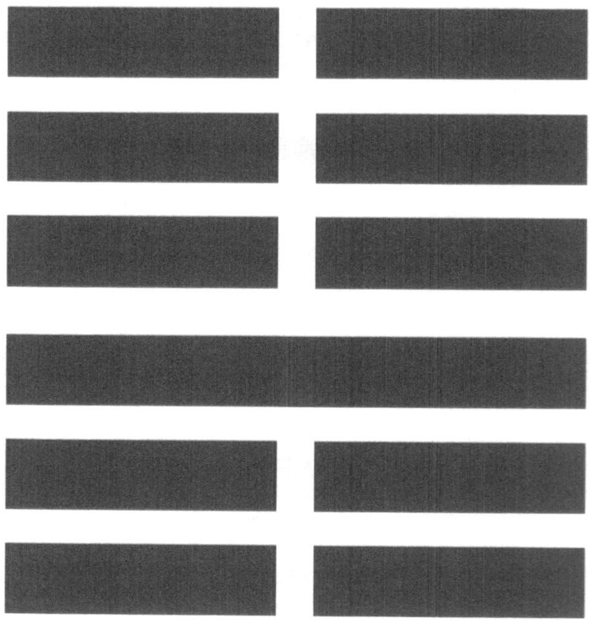

ஹெக்ஸாகிராம் 15: 第十五卦 — 謙 (கியான்) — தாழ்மை / சமநிலை / அளவான நடத்தை

---

1. 卦名 (பெயர்)

சீன உரை: 謙
சீன உரை தமிழில்: கியான்
நேரடி பொருள்: தாழ்மை, அளவு, எளிமை.
குறியீட்டு பொருள்:
• பூமி (☷) மேலே → தாழ்மை, ஏற்றுக்கொள்வது, சமநிலை
• மலை (☶) கீழே → உறுதி, உள்ளார்ந்த வலிமை, நிலைத்த தன்மை

இவை சேரும்போது:
உயர்ந்த நற்பண்பு + ஆழ்ந்த தாழ்மை = உண்மையான வலிமை.
கியான் என்பது "தாழ்மையின் சக்தி" —
உச்ச நிலைக்கு செல்ல வேண்டிய நடத்தை.

---

2. தீர்ப்பு (卦辭 / குவா சிஜ)

சீன உரை:
謙，亨。君子有終。

தமிழ் மொழிபெயர்ப்பு:
தாழ்மை — நன்மை.
ஞானி தன் பாதையை முடிவுவரை காப்பாற்றுவார்.

பொருள்:
• தாழ்மை → எல்லா வழிகளையும் திறக்கும்.
• உண்மையான வலிமை = கட்டுப்படுத்தப்பட்ட சக்தி.
• முடிவு வரை தாழ்மையை காப்பவன் மட்டுமே உயர்வான்.

---

3. காட்சி (象曰 / ஷியாங் யு)

சீன உரை:
地中有山，謙。君子以裒多益寡，稱物平施。

தமிழ் மொழிபெயர்ப்பு:
பூமிக்குள் மலையுள்ளது — கியான்.
ஞானி அதிகத்தை குறைத்து, குறைவுள்ளவருக்கு அதிகம் வழங்கி சமநிலையைக் காக்கிறார்.

பொருள்:
தாழ்மை என்பது வெளிப்புற தோற்றமல்ல —

• பகிர்தல்
• சமநிலை
• நியாயம்
இவை அனைத்தையும் உள்ளடக்கிய நற்பண்பு.

வரி உரைகள் (爻辭 / யாவோ சி)

初六 (கீழ் வரி)

சீன உரை:
謙謙君子，用涉大川，吉。

தமிழ் மொழிபெயர்ப்பு:
தாழ்மையான ஞானி பெரிய ஆற்றையும் கடக்க முடியும் — நலம்.

பொருள்:
தாழ்மை → பெரும் தடைகளை கடக்கும் வலிமை.

六二 (இரண்டாவது வரி)

சீன உரை:
鳴謙，貞吉。

தமிழ் மொழிபெயர்ப்பு:
தாழ்மையை வெளிப்படுத்துதல் — நலம்.

பொருள்:
உள்வாழ்க்கையிலும், வெளிப்புறத்திலும் தாழ்மை → பாதுகாப்பு.

九三 (மூன்றாவது வரி)

சீன உரை:
勞謙君子，有終，吉。

தமிழ் மொழிபெயர்ப்பு:
உழைப்பிலும் தாழ்மையாக இருக்கும் ஞானி — வெற்றி உறுதி.

பொருள்:
உழைப்பு + தாழ்மை = நீடித்த நன்மை.

六四 (நான்காவது வரி)

சீன உரை:
无不利，撝謙。

தமிழ் மொழிபெயர்ப்பு:
தாழ்மையை நிலைநிறுத்தினால் — எதிலும் நன்மை.

பொருள்:
இத்தருணத்தில் தாழ்மையே மிகப் பெரிய பாதுகாப்பு.

六五 (ஐந்தாவது வரி)

சீன உரை:
不富以其鄰，利用侵伐，无不利。

தமிழ் மொழிபெயர்ப்பு:
அண்டைவரிடமிருந்து உதவி கிடைப்பதால் செல்வம் குறைவானபோதும் நலம்;
தவறு செய்யாத முறையில் செயல் படி — தீங்கு இல்லை.

பொருள்:
உண்மையான ஒத்துழைப்பு → பலன்.
தாழ்மை → ஆதரவைக் கொண்டு வருவது.

上六 (மேல் வரி)

சீன உரை:
鳴謙，利用行師，征邑國。

தமிழ் மொழிபெயர்ப்பு:
தாழ்மையின் குரல் —
படையெடுக்கும் வகையிலும் நன்மை;
நகரங்களுக்குச் சென்று நேர்மையுடன் வெற்றி பெறலாம்.

பொருள்:
தாழ்மை + நீதியோடு செயல்படும் வலிமை → வெற்றி.

---

1. நெறிப் பாடம்

- உயர்ந்தவர் தாழ்மையாக இருப்பார்; தாழ்ந்தவர் ஆணவமாக இருப்பார்.
- தாழ்மை = வலிமை, ஆணவம் = பலவீனம்.
- தாழ்மை அனைத்தையும் திறக்கும்.
- ஆதரவுகள் தாழ்மைக்கே வரும்.

சுருக்கம்:
தாழ்மை + உழைப்பு = அசைக்க முடியாத வலிமை.

2. தத்துவப் பாடம்

• தாழ்மை உலகை சுமக்கிறது — மலையைப் போல அமைதியாக.
• உண்மையான உயர்வு உள்ளத்திலிருந்து வர வேண்டும்.
• அதிகம் கொடுப்பவன் மட்டுமே உண்மையில் செல்வன்.

மைய சிந்தனை:
தாழ்மை = நற்குணத்தின் சிகரம்.

---

3. நடைமுறை வாழ்க்கைப் பாடம்

அ) எப்போது செயல்பட வேண்டும்?
• உழைத்த பிறகும் தாழ்மை காக்கும் போது.
• உயர்வு வரும் நேரம் — தாழ்ந்து இரு.

ஆ) ஆளுமை ஒழுக்கம்
• தாழ்மை ஒரு திறன் — அதை வளர்க்க வேண்டும்.
• பிறரின் நன்மையை உயர்த்துவது உன் நற்பண்பை வலுப்படுத்தும்.

இ) முடிவெடுத்தல்
• தாழ்மையுடன் எடுக்கப்படும் முடிவு → தடையற்றது.

---

4. வேலை & தலைமைத்துவப் பாடம்

அ) வேலை
• உன் திறமை தெரிந்தாலும் காட்டிக்கொள்ளாதே.
• திட்டங்களில் தாழ்மையான அணுகுமுறை → அழுத்தமில்லாத முன்னேற்றம்.

ஆ) தலைமைத்துவம்
• தலைவர் → பிறவர்களை உயர்த்துபவர்.
• தாழ்மையான தலைவர் = நிலையான ஆட்சி.

இ) தொழில் & வாய்ப்பு
• தாழ்மை → பெரிய வாய்ப்புகளை ஈர்க்கும்.
• கடின உழைப்பின் பயன் → நீடிக்கும்.

---

5. உளவியல் பாடம்

• ஆணவம் பாதுகாப்பற்ற நிலையின் முகம்.
• தாழ்மை → மன அமைதி.
• உள் சுயத்தை நிலைநிறுத்தும் வழி தாழ்மை.

சுய வளர்ச்சி விதி:
உள்ளத்தில் தாழ்மை இருந்தால் வெளியே எந்த புயலும் உன்னை குலைக்காது.

---

6. ஆன்மிகப் பாடம்

• தாழ்மை = ஆன்மாவின் மிக உயர்ந்த ஒளி.
• வெளிப்படையாக உயர்ந்தாலும் உள் ஆணவம் வரக்கூடாது.
• தெய்வீக வழிகாட்டுதல் தாழ்மையுள்ளவர்க்கே வரும்.

---

7. ஒரு வரி சாரம்

"தாழ்மை என்பது சமநிலையும் சக்தியும் நிறைந்த உச்ச நிலை — அதை காக்கும் ஒருவர் எப்போதும் உயர்வார்."

ஹெக்ஸாகிராம் 16:

第十六卦 — 豫 (யூ)

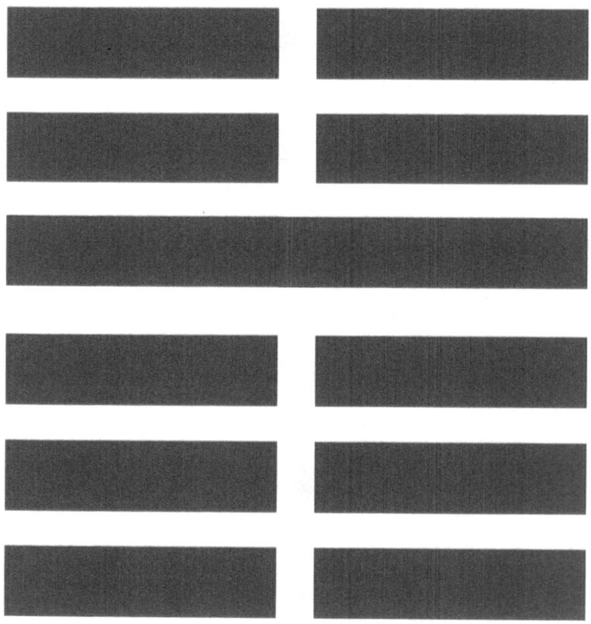

ஹெக்ஸாகிராம் 16: 第十六卦 — 豫 (யூ) — மகிழ்ச்சி / உற்சாகம் / முன்கூட்டிய தயார்

---

1. 卦名 (பெயர்)

சீன உரை: 豫
சீன உரை தமிழில்: யூ
நேரடி பொருள்: மகிழ்ச்சி, உற்சாகம், முன்னேற்பாடு.
குறியீட்டு பொருள்:
• இடிமுழக்கம் (☳) மேலே → செயலாற்றும் சக்தி
• பூமி (☷) கீழே → நிலைத்தன்மை

இவை சேரும்போது:
உற்சாகமான முன்னேற்றம் + நிலைத்த அடித்தளம் = நம்பிக்கை, தயார், வளர்ச்சி.
இது "மனம் இலகுவாகி, ஆற்றல் எழும் தருணம்."

---

2. தீர்ப்பு (卦辭 / குவா சிஜ)

சீன உரை:
豫，利建侯行師。

தமிழ் மொழிபெயர்ப்பு:
யூ — தலைமை அமைத்தலும், படையை இயக்குவதும் நன்மை.

பொருள்:
• பெரிய செயல்களை ஆரம்பிக்க உகந்த நேரம்.
• மக்களின் மனம் உற்சாகத்துடன் இணையும் காலம்.
• தலைவன் மகிழ்ச்சியையும் நம்பிக்கையையும் ஊக்குவிக்க வேண்டும்.

---

3. காட்சி (象曰 / ஷியாங் யு)

சீன உரை:
雷出地奮，豫。先王以作樂崇德，殷薦之上帝，以配祖考。

தமிழ் மொழிபெயர்ப்பு:
இடி பூமியிலிருந்து எழுகிறது — யூ.
பழைய அரசர்கள் நற்குணத்தை உயர்த்த இசை மூலம் மகிழ்ச்சியை உருவாக்கினர்;
அதை தெய்வத்திற்கும் முன்னோர்களுக்கும் அர்ப்பணித்தனர்.

பொருள்:
மகிழ்ச்சி = நற்குணத்தை உயர்த்தும் சக்தி.
உற்சாகம் மக்கள் மனதை ஒன்றிணைக்கிறது.

வரி உரைகள் (爻辭 / யாவோ சி)

初六 (கீழ் வரி)

சீன உரை:
鳴豫，凶。

தமிழ் மொழிபெயர்ப்பு:
அவசரமாக மகிழ்ச்சியை வெளிப்படுத்தல் — தீங்கு.

பொருள்:
அவசரம் + அதிக உற்சாகம் → ஆபத்து.

六二 (இரண்டாவது வரி)

சீன உரை:
介于石，不終日，貞吉。

தமிழ் மொழிபெயர்ப்பு:
கல்லைப் போல உறுதியான நிலை — ஒரு நாளும் இழக்காமல்; நன்மை.

பொருள்:
உற்சாகத்திற்குள் நிலைத்த நெறி இருந்தால் வெற்றி.

六三 (மூன்றாவது வரி)

சீன உரை:
盱豫，悔。遲有悔。

தமிழ் மொழிபெயர்ப்பு:
மேலே பார்த்து மகிழ்ச்சி தேடுதல் — பச்சாத்தாபம்.
தாமதம் — பச்சாத்தாபம்.

பொருள்:
வெறும் கனவு/உணர்ச்சி சார்ந்த உற்சாகம் → இழப்பு.
செயல்பட வேண்டும்.

九四 (நான்காவது வரி)

சீன உரை:
由豫，大有得。勿疑，朋盍簪。

தமிழ் மொழிபெயர்ப்பு:
உற்சாகத்தைக் கடைபிடித்தல் — பெரிய சாதிப்பு.
சந்தேகிக்காதே; நண்பர்கள் சேர்வர்.

பொருள்:
நம்பிக்கையுடன் முன்னேறு — சரியானவர்கள் இணைவர்.

六五 (ஐந்தாவது வரி)

சீன உரை:
貞疾，恒不死。

தமிழ் மொழிபெயர்ப்பு:
நிலையான நெறியில் இருந்தாலும் காயம் — ஆனால் நீடிக்கும்; அழிவு இல்லை.

பொருள்:
சில காயங்கள் → கற்றல்;
ஆனால் சரியான நெறி இருந்தால் அழிவு இல்லை.

上六 (மேல் வரி)

சீன உரை:
冥豫，成有渝，无咎。

தமிழ் மொழிபெயர்ப்பு:
மங்கிய உற்சாகம் — ஆனால் மாற்றம் ஏற்பட்டால் முன்னேற்றம்; தவறு இல்லை.

பொருள்:
புதுப்பிப்பு + சிந்தனை மாற்றம் → நன்மை.

---

1. நெறிப் பாடம்

- உற்சாகம் → முன்னேற்றத்தின் எரிபொருள்.
- ஆனால் அவசர உற்சாகம் → வீழ்ச்சி.
- சரியான தலைமை + நம்பிக்கை = வெற்றி.
- மகிழ்ச்சி மக்கள் மனம் ஒன்றுபடச் செய்கிறது.

சுருக்கம்:
உற்சாகம் + கட்டுப்பாடு = பெரிய சாதனை.

---

2. தத்துவப் பாடம்

• யூ சொல்வது: "மகிழ்ச்சி என்பது ஆற்றல்."
• நன்மையின் மீது உருவாகும் உற்சாகம் — நீடிக்கும்.
• கற்பனை மட்டுமே கொண்ட உற்சாகம் — சிதையும்.

மைய சிந்தனை:
உண்மையான மகிழ்ச்சி = தாங்கும் சக்தி.

---

3. நடைமுறை வாழ்க்கைப் பாடம்

அ) எப்போது செயல்பட வேண்டும்?
• மனதில் நம்பிக்கை எழும் போது — சிறு படிகளாக.
• உற்சாகம் அதிகமாக இருக்கும் போது → கட்டுப்பாட்டுடன்.

ஆ) ஆளுமை ஒழுக்கம்
• உணர்ச்சியைச் சீராக கையாளு.
• அதிக உற்சாகம் → தவறை உண்டு செய்யும்.
• நிலைப்பாட்டை இழக்காதே.

இ) முடிவெடுத்தல்
• தாமதம் → பச்சாத்தாபம்.
• அவசரம் → ஆபத்து.
• சமநிலை → முன்னேற்றம்.

---

4. வேலை & தலைமைத்துவப் பாடம்

அ) வேலை
• புதிய திட்டங்களை ஆரம்பிக்க ஏற்ற நேரம்.
• குழுவின் உற்சாகம் அதிகரிக்கும்.

ஆ) தலைமைத்துவம்
• உண்மையான தலைவர் உந்துதலால் மக்களை உயர்த்துகிறார்.
• நம்பிக்கை கொடுப்பவர் → வெற்றி கைக்குள்.

இ) தொழில் & வாய்ப்பு
• விரிவாக்கம் இயல்பு.
• ஒருங்கிணைப்பு → நன்மை.

---

5. உளவியல் பாடம்

• மன உற்சாகம் உன்னை உயர்த்தும்.
• ஆனால் உணர்ச்சி வெடிப்பு → திசைதவறு.
• நிலையான மகிழ்ச்சி → அமைதி + தெளிவு.

சுய வளர்ச்சி விதி:
உணர்ச்சியை ஆளுவது = மன வலிமையின் அடிப்படை.

---

6. ஆன்மிகப் பாடம்

• உண்மையான மகிழ்ச்சி = ஆன்ம ஞானம்.
• தெய்வீக நம்பிக்கை → உற்சாகத்தை தூண்டும்.
• உள்ளே ஒளி எரிகின்றபோது வாழ்க்கை இயல்பாக உயர்கிறது.

---

7. ஒரு வரி சாரம்

"உற்சாகத்தின் சக்தியை கையாள தெரிந்தவன் — பெரிய சாதனைகளைக் கைவசப்படுத்துவான்."

ஹெக்ஸாகிராம் 17:
第十七卦 — 隨 (சுய்)

ஹெக்ஸாகிராம் 17: 第十七卦 — 隨 (சுய்) — பின்தொடர்தல் / ஒத்திசைவு / திசை பின்பற்றுதல்

---

1. 卦名 (பெயர்)

சீன உரை: 隨
சீன உரை தமிழில்: சுய்
நேரடி பொருள்: பின்தொடர்தல், ஒத்திசைவு.
குறியீட்டு பொருள்:
• ஏரி (☱) மேலே → மகிழ்ச்சி, ஈர்ப்பு
• இடிமுழக்கம் (☳) கீழே → இயக்கம், செயல்

இவை சேரும்போது:
சரியானதை பின்பற்றும் திறன், ஒத்திசைவு, சூழலுடன் இணைவது.
இது "வலிமையான தலைவரை அல்லது சரியான பாதையைத் தேர்ந்தெடுத்து பின்பற்றல்" என்பதைக் குறிக்கிறது.

---

2. தீர்ப்பு (卦辭 / குவா சிஜ)

சீன உரை:
隨，元亨，利貞，无咎。

தமிழ் மொழிபெயர்ப்பு:
சுய் — பெரிய நன்மை; நிலையான நெறியை பின்பற்றுவது பயன்; தவறு இல்லை.

பொருள்:
• சரியான வழியை பின்தொடர்வது முன்னேற்றம் தரும்.
• பின்பற்றுதல் பலவீனம் அல்ல — புத்திசாலித்தனம்.
• தவறானவரை பின்பற்றினால் தீங்கு; சரியானவரை பின்பற்றினால் முன்னேற்றம்.

---

3. காட்சி (象曰 / ஷியாங் யு)

சீன உரை:
澤中有雷，隨。君子以嚮晦入宴息。

தமிழ் மொழிபெயர்ப்பு:
ஏரிக்குள் இடிமுழக்கம் — சுய்.
ஞானி இருளை நோக்கி செல்லாமல், அமைதியில் ஓய்வெடுப்பார்.

பொருள்:
• தவறான பாதையை பின்பற்றாதே.
• உன்னை உயர்த்தும் திசையை மட்டுமே தேர்ந்தெடு.

வரி உரைகள் (爻辭 / யாவோ சி)

初九 (கீழ் வரி)

சீன உரை:
官有渝，貞吉。出門交有功。

தமிழ் மொழிபெயர்ப்பு:
பணியில் மாற்றம் — நேர்மையாக இருந்தால் நன்மை.
வீட்டிலிருந்து புறப்பட்டு (சரியானவரைத்) தொடர்பு கொள்வது — பயன்.

பொருள்:
சூழல் மாறுகிறது; புதிய வழியை பின்பற்ற தயாராக இரு.

六二 (இரண்டாவது வரி)

சீன உரை:
係小子，失丈夫。

தமிழ் மொழிபெயர்ப்பு:
சிறுமனத் தன்மையுள்ளவரை பற்றிக் கொள்வதால் — வலிமை கொண்ட நெறியிழப்பு.

பொருள்:
சின்ன மனம் கொண்டவரை பின்பற்றினால் பெரிய வாய்ப்புகளை இழப்பாய்.

六三 (மூன்றாவது வரி)

சீன உரை:
係丈夫，失小子。隨有求得，利居貞。

தமிழ் மொழிபெயர்ப்பு:
வலிமையானவரை பின்பற்றினால் — சிறிய இழப்புகள் வரும்;
ஆனால் தேடியதை பெறுவாய்;
நிலையான நிலைநிறுத்தல் நன்மை.

பொருள்:
உயர்ந்தவரை பின்பற்றுவது — சரியான இழப்பும் பெரிய நன்மையும் தரும்.

九四 (நான்காவது வரி)

சீன உரை:
隨有獲，貞凶。有孚在道，以明，何咎？

தமிழ் மொழிபெயர்ப்பு:
பின்தொடர்வதால் நன்மை கிடைக்கலாம்;
ஆனால் நெறி தவறினால் — துன்பம்.
ஆனால் சரியான நம்பிக்கை + தெளிவு இருந்தால் தப்பில்லை.

பொருள்:
பின்பற்றுவது கண்மூடித்தனமாக அல்ல — நெறி + வெளிச்சம் அவசியம்.

九五 (ஐந்தாவது வரி)

சீன உரை:
孚于嘉，吉。

தமிழ் மொழிபெயர்ப்பு:
நல்லதை நம்பி பின்பற்றுதல் — நலம்.

பொருள்:
உயர்ந்தவரை, உயர்ந்த பாதையை பின்பற்றினால் வெற்றி உறுதி.

上六 (மேல் வரி)

சீன உரை:
孚于嘉，吉。

தமிழ் மொழிபெயர்ப்பு:
நல்லவர்களைப் பின்பற்றுதல் — நன்மை.

பொருள்:
உச்ச நிலை: சரியான திசை = உறுதியான வெற்றி.

---

1. நெறிப் பாடம்

- பின்பற்றுதல் பலவீனம் அல்ல — சரியானதைக் தேர்வு செய்வது வலிமை.
- சின்ன மனம் கொண்டவரை பின்பற்றாதே.
- உயர்ந்த நெறி உள்ளவரை பின்தொடரு.
- கண்மூடித்தனமாக பின்பற்றுவது → நாசம்.

சுருக்கம்:
சரியான வழி + சரியான தலைவர் = வெற்றி.

---

2. தத்துவப் பாடம்

• வாழ்க்கை எப்போதும் முன்னிலையில் இல்லை — சில நேரங்களில் பின்பற்ற வேண்டும்.
• முக்கியம்: **யாரை பின்பற்றுகிறாய்**
• நெறி இல்லாதவரை பின்பற்றினால் திசைதவறு.

மைய சிந்தனை:
சரியான ஒத்திசைவு = வளர்ச்சி.

---

3. நடைமுறை வாழ்க்கைப் பாடம்

அ) எப்போது பின்பற்ற வேண்டும்?
• அறிவும் நற்குணமும் உள்ளவர்கள் வழிநடத்தும் போது.
• சூழலை நீயே கட்டுப்படுத்த முடியாதபோது.

ஆ) ஆளுமை ஒழுக்கம்
• நான் என்னும் அகங்காரம் தள்ளிவிட்டு கற்றுக்கொள்ளும் மனநிலை.
• தவறான மனிதர்களை விலக்கு.
• புதிதாக வரும் மாற்றங்களை ஏற்றுக்கொள்.

இ) முடிவெடுத்தல்
• உன் முடிவின் தரம் = நீ பின்பற்றும் மனிதரின் தரம்.

---

4. வேலை & தலைமைத்துவப் பாடம்

அ) வேலை
• மூத்த வழிகாட்டுதல் → வெற்றி.
• தவறான தாக்கம் → பின்னடைவு.

ஆ) தலைமைத்துவம்
• நல்ல தலைவர் முதலில் நல்ல பின்தொடர்பவர்.
• சரியான வழிகாட்டல் கொடுக்காவிட்டால் குழு சிதறும்.

இ) தொழில் & வாய்ப்பு
• வழிகாட்டுதல் → பெரிய உயர்வு.
• தவறான கூட்டணி → ஆபத்து.

---

5. உளவியல் பாடம்

• திசை தெரியாமல் இருக்கும் போது — மனம் கலங்கும்.
• சரியான வழிகாட்டுதல் உள் அமைதியை தரும்.

• நான் என்னும் அகங்காரம் குறைத்தால் புதிதாக கற்றுக் கொள்வதற்கு இடம் கிடைக்கும்.

சுய வளர்ச்சி விதி:
சரியானவரை பின்தொடர்வது — உன் உள்ளத்தை உயர்த்தும்.

---

6. ஆன்மிகப் பாடம்

• ஆன்மீக வளர்ச்சிக்கும் குரு/வழிகாட்டி அவசியம்.
• நெறிமுறை உயர்ந்தவரை பின்பற்றினால் கர்மம் சுத்தமாகும்.
• சுய் = தெய்வீக திசையை பின்பற்றுதல்.

---

7. ஒரு வரி சாரம்

"யாரை பின்பற்றுகிறாய் என்பதே உன் எதிர்காலத்தை முடிவு செய்கிறது."

ஹெக்ஸாகிராம் 18:
第十八卦 — 蠱 (கூ)

ஹெக்ஸாகிராம் 18: 第十八卦 — 蠱 (கூ) — சீர்குலைவு / பழுதைச் சரி செய்தல் / மூலத்தைச் சுத்திகரித்தல்

---

1. 卦名 (பெயர்)

சீன உரை: 蠱
சீன உரை தமிழில்: கூ
நேரடி பொருள்: அழுகல், சீர்குலைவு, பழுது.
குறியீட்டு பொருள்:
• மலை (☶) மேலே → நிறுத்தம், எல்லை, கட்டுப்பாடு
• காற்று (☴) கீழே → செயலாற்றும் சுத்திகரிப்பு

இவை சேரும்போது:
சீர்குலைந்தால் அதைச் சரி செய்ய வேண்டிய காலம்;
மூலத்தில் இருக்கும் பிரச்சினையை நேரில் பார்க்கும் துணிச்சல்.
இது "பழைய பிழைகளைச் சரிசெய்தால் வளர்ச்சி மீண்டும் வரும்" எனும் நிலை.

---

2. தீர்ப்பு (卦辭 / குவா சிஜ)

சீன உரை:
蠱，元亨。利涉大川。先甲三日，後甲三日。

தமிழ் மொழிபெயர்ப்பு:
கூ — பெரிய முன்னேற்றம் சாத்தியம்.
பெரிய ஆற்றையும் கடக்கலாம்.
செயலுக்கு முன் மூன்று நாள் தயாராகு;
செயலில் பிறகும் மூன்று நாள் சிந்தி.

பொருள்:
• பிரச்சினையைச் சுத்தமாகச் சரிசெய்தால் முன்னேற்றம்.
• பெரிய செயல்கள் சாத்தியம் — ஆனால் திட்டமிடல் அவசியம்.
• நினைவில் கொள்: *முன்திட்டம் + பின்னாய்வு = வெற்றி.*

---

3. காட்சி (象曰 / ஷியாங் யு)

சீன உரை:
山下有風，蠱。君子以振民育德。

தமிழ் மொழிபெயர்ப்பு:
மலையின் கீழ் காற்று — கூ.
ஞானி மக்களை விழிப்புணர்த்தி நற்குணத்தை வளர்க்கிறார்.

பொருள்:
சீர்குலைவு = விழிப்பூட்டல் தேவை.
மக்களை செயல்படுத்தி, நற்குணத்தை உயர்த்துவது அவசியம்.

வரி உரைகள் (爻辭 / யாவோ சி)

初六 (கீழ் வரி)

சீன உரை:
幹父之蠱，有子考，无咎，厲終吉。

தமிழ் மொழிபெயர்ப்பு:
தந்தையின் பிழையைச் சரிசெய்தல் — பொறுப்பு.
மகன் சரிசெய்தால் தவறு இல்லை;
சிரமம் இருந்தாலும் நல்ல முடிவு.

பொருள்:
முன்னோரின் பிழைகளைச் சுத்தப்படுத்துவது ஒரு உயர் கடமை.

九二 (இரண்டாவது வரி)

சீன உரை:
幹母之蠱，不可貞。

தமிழ் மொழிபெயர்ப்பு:
தாயின் பிழையைச் சரிசெய்வது — நெறி கடினம்.

பொருள்:
உணர்ச்சி இணைவு காரணமாக குறிகொலோடு செயல்பட சிரமம்.
நேரடி முறைகள் வேண்டாம் — மென்மை அவசியம்.

九三 (மூன்றாவது வரி)

சீன உரை:
幹父之蠱，小有悔，无大咎。

தமிழ் மொழிபெயர்ப்பு:
தந்தையின் பிழையைச் சரிசெய்வதில் சிறு பச்சாத்தாபம் இருக்கும் —
ஆனால் பெரிய தவறு இல்லை.

பொருள்:
செயல்பாட்டில் தவறுகள் இருக்கும் — ஆனால் நோக்கம் தூய்மையானால் பிரச்சினை இல்லை.

六四 (நான்காவது வரி)

சீன உரை:
裕父之蠱，往見吝。

தமிழ் மொழிபெயர்ப்பு:
தந்தையின் பிழையை அதிகமாக "நியாயப்படுத்தல்/விரிவாக்கம்" — இழப்பு.

பொருள்:
பிழையை நியாயப்படுத்தாதே.
சுத்திகரிப்பு = நேர்மை.

六五 (ஐந்தாவது வரி)

சீன உரை:
幹父之蠱，用譽。

தமிழ் மொழிபெயர்ப்பு:
தந்தையின் பிழையைச் சரிசெய்வது — பாராட்டுதலுக்குரியம்.

பொருள்:
பழைய பிழைகளை ஆழமாக, நேர்மையுடன் சரிசெய்தால் புகழும் உயர்வும் வரும்.

上九 (மேல் வரி)

சீன உரை:
不事王侯，高尚其事。

தமிழ் மொழிபெயர்ப்பு:
அரசர்/அதிகாரிகளைச் சாராமல், உயர்ந்த பணி செய்யல்.

பொருள்:
உயர்ந்தவன் நற்குணத்தால் சுத்திகரிப்பு செய்கிறான் — பதவி/புகழ் காரணமாக அல்ல.

---

1. நெறிப் பாடம்

• பிழையை நேராகச் சந்தித்தால் முன்னேற்றம்;
புறக்கணித்தால் நாசம்.

• மூலத்தில் சரிசெய்தல் — முக்கியம்.
• தந்தை/தாய் குறியீடு = "மூல காரணம்."
• சுத்திகரிப்பு → வளர்ச்சி.

சுருக்கம்:
பிழைக்கு நேர்கொண்டு சுத்தப்படுத்தினால் — புதிய தொடக்கம்.

---

2. தத்துவப் பாடம்

• சீர்குலைவு — மாற்றம் தேவை என்பதற்கான ஒரு அறிகுறி.
• பிழையைச் சுத்தம் செய்வது → நற்குணத்தை உயர்த்தும்.
• பெரிய மாற்றம் = கிளர்ச்சியல்ல; சுத்திகரிப்பு.

மைய சிந்தனை:
சுத்திகரிப்பு = புத்துயிர்வு.

---

3. நடைமுறை வாழ்க்கைப் பாடம்

அ) எப்போது செயல்பட வேண்டும்?
• பிரச்சினையின் "மூலம்" தெரிந்தவுடன்.
• சிதைவு அதிகமாகும் முன்.

ஆ) ஆளுமை ஒழுக்கம்
• பிழையை மறைக்காதே.
• சுத்தமான நோக்கம் + நேர்மை.
• பிழை சரிசெய்யும் போது நான் என்னும் அகங்காரம் இன்றி செயல்படு.

இ) முடிவெடுத்தல்
• பழைய அடிதளத்தை திருத்துதல் → நீண்டநாள் நன்மை.
• மேலோட்டமான தீர்வுகள் → மீண்டும் சரிவு.

---

4. வேலை & தலைமைத்துவப் பாடம்

அ) வேலை
• உடைந்த அமைப்புகள் → மூல காரணத்தை சரிசெய்யவும்.
• பொறுப்புக்கூறல் முக்கியம்.

ஆ) தலைமைத்துவம்
• தலைவர் முதலில் அமைப்பை சுத்தப்படுத்த வேண்டும்.
• பிழையை ஒப்புக்கொள்ளும் திறன் → தலைமைத்துவத்தின் அடையாளம்.

இ) தொழில் & வாய்ப்பு
• பழுது பார்த்தல்/ மிகவும் திறமையாகவும், முழுமையாகவும், பயனுள்ளதாகவும்

மாற்றும் நேரம்.
• புதிய தொடக்கம் இப்போது நல்லது அல்ல — முதலில் அடிப்படையை சரிசெய்யவும்.

---

5. உளவியல் பாடம்

• உள் பிழைகள் → வெளிப்புற குழப்பம்.
• சுயபரிசோதனை → தெளிவு.
• குணப்படுத்துதல் = சுத்திகரிப்பு + நேர்மை.

சுய வளர்ச்சி விதி:
உன் உள் குழப்பத்தைச் சரிசெய்தால் — வாழ்க்கை தானாகச் சீராகும்.

---

6. ஆன்மிகப் பாடம்

• கூ = கர்ம சுத்திகரிப்பு.
• முன்னோரின் பிழைகள்/பழைய அடையாளங்களை — சுத்தப்படுத்தும் நேரம்.
• நேர்மை உள்ளவருக்கே ஆன்மிக முன்னேற்றம்.

---

7. ஒரு வரி சாரம்

"பிழையை நேராகச் சந்தித்து சுத்திகரித்தால் — வாழ்க்கை மீண்டும் மலரும்."

ஹெக்ஸாகிராம் 19:
第十九卦 — 臨 (லின்)

ஹெக்ஸாகிராம் 19: 第十九卦 — 臨 (லின்) — அணுகுதல் / வழிகாட்டல் / நெருங்கும் வெற்றி

---

1. 卦名 (பெயர்)

சீன உரை: 臨
சீன உரை தமிழில்: லின்
நேரடி பொருள்: அணுகுதல், மேலிருந்து கவனித்தல், வழிகாட்டுதல்.
குறியீட்டு பொருள்:
• பூமி (☷) மேலே → ஆதரவு, நிலைத்தன்மை
• ஏரி (☱) கீழே → மகிழ்ச்சி, ஈர்ப்பு

இவை சேரும்போது:
வலிமையுள்ளவர் மக்கள் மீது இறங்கி அவர்களை வழிநடத்தும் நிலை.
நன்மை நெருங்கி வருகிறது; வாய்ப்பு முன் நின்றுள்ளது.

---

2. தீர்ப்பு (卦辭 / குவா சிஜ)

சீன உரை:
臨，元亨，利貞。至于八月有凶。

தமிழ் மொழிபெயர்ப்பு:
லின் — பெரிய நன்மை, நேர்மையான நெறி நலம்.
ஆனால் எட்டாவது மாதத்தில் (காலத்தின் இறுதிப்பகுதியில்) ஆபத்து.

பொருள்:
• தற்போது — முன்னேற்றத்தின் உச்சம்.
• பின்னர் — மெதுவாக வீழ்ச்சி வரும்.
• நன்மையை பயன்படுத்த, ஆனால் ஆணவம் இல்லாமல்.

---

3. காட்சி (象曰 / ஷியாங் யு)

சீன உரை:
澤上有地，臨。君子以教思无窮，容保民无疆。

தமிழ் மொழிபெயர்ப்பு:
ஏரியின் மேல் பூமி இருப்பதுபோல் — *அணுகல் (臨).*
அதனால் உயர்ந்த மனிதன்
கற்பிப்பதில் சோர்வில்லாத சிந்தனையுடன் செயல்படுவான்;
மக்களைப் பாதுகாப்பதில் எல்லையில்லாத பொறுமையுடன் இருப்பான்.

பொருள்:
லின் = தலைமை + வழிகாட்டல்.

அதிகாரம் → பொறுப்பு;
வலிமை → பாதுகாப்பு.

வரி உரைகள் (爻辭 / யாவோ சி)

初九 (கீழ் வரி)

சீன உரை:
咸臨，貞吉。

தமிழ் மொழிபெயர்ப்பு:
முழுமையான அணுகுதல் — நன்மை.

பொருள்:
துல்லியமான நோக்கம் + நேர்மை → முன்னேற்றம்.

九二 (இரண்டாவது வரி)

சீன உரை:
咸臨，吉无不利。

தமிழ் மொழிபெயர்ப்பு:
முழு மனத்துடன் அணுகுதல் — நன்மை; எந்த தடையும் இல்லை.

பொருள்:
உண்மையும் மென்மையும் சேர்ந்து இருந்தால் வெற்றி.

六三 (மூன்றாவது வரி)

சீன உரை:
甘臨，无攸利，既憂之，无咎。

தமிழ் மொழிபெயர்ப்பு:
இனிமையுடன், மிகுந்த தளர்வாக அணுகுதல் — பயன் இல்லை.
ஆனால் பின்னர் உணர்ந்து திருத்தினால் — தவறு இல்லை.

பொருள்:
மிகுந்த சுலபம்/தள்ளுபடி → தலைமைத்துவம் குலையும்.
ஆனால் சுய திருத்தம் → பாதுகாப்பு.

六四 (நான்காவது வரி)

சீன உரை:
至臨，无咎。

தமிழ் மொழிபெயர்ப்பு:
உயர்ந்த நிலை கொண்டு அணுகுதல் — தவறு இல்லை.

பொருள்:
உண்மையான தலைமை → கண்ணியம் + நீதி.

六五 (ஐந்தாவது வரி)

சீன உரை:
知臨，大君之宜，吉。

தமிழ் மொழிபெயர்ப்பு:
அறிவுடன் அணுகுதல் — அரசருக்குச் சிறந்தது; நன்மை.

பொருள்:
உயர்ந்த அதிகாரம் → அறிவு + கருணை.
இவை சேரும் போது செழிப்பு.

上六 (மேல் வரி)

சீன உரை:
敦臨，吉无咎。

தமிழ் மொழிபெயர்ப்பு:
நிலைத்த, உறுதியான அணுகுதல் — நன்மை; தவறு இல்லை.

பொருள்:
தாழ்மை + உறுதி → உச்ச தலைமை.

---

1. நெறிப் பாடம்

- லின் = நல்ல காலம்; வாய்ப்பு நெருங்குகிறது.
- ஆனால் இந்த நிலையை கவனமாக கையாள வேண்டும்.
- உற்சாகத்தில் அதீத நம்பிக்கை → வீழ்ச்சி.
- கருணையுடன் வழிநடத்தினால் செழிப்பு.

சுருக்கம்:
நன்மை வந்தால் — தலைமை முயற்சி + தாழ்மை சேர்க்க.

---

2. தத்துவப் பாடம்

• அணுகுதல் என்பது அதிகாரம் அல்ல — பொறுப்பு.
• வெளிச்சம் நெருங்கும் நேரம்; பயன்படுத்தாவிட்டால் இழப்பு.
• வெற்றியின் முடிவில் வீழ்ச்சி ஆரம்பமாகும் → நினைவில் கொள்.

மைய சிந்தனை:
உச்சத்தில் தாழ்மையும் பொறுப்பும் = நீடித்த முன்னேற்றம்.

---

3. நடைமுறை வாழ்க்கைப் பாடம்

அ) எப்போது செயல்பட வேண்டும்?
• இப்போது — வாய்ப்பு வெளிச்சமாக இருக்கும்.
• ஆனால் கவனமாக வேகப்படுத்துதல்.

ஆ) ஆளுமை ஒழுக்கம்
• கருணை + அறிவு = தலைமைத்துவம்.
• இனிமை மிகுதி → மரியாதை குறையும்.
• அதிகப்படியான கட்டுப்பாடு → தடை.

இ) முடிவெடுத்தல்
• முதல் பாதி — துணிச்சலான நடவடிக்கை.
• பின்னர் — மறு மதிப்பீடு செய் & நிலைப்படுத்து.

---

4. வேலை & தலைமைத்துவப் பாடம்

அ) வேலை
• புதிய யோசனைகளை செயல்படுத்துவதற்கு நல்ல நேரம்.
• பெரிய முன்னேற்றம், ஆனால் கவனக்குறைவைத் தவிர்க்க வேண்டும்.

ஆ) தலைமைத்துவம்
• அணுகுதல் = ஊக்கம் + பாதுகாப்பு.
• "மக்களிடம் இறங்கிச் செல்லும் தலைவர்" → வலிமையானவர்.

இ) தொழில் & வாய்ப்பு
• வாய்ப்புகள் தானாக நெருங்கும் நேரம்.
• ஆனால் பின்னர் மந்தநிலை வரும் — இப்போதே தயாராக இரு.

---

5. உளவியல் பாடம்

• மனம் இப்போது உற்சாகம் பெற்றிருக்கும்.
• ஆனால் பின்பு தோய்வு வரலாம் — நிலையான மன ஒழுக்கம் அவசியம்.
• நம்பிக்கையைத் தாங்கி, நான் என்னும் அகங்காரத்தை கட்டுப்படுத்து.

சுய வளர்ச்சி விதி:
பெரிய வாய்ப்பு வந்தால் — உள் அமைதியே உன்னைக் காக்கும்.

---

6. ஆன்மிகப் பாடம்

• லின் = ஆன்மீக அணுகுதல்; ஒளி நெருங்கும் நேரம்.
• இதைப் பயன்படுத்தி உன் நற்குணத்தை உயர்த்து.
• ஆன்மிக உயர்வு — கருணை மூலம் பெறப்படும்.

---

7. ஒரு வரி சாரம்

"வாய்ப்பு நெருங்கும் போது — தாழ்மை + அறிவுடன் அணுகினால் செழிப்பு நீடிக்கும்."

ஹெக்ஸாகிராம் 20:

第二十卦 — 觀 (குவான்)

ஹெக்ஸாகிராம் 20: 第二十卦 — 觀 (குவான்) — பார்வை / தெளிவு / தன்னிறைவு

---

1. 卦名 (பெயர்)

சீன உரை: 觀
சீன உரை தமிழில்: குவான்
நேரடி பொருள்: பார்வை, ஆய்வு, தியானம்.
குறியீட்டு பொருள்:
• காற்று (☴) மேலே → பரவல், கவனிப்பு
• பூமி (☷) கீழே → அமைதி, ஏற்றுக்கொள்வது

இவை சேரும்போது:
சூழலை தெளிவாகப் பார்த்து புரிந்து கொள்ளும் அறிவு.
தன் உள்ளத்தையும் வெளியையும் கவனித்து உண்மையை அறிதல்.

---

2. தீர்ப்பு (卦辭 / குவா சிஜ)

சீன உரை:
觀，盥而不薦，有孚顒若。

தமிழ் மொழிபெயர்ப்பு:
குவான் — தூய்மையுடன் பார்வை; அர்ப்பணிக்காமல் ஆய்வு;
நம்பிக்கை அமைதியாக வெளிப்படும்.

பொருள்:
• இப்போது செயல் நேரம் அல்ல — பார்வைக் காலம்.
• ஆழமாக கவனித்து உண்மையைப் புரிந்துகொள்.
• தெளிவு → பின்னர் வரும் செயலின் வெற்றி.

---

3. காட்சி (象曰 / ஷியாங் யு)

சீன உரை:
風行地上，觀。先王以省方觀民設教。

தமிழ் மொழிபெயர்ப்பு:
காற்று நிலத்தின் மேல் செல்கிறது — குவான்.
பழைய அரசர்கள் நாடுகளைப் பார்வையிட்டு மக்களை கற்பித்தனர்.

பொருள்:
• கவனித்துப் புரிந்து கொள்ளல் → சரியான வழிகாட்டல்.
• பார்வை இல்லாத செயல்பாடு → தோல்வி.

வரி உரைகள் (爻辭 / யாவோ சி)

初六 (கீழ் வரி)

சீன உரை:
童觀，小人无咎，君子吝。

தமிழ் மொழிபெயர்ப்பு:
குழந்தையெனப் பார்க்குதல் —
சிறிய மனிதருக்கு தவறு இல்லை;
ஞானிக்குத் தாழ்வு.

பொருள்:
மேலோட்டப் பார்வை → அறியாமையை உண்டாக்கும்.

六二 (இரண்டாவது வரி)

சீன உரை:
闚觀，利女貞。

தமிழ் மொழிபெயர்ப்பு:
சிறு திறப்பிலிருந்து பார்வை — பெண்மையின் நிலையான நெறிக்கு நன்மை.

பொருள்:
சிறு கோணத்தில் இருந்து பார்ப்பதால் சில நன்மை —
ஆனால் முழு பார்வை இன்னும் இல்லை.

六三 (மூன்றாவது வரி)

சீன உரை:
觀我生，進退。

தமிழ் மொழிபெயர்ப்பு:
என் வாழ்க்கையைப் பார்வையிடுதல் — முன்னேறு அல்லது பின் வாங்கு.

பொருள்:
தன்னிலை ஆய்வு → சரியான முடிவு.

六四 (நான்காவது வரி)

சீன உரை:
觀國之光，利用賓于王。

தமிழ் மொழிபெயர்ப்பு:
நாட்டின் பிரகாசம் பார்வையில்; அரசரிடம் விருந்தினராக வருவது நலம்.

பொருள்:
உயர்ந்த பார்வை → உயர்ந்தவர்களின் அருகில் செல்ல வாய்ப்பு.

九五 (ஐந்தாவது வரி)

சீன உரை:
觀我生，君子无咎。

தமிழ் மொழிபெயர்ப்பு:
என் வாழ்க்கையைப் பார்வையிடுதல் — ஞானிக்குத் தவறு இல்லை.

பொருள்:
உண்மையைத் தெளிவாகப் பார்ப்பதில் எந்த தீங்கும் இல்லை.

上九 (மேல் வரி)

சீன உரை:
觀其生，君子无咎。

தமிழ் மொழிபெயர்ப்பு:
பிறரின் வாழ்க்கையைப் பார்வையிட்டு அறிதல் — ஞானிக்குத் தவறு இல்லை.

பொருள்:
சுற்றிய உலகின் உண்மையைப் புரிந்துகொள்வது → மேம்பட்ட ஞானம்.

---

1. நெறிப் பாடம்

- செயல் முன் பார்வை அவசியம்.
- தெளிவு இல்லாமல் ஓடுவது — ஆபத்து.
- தன்னையும் பிறரையும் கவனித்து புரிந்துகொள்.
- உயர்ந்த பார்வை → உயர்ந்த முடிவு.

சுருக்கம்:
பார்வை + தெளிவு = வெற்றியின் அடித்தளம்.

---

2. தத்துவப் பாடம்

- காற்று போல பரந்த பார்வை வேண்டும்.
- வெளிப்புறத்தையும் உள்ளத்தையும் கவனித்தால் உண்மை தெரிய வரும்.
- ஞானியின் பார்வை → பாகுபாடு இல்லாதது.

மைய சிந்தனை:
பார்வை = ஞானத்தின் ஆரம்பம்.

---

3. நடைமுறை வாழ்க்கைப் பாடம்

அ) எப்போது செயல்படாது?
• சூழலை இன்னும் சரியாகப் புரியாத போது.
• உள்ளே குழப்பம் இருக்கும் போது.

ஆ) எப்படி பார்வை எடுத்துக்கொள்ள வேண்டும்?
• உண்மையை பார்க்கத் தயாராக இரு — சார்பு இன்றிச்.
• வழிகாட்டல் இல்லாத கவனம்.

இ) முழிவெடுத்தல்
• பார்வை → தீர்வு → செயல்பாடு.
• இதை மாற்றினால் தோல்வி.

---

4. வேலை & தலைமைத்துவப் பாடம்

அ) வேலை
• திட்டம் பகுப்பாய்வு அவசியம்.
முன்னோக்கிப் பார்வை இல்லாமல் செயல்படாதே.

ஆ) தலைமைத்துவம்
• தலைவர் முதலில் பார்க்கவும் புரிந்து கொள்ளவும் வேண்டும்.
• தெளிவு → சரியான வழிகாட்டல்.

இ) தொழில் & வாய்ப்பு
• கவனிப்பு கட்டம்.
• உத்திகள் உருவாக்க நல்ல நேரம், செயல்பட அவசரம் வேண்டாம்.

---

5. உளவியல் பாடம்

• சுயபரிசோதனை → தெளிவு.
• வெறும் இணைப்பு அல்லது சார்பு → தவறான பார்வை.
• உள் அமைதியால் பார்வை மேம்படும்.

சுய வளர்ச்சி விதி:
உள்ளத்தைப் பார்வையிட்டால் வெளிப்புறம் தெளிவாகும்.

---

6. ஆன்மிகப் பாடம்

• குவான் = தியானம் + உள்ளக்காட்சி.
• எதிர்வினை இல்லாமல் கவனிப்பு.
• ஆன்மீக முன்னேற்றம் → பார்வையால் ஆரம்பம்.

---

7. ஒரு வரி சாரம்

“தெளிவான பார்வை இல்லாமல் எடுக்கும் எந்த நடவடிக்கையும் தோல்வியின் விதையாகும்.”

ஹெக்ஸாகிராம் 21:

第二十一卦 — 噬嗑 (ஷி கெ)

ஹெக்ஸாகிராம் 21: 第二十一卦 — 噬嗑 (ஷி கெ) — கடித்துத் துலக்குதல் / தடையை உடைத்தல் / நீதிமுறை

---

1. 卦名 (பெயர்)

சீன உரை: 噬嗑
சீன உரை தமிழில்: ஷி கெ
நேரடி பொருள்: கடித்துத் தின்று உடைத்தல்; தடையை மெல்ல மெல்ல அகற்றுதல்.
குறியீட்டு பொருள்:
• நெருப்பு (☲) மேலே → வெளிச்சம், நீதியின் ஒளி
• இடிமுழக்கம் (☳) கீழே → செயலாற்றும் சக்தி

இவை சேரும்போது:
தடைகள் உள்ளன —
அவற்றை துலக்கி, உடைத்து, நீதியுடன் செயல்பட வேண்டிய நேரம்.

---

2. தீர்ப்பு (卦辭 / குவா சிஜ)

சீன உரை:
噬嗑，亨。利用獄。

தமிழ் மொழிபெயர்ப்பு:
ஷி கெ — முன்னேற்றம்.
நீதி நிலைநிறுத்தல் நலம்.

பொருள்:
• தடையை நீக்க வேண்டும் — சமரசம் இன்றி.
• தவறை தண்டித்தால் சீரான முன்னேற்றம் வரும்.
• நீதி →தூய்மையாக்குதல் → வளர்ச்சி.

---

3. காட்சி (象曰 / ஷியாங் யு)

சீன உரை:
雷電噬嗑。先王以明罰勅法。

தமிழ் மொழிபெயர்ப்பு:
இடி மற்றும் நெருப்பு — ஷி கெ.
பழைய அரசர்கள் நீதியைத் தெளிவாகப் பயன்படுத்தினர்.

பொருள்:
தடைகளை சுத்தமாக உடைத்தல் = நீதியின் வெளிப்பாடு.

வரி உரைகள் (爻辭 / யாவோ சி)

初九 (கீழ் வரி)

சீன உரை:
屨校滅趾，无咎。

தமிழ் மொழிபெயர்ப்பு:
கட்டுப்பாடு காரணமாக விரல்கள் நசையும் — தவறு இல்லை.

பொருள்:
சிறு தியாகம் → பெரிய பாதுகாப்பு.
கடினமான கட்டுப்பாடு தற்காலிக வலி.

六二 (இரண்டாவது வரி)

சீன உரை:
噬膚滅鼻，无咎。

தமிழ் மொழிபெயர்ப்பு:
சிறு தோலை கடித்ததில் மூக்கு வலி — ஆனால் தவறு இல்லை.

பொருள்:
சிறு செயல்கள் — சிறு வலி — ஆனால் சரியான நோக்கம்.

六三 (மூன்றாவது வரி)

சீன உரை:
噬臘肉，遇毒，小吝，无咎。

தமிழ் மொழிபெயர்ப்பு:
உலர்ந்த இறைச்சியை கடிக்கும்போது பாதிப்பு — சிறு இழப்பு, தப்பு இல்லை.

பொருள்:
தடையை நீக்கும்போது சிக்கல் வரும் —
ஆனால் நீதி → பாதுகாப்பு.

九四 (நான்காவது வரி)

சீன உரை:
噬乾胏，得金矢，利艱貞，吉。

தமிழ் மொழிபெயர்ப்பு:
கடினமான மண்டைச்சதையை கடிக்கிறது — பொற்குறி கிடைக்கும்.
கடின நெறியில் நிலைத்தால் நன்மை.

பொருள்:
பெரிய தடையை உடைத்தால் பெரிய பரிசு.

六五 (ஐந்தாவது வரி)

சீன உரை:
噬乾肉，得黃金，貞厲，无咎。

தமிழ் மொழிபெயர்ப்பு:
உலர்ந்த இறைச்சியை கடித்தல் — பொன் கிடைக்கும்.
நெறி கடினம்; தீங்கு இல்லை.

பொருள்:
கடின முயற்சியும் ஒழுக்கமும் → செழிப்பு.

上九 (மேல் வரி)

சீன உரை:
何校滅耳，凶。

தமிழ் மொழிபெயர்ப்பு:
அதிக கட்டுப்பாடு — செவியை இழத்தல்; தீங்கு.

பொருள்:
அளவுக்கு மீறிய தண்டனை → நாசம்.
நீதி = சமநிலை.

---

1. நெறிப் பாடம்

- தடையை உடைக்க தைரியம் + நேர்மை தேவை.
- அநியாயம் → உடனே கையாள வேண்டும்.
- அளவுக்கு மீறிய தண்டனை → தீங்கு.
- நிறை குறை பார்த்து சமநிலை நீதி.

சுருக்கம்:
தடைகளை துலக்கி, நீதியுடன் செயல்படு.

---

2. தத்துவப் பாடம்

• வாழ்க்கையில் சில தடைகள் "பொறுத்தல்" மூலம் நீங்காது — செயலால் மட்டுமே.
• நீதி என்பது கோபம் அல்ல — தெளிவு + சமநிலை.
• உண்மையை நீக்காமல் வைத்தால் வெளிச்சம் வரும்.

மைய சிந்தனை:
தடை + நீதிமுறை = சுத்திகரிப்பு + முன்னேற்றம்.

---

3. நடைமுறை வாழ்க்கைப் பாடம்

அ) எப்போது செயல்பட வேண்டும்?
• அநியாயம் தெளிவானபோது.
• தடை வளர ஆரம்பிக்கும்போது.

ஆ) ஆளுமை ஒழுக்கம்
• கடின முடிவுகளை எடுக்க பயப்படாதே.
• உணர்ச்சியால் அல்ல — நெறியால் செயல்.
• சமநிலை முக்கியம்.

இ) முடிவெடுத்தல்
• அரை நடவடிக்கைகள் → பிரச்சனை நீடிக்கிறது.
• சரியான நடவடிக்கை → தீர்வு.

---

4. வேலை & தலைமைத்துவப் பாடம்

அ) வேலை
• அமைப்பு பிழை → நேரடியாக சரி செய்.
• பொறுப்பைத் தவிர்க்க கூடாது.

ஆ) தலைமைத்துவம்
• எதிர்மறை தாக்கத்தை உடனே நிறுத்து.
• நேர்மை + உறுதிப்பாடு = நல்ல தலைவர்.

இ) தொழில் & வாய்ப்பு
• சட்டம்/நீதி/பணியிட விதிகள் தெளிவுபடுத்துகின்ற நேரம்.
• சரியான தண்டனை → ஒழுங்கு மீட்டெடுக்கப்பட்டது.

---

5. உளவியல் பாடம்

• தீர்க்கப்படாத சிக்கல்கள் → சிதைவின் உள்ளே.
• அதை எதிர்கொள்ளுங்கள். அதை அகற்றுங்கள். சரி செய்யுங்கள்.
• முடிச்சுகளை அறுத்த பிறகுதான் மனம் தெளிவு பெறும்.

சுய வளர்ச்சி விதி:
தடையை உடைக்காமல் இருந்தால் — நீ தாழ்வாய்.

---

6. ஆன்மிகப் பாடம்

• ஷி கெ = கர்ம தடை உடைக்கும் காலம்.
• பழைய முடிச்சுகள், கடந்த அடைப்புகள் - தெளிவுடன் அகற்றவும்.
• ஆன்மீக சுத்திகரிப்பு → உள்ளுக்குள் நீதி.

---

7. ஒரு வரி சாரம்

"தடைகளை தைரியமாக உடைத்தால் — உண்மையான முன்னேற்றம் ஆரம்பமாகும்."

ஹெக்ஸாகிராம் 22:
第二十二卦 — 賁 (பி)

ஹெக்ஸாகிராம் 22: 第二十二卦 — 賁 (பி) — அழகு / அலங்காரம் / வடிவமைப்பு

---

1. 卦名 (பெயர்)

சீன உரை: 賁
சீன உரை தமிழில்: பி
நேரடி பொருள்: அலங்காரம், அழகு, அழகுபடுத்தல்.
குறியீட்டு பொருள்:
• மலை (☶) மேலே → அமைதி, நிலைத்த வடிவம்
• நெருப்பு (☲) கீழே → ஒளி, கலை, வெளிப்பாடு

இவை சேரும்போது:
அழகு உண்மையை உயர்த்தலாம்; ஆனால் உண்மையை மாற்ற முடியாது.
பி என்பது வெளிப்புறத் தோற்றத்தைச் சீராக்க வேண்டும்,
ஆனால் உள்ளடக்கம் உண்மையாக இருக்க வேண்டும் என்ற நிலை.

---

2. தீர்ப்பு (卦辭 / குவா சிஜ)

சீன உரை:
賁，亨。小利有攸往。

தமிழ் மொழிபெயர்ப்பு:
பி — முன்னேற்றம்.
சிறு செயல்களில் முன்னேற நலம்.

பொருள்:
• மெதுவான அழகு → நல்ல முன்னேற்றம்.
• பெரிய எழுச்சி அல்ல — சிறிய சுத்திகரிப்பு.
• அழகு, அமைப்பு, விளக்கக்காட்சி → நன்மை.

---

3. காட்சி (象曰 / ஷியாங் யு)

சீன உரை:
山下有火，賁。君子以明庶政，无敢折獄。

தமிழ் மொழிபெயர்ப்பு:
மலையின் கீழ் நெருப்பு — பி.
ஞானி வெளிச்சத்துடன் ஆட்சி செய்கிறார்;
அவசர தீர்ப்புகளை அளிக்கார்.

பொருள்:
• அழகு = தெளிவு + அமைதி.
• அவசர தீர்ப்புகள் நல்லிணக்கத்தை அழிக்கின்றன.

வரி உரைகள் (爻辭 / யாவோ சி)

初九 (கீழ் வரி)

சீன உரை:
賁其趾，无咎，利永貞。

தமிழ் மொழிபெயர்ப்பு:
பாதம் மட்டுமே அலங்கரிப்பு — தவறு இல்லை; நிலைத்த நெறி நன்மை.

பொருள்:
அழகின் ஆரம்ப நிலை → எளிமை, சரியான தன்மை.

六二 (இரண்டாவது வரி)

சீன உரை:
賁其須。

தமிழ் மொழிபெயர்ப்பு:
தாடியை அலங்கரித்தல்.

பொருள்:
மேலோட்ட அலங்காரம் — சிறிய விளைவு, பாதிப்பில்லாதது.

九三 (மூன்றாவது வரி)

சீன உரை:
賁如濡如，永貞吉。

தமிழ் மொழிபெயர்ப்பு:
மென்மையான அலங்காரம் — நிலைத்தால் நன்மை.

பொருள்:
மிகுதியில்லாத நல்ல சுத்திகரிப்பு → மங்களகரம்.

六四 (நான்காவது வரி)

சீன உரை:
賁如皤如，白馬翰如，匪寇，婚媾。

தமிழ் மொழிபெயர்ப்பு:
மென்மையான, வெளிர்ந்த அழகு;

வெள்ளை குதிரை — பயம் இல்லை;
இணைவு (புணர்ச்சி) ஏற்படும்.

பொருள்:
பரிசுத்தமான, எளிதான அழகு → நல்ல உறவுகளைக் கொண்டுவரும்.

六五 (ஐந்தாவது வரி)

சீன உரை:
賁于丘園，束帛戔戔，吝，終吉。

தமிழ் மொழிபெயர்ப்பு:
மலைத்தோட்டத்தில் அழகுபடுத்தல்;
சிறிய பரிசுகள் — குறைப்பட்டதாக தோன்றினாலும்,
இறுதியில் நன்மை.

பொருள்:
சிறிய சைகைகள் கூட நேர்மையாக இருந்தால் — பெரிய நன்மை தரும்.

上九 (மேல் வரி)

சீன உரை:
白賁，无咎。

தமிழ் மொழிபெயர்ப்பு:
வெள்ளை, தூய அழகு — தவறு இல்லை.

பொருள்:
உண்மையான அழகு = எளிமை + தூய்மை.

---

1. நெறிப் பாடம்

- அழகு = அதிக வெலிபாடு அல்ல; தூய்மை உணர்வு, சுவை நயம், மொழித் தூய்மை.
- வெளிப்புறம் முக்கியம் — ஆனாலும் உள்ளடக்கம் நேர்மையாக இருக்க வேண்டும்.
- சிறு செயல்கள் → பெரிய ஒத்திசைவு.

சுருக்கம்:
அழகு + சீர்மை + எளிமை = இணக்கமான வாழ்க்கை.

---

2. தத்துவப் பாடம்

• உண்மையான அழகு → வெளிச்சம் உள்ளே இருந்து வர வேண்டும்.
• பி சொல்வது: "நிலைத்த வடிவத்தில் வெளிச்சம் ஒளி."
• போலி அலங்காரம் → சரிவு.

மைய சிந்தனை:
எளிமையே உயர்ந்த அழகு.

---

3. நடைமுறை வாழ்க்கைப் பாடம்

அ) அழகு எங்கு தேவை?
• முன்னிலைப்படுத்துகை
• தொடர்பு.
• உறவுமுறை.
• வாழ்க்கை முறை தெளிவு.

ஆ) ஆளுமை ஒழுக்கம்
• கண்ணிற்கு எளிமை — மனத்திற்கு சுத்தம்.
• கடுமையைத் தவிர்த்தல்; மென்மையான நேர்த்தியான உருவாக்கம்.

இ) முடிவெடுத்தல்
• சிறு மேம்பாடுகள் → முக்கிய முடிவுகள்.

---

4. வேலை & தலைமைத்துவப் பாடம்

அ) வேலை
• திட்டத்தில் அமைப்பு + தெளிவு தேவை.
• விளக்கக்காட்சி முக்கியமானது.

ஆ) தலைமைத்துவம்
• வெளிச்சமான ஆட்சி → வலுவான தலைமைத்துவம்.
• எதிர்வினை அல்ல → பிரதிபலிப்பு.

இ) தொழில் & வாய்ப்பு
• அடையாளச் சூடு/ வடிவமைப்பு / சுத்திகரிப்புக்கு முக்கியமான காலம்.

---

5. உளவியல் பாடம்

• அதிகப்படியான அலங்காரம் = பாதுகாப்பின்மை.
• உண்மையான அழகு = அமைதியான மனம்.
• எளிமை → அமைதி.

சுய வளர்ச்சி விதி:
உள்ளம் சுத்தமாக இருந்தால் வெளியழகு தானாகப் பெருகும்.

---

6. ஆன்மிகப் பாடம்

- பி = அழகியல் இணக்கம்.
- கவனமுள்ள அழகு விழிப்புணர்வை உயர்த்துகிறது.
- தூய்மை = ஆன்மீக நேர்த்தி.

---

7. ஒரு வரி சாரம்

"எளிமையும் ஒளியும் சேர்ந்ததே உண்மையான அழகு."

ஹெக்ஸாகிராம் 23:

第二十三卦 — 剝 (போ)

ஹெக்ஸாகிராம் 23: 第二十三卦 — 剝 (போ) — சிதைவு / உரிதல் / அடித்தளப் பாதிப்பு

---

1. 卦名 (பெயர்)

சீன உரை: 剝
சீன உரை தமிழில்: போ
பொருள்: உரிதல், சிதைவு, அமைப்பின் உடைவு.
குறியீடு:
• மலை மேலே → நிறுத்தம், தடுப்பு
• பூமி கீழே → கீழிருந்து மேலே வரும் அழுத்தம்

செய்தி:
அடித்தளம் பலவீனமடைந்து மேலொடுக்கு சிதைவு தொடங்கும் நேரம்.
போ = அடிப்படை குலைவு.

---

2. தீர்ப்பு (卦辭 / குவா சிஜ)

சீன உரை:
剝，不利有攸往。

தமிழ் மொழிபெயர்ப்பு:
சிதைவு — எங்கு செல்வதும் நலம் அல்ல.

பொருள்:
இது முன்னேற்ற காலம் அல்ல;
நிறுத்தி, காத்து, அடித்தளத்தை மீண்டும் வலுப்படுத்த வேண்டிய நேரம்.

---

3. காட்சி (象曰 / ஷியாங் யு)

சீன உரை:
山附于地，剝。上以厚下，安宅。

தமிழ் மொழிபெயர்ப்பு:
மலை பூமியில் ஒட்டுகிறது — போ.
ஞானி அடித்தளத்தை வலுப்படுத்தி வீடுகளை பாதுகாப்பார்.

பொருள்:
கட்டமைப்பு குலையும் நேரத்தில்,
வெளிப்புற மாற்றம் அல்ல —
உள்ளக அடித்தளத்தின் மீட்பு அவசியம்.

வரி உரைகள் (爻辭 / யாவோ சி)

初六 (கீழ் வரி)

சீன உரை:
剝床以足，蔑貞，凶。

தமிழ் மொழிபெயர்ப்பு:
படுக்கையின் கால்கள் உடைகின்றன — நெறி புறக்கணிப்பு; அசம்பாவிதம்.

பொருள்:
அடித்தளம் சரிந்து ஆரம்பிக்கும் அறிகுறி.

六二 (இரண்டாவது வரி)

சீன உரை:
剝床以辨，蔑貞，凶。

தமிழ் மொழிபெயர்ப்பு:
படுக்கையின் கட்டமைப்பு தகர்கிறது — நெறி குலைந்தால் தீங்கு.

பொருள்:
சிதைவு ஆழமாகிறது.

六三 (மூன்றாவது வரி)

சீன உரை:
剝之，无咎。

தமிழ் மொழிபெயர்ப்பு:
சிதைவைக் களைத்தல் — குற்றம் இல்லை.

பொருள்:
கெடுதலை வெட்டித் தூக்குவது நலம்.

六四 (நான்காவது வரி)

சீன உரை:
剝床以膚，凶。

தமிழ் மொழிபெயர்ப்பு:
படுக்கை தோல் வரைக்கும் கிழிகிறது — அசம்பாவிதம்.

பொருள்:
சிதைவு மிகை நிலைக்கு செல்கிறது.

六五 (ஐந்தாவது வரி)

சீன உரை:
貫魚，以宮人寵，无不利。

தமிழ் மொழிபெயர்ப்பு:
மீன்களை வரிசைப்படுத்தியது போல ஒழுங்கு;
உள்ளக ஆதரவு — நன்மை.

பொருள்:
நேர்மையான துணை கிடைத்தால் நிலை தாங்கப்படும்.

上九 (மேல் வரி)

சீன உரை:
碩果不食，君子得輿，小人剝廬。

தமிழ் மொழிபெயர்ப்பு:
பெரிய பழம் பசிக்கப்படாதது;
ஞானி பாதுகாப்பைப் பெறுவார்;
சிறுமனத்தவர் வீடு இழப்பர்.

பொருள்:
நற்குணம் கொண்டவர் மட்டும் தப்பிப்பார்;
குறைபாடுள்ளவர் சரிந்து விடுவார்.

---

1. நெறிப் பாடம்

- சிதைவு தோன்றிய நேரத்தில் முன்னேறக் கூடாது.
- அழித்தளத்தை சரி செய்யும் வரை நிலைமை பாதிக்கப்படும்.
- ஒழுங்கு + சுத்திகரிப்பு = மீட்பு.

சுருக்கம்:
முன்னேற்றம் நிறுத்து; அழித்தளத்தைச் சீர்செய்.

---

2. தத்துவப் பாடம்

- போ = எச்சரிக்கை.
- வெளியில் உடைபடுவது — உள்ளே பாழ்ப்பாடு ஆரம்பமாகிவிட்டது என்பதற்கான

அறிகுறி.
• வேர் கெட்டால் கிளை காயும்.

மைய சிந்தனை:
அடித்தளத்தை மீண்டும் உயிர்ப்பித்தால் வாழ்க்கை எழும்.

---

3. நடைமுறை வாழ்க்கைப் பாடம்

• இப்பொழுது பெரிய முடிவுகள் வேண்டாம்.
• மூல காரணம் ஆய்வு அவசியம்.
• உடனடியான பழுது பார்க்குதல் → எதிர்கால வளர்ச்சி.

---

4. வேலை & தலைமைத்துவப் பாடம்

• குழு / திட்டம் / அமைப்பில் அடிப்படை பிரச்சினை இருந்தால், மேலொட்டிய முயற்சி பயனில்லை.
• தலைவர் முதலில் அமைப்பை சுத்திகரிக்க வேண்டும்.

---

5. உளவியல் பாடம்

• மனச்சோர்வு — உள் சிதைவு.
• ஓய்வு + உள் சீரமைப்பு அவசியம்.
• உள் கட்டமைப்பு வலுப்பட்டால் சிதைவு நின்றுவிடும்.

---

6. ஆன்மிகப் பாடம்

• கர்ம சுத்திகரிப்பு தேவைப்படும் காலம்.
• பழைய நச்சு அழுத்தப்பட்ட அடையாளங்களை அகற்றுதல் அவசியம்.

---

7. ஒரு வரி சாரம்

“சிதைவு எச்சரிக்கை — முன்னேறாதே; அடித்தளத்தை மீண்டும் கட்டு.”

ஹெக்ஸாகிராம் 24:

第二十四卦 — 復 (ஃபூ)

ஹெக்ஸாகிராம் 24: 第二十四卦 — 復 (ஃபூ) — திரும்புதல் / மீட்பு / இயற்கையான சுழற்சி

---

1. 卦名 (பெயர்)

சீன உரை: 復
சீன உரை தமிழில்: ஃபூ
பொருள்: திரும்புதல், மீண்டும் எழுதல், புதுப்பிப்பு.
குறியீடு:
• பூமி மேலே → நிலைத்த ஆதரவு
• இடிமுழக்கம் கீழே → ஆற்றல் மீண்டும் எழுதல்

செய்தி:
இருள் குறைந்து, ஒளி மீண்டும் எழத் தொடங்கும் நேரம்.
ஃபூ = "பழைய பாதைக்கு திரும்புதல்" அல்ல —
உண்மை இயல்புக்கு மீளுதல்.

---

2. தீர்ப்பு (卦辭 / குவா சிஜ)

சீன உரை:
復，亨。出入无疾，朋來无咎。反復其道，七日來復。利有攸往。

தமிழ் மொழிபெயர்ப்பு:
ஃபூ — நன்மை.
வருகை, புறக்கணை — தடை இல்லை.
நண்பர்கள் திரும்புவர்;
எழு நாள் சுழற்சிக்குப் பிறகு மீட்பு.
("திரும்பும் பாதை" இயல்பாகவே திறக்கும்.)
செல்லும் திசை நன்மை.

பொருள்:
சுழற்சி மீண்டும் ஒளியை நோக்கி திரும்புகிறது.
இது ஆரம்ப வளர்ச்சி கட்டம்.

---

3. காட்சி (象曰 / ஷியாங் யு)

சீன உரை:
雷在地中，復。先王以至日閉關，商旅不行，后不省方。

தமிழ் மொழிபெயர்ப்பு:
பூமிக்குள் இடிமுழக்கம் — ஃபூ.
பழைய அரசர்கள் சூரியன் மாறும் காலத்தில் கதவுகளை மூடி,
பயணங்களை நிறுத்தி, சுழற்சியை மதித்தனர்.

பொருள்:
உள் நிறுத்தம் → வெளிப்புற மீட்பு.
மீளுதல் என்பது இயற்கை திரும்பும் ஓட்டம்.

வரி உரைகள் (爻辭 / யாவோ சி)

初九 (கீழ் வரி)

சீன உரை:
不遠復，无祇悔。

தமிழ் மொழிபெயர்ப்பு:
அதிக தூரம் செல்லாமல் திரும்புதல் — பச்சாத்தாபம் இல்லை.

பொருள்:
தவறை ஆரம்பத்திலேயே திருத்தினால் நன்மை.

六二 (இரண்டாவது வரி)

சீன உரை:
休復，吉。

தமிழ் மொழிபெயர்ப்பு:
அமைதியுடன் திரும்புதல் — நன்மை.

பொருள்:
மென்மையான மீட்பு → உறுதியான உயர்வு.

六三 (மூன்றாவது வரி)

சீன உரை:
頻復，厲无咎。

தமிழ் மொழிபெயர்ப்பு:
மீண்டும் மீண்டும் திரும்புதல் — சிரமம்;
ஆனால் தீங்கு இல்லை.

பொருள்:
திரும்பத் திரும்ப தவறுகள் இருந்தாலும்,
நெறிக்குத் திரும்பும் மனம் நன்றாகும்.

六四 (நான்காவது வரி)

சீன உரை:
中行独復。

தமிழ் மொழிபெயர்ப்பு:
நடுநடப்பில் ஒருவனாகத் திரும்புதல்.

பொருள்:
தனிமையான பாதையிலும் சரியான திசை பாதுகாக்கப்படும்.

六五 (ஐந்தாவது வரி)

சீன உரை:
敦復，无悔。

தமிழ் மொழிபெயர்ப்பு:
உறுதியான திரும்புதல் — பச்சாத்தாபம் இல்லை.

பொருள்:
நெறிக்குத் திரும்பும் மனம் வலுப்பட்டால் நன்மை.

上六 (மேல் வரி)

சீன உரை:
迷復，凶，有災眚。用行師，終有大敗，以其國君凶，至于十年不克征。

தமிழ் மொழிபெயர்ப்பு:
திசை தவறி திரும்பாமை — தீங்கு, அபாயம்.
படையெடுத்து முன்னேறினாலும் பெரும் தோல்வி;
நாட்டின் தலைவருக்கும் தீங்காகி,
பத்து ஆண்டுகள் வெற்றி இல்லை.

பொருள்:
நெறியை இழந்தால் நாசம்;
பெரும் பாதிப்பு — நீண்டகாலம்.

---

1. நெறிப் பாடம்

- சரியான பாதையிலிருந்து சிறிது விலகினாலே மீண்டும் திரும்பு.
- தாமதம் → பெரிய பிரச்சினை.
- எளிமையான திருத்தம் → பெரிய மீட்பு.

சுருக்கம்:
பாதை தொலைந்து போகாமல் — நேரத்தில் திரும்பு.

---

2. தத்துவப் பாடம்

- ஃபூ = இயற்கை சுழற்சியின் திருப்பம்.
- இருள் பிறகு ஒளி வந்து சேரும்.
- எது ஆழமாக விழுந்தாலும் — அது மீண்டும் எழும்.

மைய சிந்தனை:
மீளுதல் = வாழ்க்கையின் இயல்பு.

---

3. நடைமுறை வாழ்க்கைப் பாடம்

- தவறை உடனே சரிசெய்.
- மீட்டமைத்தல் → குணமடைதல்.
- பழைய பாதையை விட, உண்மை பாதையை நோக்கிச் செல்.

---

4. வேலை & தலைமைத்துவப் பாடம்

- திட்டம் பின்னடைவு → சுத்தமான மறுதொடக்கம்.
- இடைநிறுத்து → மதிப்பீடு → மீண்டும் தொடங்கு.
- தலைவர் முதலில் அடித்தளத்தை மீட்டமைக்கிறார்.

---

5. உளவியல் பாடம்

- மனம் எவ்வளவு கீழே இறங்கினாலும் — மீண்டும் எழ முடியும்.
- குணப்படுத்துதல் = உங்கள் உண்மையான சுயத்திற்குத் திரும்புதல்.

---

6. ஆன்மிகப் பாடம்

- ஃபூ = ஆத்மாவின் மீட்பு.
- சுழற்சியுடன் இணைந்தால் சக்தி திரும்பும்.

---

7. ஒரு வரி சாரம்

"பாதை விலகினால் உடனே திரும்பு — அதுவே மீட்பின் புள்ளி."

ஹெக்ஸாகிராம் 25:

第二十五卦 — 無妄 (வூ வாங்)

ஹெக்ஸாகிராம் 25: 第二十五卦 — 無妄 (வூ வாங்) — அகபாவம் / தூய்மை / இயற்கையான உண்மை

---

1. 卦名 (பெயர்)

சீன உரை: 無妄
சீன உரை தமிழில்: வூ வாங்
பொருள்: தூய நோக்கம், அகபாவம், இயற்கையிலிருந்து விலகாத செயல்.
குறியீடு:
• சொர்க்கம் மேலே → உயர்ந்த தெளிவு
• இடிமுழக்கம் கீழே → நேரடி செயல்

செய்தி: உண்மையான செயல் = இயற்கையிலிருந்து வரும் தூய மனம்.
வூ வாங் என்பது "கபடமற்ற செயல்" மற்றும் "தவறில்லாத நெறி."

---

2. தீர்ப்பு (卦辭 / குவா சிஐ)

சீன உரை:
無妄，元亨，利貞。其匪正有眚，不利有攸往。

தமிழ் மொழிபெயர்ப்பு:
வூ வாங் — பெரிய நன்மை; நேர்மையான நெறி உயர்வாகும்.
நெறியை மீறினால் திடீர் துன்பம்;
இப்போது முன்னேறுவது பொருந்தாது.

பொருள்:
செயல் உண்மையுடனும் நெறியுடனும் இருக்க வேண்டும்.
செயற்கை, திட்டமிட்ட சூழ்ச்சி → நாசம்.

---

3. காட்சி (象曰 / ஷியாங் யு)

சீன உரை:
天下雷行，物與无妄。先王以茂對時，育萬物。

தமிழ் மொழிபெயர்ப்பு:
வானின் கீழ் இடிமுழக்கம் — வூ வாங்.
ஞானி காலத்தோடு இணைந்து அனைத்தையும் வளர்க்கிறார்.

பொருள்:
இயற்கை நேரம், இயற்கை ஓட்டம் —
அதற்கு எதிராக செயல்படாதே.

வரி உரைகள் (爻辭 / யாவோ சி)

初九 (கீழ் வரி)

சீன உரை:
无妄往，吉。

தமிழ் மொழிபெயர்ப்பு:
அகபாவத்துடன் செயல்படுதல் — நன்மை.

பொருள்:
உண்மையான நோக்கம் → பாதுகாப்பு.

六二 (இரண்டாவது வரி)

சீன உரை:
不耕穫，不菑畬，則利有攸往。

தமிழ் மொழிபெயர்ப்பு:
உழைக்காமல் அறுப்பது; உழுதுவைத்த புலம் இல்லாமல் செயல்படுதல் — இருப்பினும் முன்னேற்றம் உண்டு.

பொருள்:
தூய மனம் இருந்தால் அசாதாரண நன்மையும் நடக்கும்.

六三 (மூன்றாவது வரி)

சீன உரை:
无妄之災，或系之牛，行人之得，邑人之災。

தமிழ் மொழிபெயர்ப்பு:
அகபாவம் இருந்தும் துன்பம் வரும்;
கயிற்றில் கட்டப்பட்ட மாடு போல —
பயணிகள் அதைப் பெறுவர்;
கிராமத்தாருக்கு இழப்பு.

பொருள்:
உண்மையாய் இருந்தாலும், சூழல் காரணமாக துன்பம் வரும் — ஆனால் கர்ம பாவம் இல்லை.

九四 (நான்காவது வரி)

சீன உரை:
可貞，无咎。

தமிழ் மொழிபெயர்ப்பு:
நெறியில் நிலைநிறுத்தம் — தவறு இல்லை.

பொருள்:
நிலைத்த நெறி → பாதுகாப்பு.

九五 (ஐந்தாவது வரி)

சீன உரை:
无妄之疾，勿藥有喜。

தமிழ் மொழிபெயர்ப்பு:
அகபாவ நோய்;
மருந்தின்றியும் குணம் — மகிழ்ச்சி.

பொருள்:
இயற்கை ஓட்டம் → தானாக குணமடையும்.
கட்டாய சிகிச்சை / கட்டுப்பாடு வேண்டாம்.

上九 (மேல் வரி)

சீன உரை:
无妄行，有眚，无攸利。

தமிழ் மொழிபெயர்ப்பு:
அகபாவமற்ற தவறான செயல் — துன்பம்;
நன்மை இல்லை.

பொருள்:
இயற்கைக்கு எதிராகச் செயல்பட்டால் வீழ்ச்சி.

---

1. நெறிப் பாடம்

- தூய மனம் = பாதுகாப்பு.
- கணக்கிட்ட சூழ்ச்சி = துன்பம்.
- இயற்கையை மதித்தால் நன்மை.
- நெறியை மீறினால் திடீர் அபாயம்.

சுருக்கம்:
உண்மை + நெறி = வூ வாங்.

---

2. தத்துவப் பாடம்

• இயற்கைக்கு எதிராகச் செல்லும் முயற்சி — நாசம்.
• அசல் நிலைக்கு திரும்புதல் → நன்மை.
• செயற்கை தந்திரம் = தடைகள்.

மைய சிந்தனை:
செயல் தூய்மையானால் பிரபஞ்சம் உதவும்.

---

3. நடைமுறை வாழ்க்கைப் பாடம்

• அதிகப்படியான திட்டமிடல் வேண்டாம்.
• உண்மையான நோக்கம் + துல்லியமான செயல்.
• தவறான நோக்கங்கள் → சரிவு.

---

4. வேலை & தலைமைத்துவப் பாடம்

• தந்திரத்தை விட நெறி முக்கியம்.
• தலைவர் உண்மையால் செயல்பட வேண்டும்.

---

5. உளவியல் பாடம்

• அதிகமாக சிந்தித்து செயற்கையாக நடக்காதே.
• உண்மை மனநிலை → மன அமைதி.

---

6. ஆன்மிகப் பாடம்

• வூ வாங் = அகபாவம் + பிரபஞ்சத்துடன் இணைவு.
• உள்ளத்தை சுத்தப்படுத்தினால் வழி தெளியும்.

---

7. ஒரு வரி சாரம்

"தூய மனத்துடன் செயல்பட்டால் அனைத்தும் எளிதாக நடக்கும்."

ஹெக்ஸாகிராம் 26:

第二十六卦 — 大畜 (தை சு)

ஹெக்ஸாகிராம் 26: 第二十六卦 — 大畜 (தை சு) — பெரும் சேமிப்பு / கட்டுப்படுத்தப்பட்ட வலிமை / வளர்ச்சிக்கான அடக்கம்

---

1. 卦名 (பெயர்)

சீன உரை: 大畜
சீன உரை தமிழில்: தை சு
பொருள்: பெரும் சேமிப்பு, தடுத்துக் கொள்ளுதல், வளர்ச்சிக்கு வலிமையை சேமித்தல்.
குறியீடு:
• மலை மேலே → நிறுத்தல், கட்டுப்பாடு
• சொர்க்கம் கீழே → பெரும் ஆற்றல்

செய்தி:
வலிமையை முழுமையாக வெளிப்படுத்தாமல்,
அதைச் சேமித்து, வலுப்படுத்தி,
சரியான தருணத்தில் பயன்படுத்தும் காலம்.

---

2. தீர்ப்பு (卦辭 / குவா சிஜ)

சீன உரை:
大畜，利貞。不家食吉。利涉大川。

தமிழ் மொழிபெயர்ப்பு:
தை சு — நெறிக்கு ஒத்தது நன்மை.
வீட்டிற்குள் உண்ணாமல் வெளியில் உண்ணுதல் — நலம்.
பெரிய ஆற்றைக் கடப்பதும் சாதகமானது.

பொருள்:
உள்ளடக்கமுள்ள கட்டுப்பாடு → பெரிய நன்மை.
பெரும் நோக்கம் → வெளிப்புற உலகில் செல்வது நலம்.

---

3. காட்சி (象曰 / ஷியாங் யு)

சீன உரை:
天在山中，大畜。君子以多識前言往行，以畜其德。

தமிழ் மொழிபெயர்ப்பு:
மலையின் உள்ளே சொர்க்கம் — தை சு.
ஞானி பழைய சொற்களையும் நடந்த வழிகளையும் அறிந்து,
தன் அறத்தை சேமிக்கிறார்.

பொருள்:
அறிவு + அனுபவம் → வலிமை.
சேமித்த அறம் → எதிர்கால வெற்றி.

வரி உரைகள் (爻辭 / யாவோ சி)

初九 (கீழ் வரி)

சீன உரை:
有厲利已。

தமிழ் மொழிபெயர்ப்பு:
அபாயம் உள்ளது;
ஆனாலும் தன்னை வளர்ப்பது நலம்.

பொருள்:
சிறு எச்சரிக்கை → கவனத்துடன் நடந்தால் நன்மை.

九二 (இரண்டாவது வரி)

சீன உரை:

輿說輻。

தமிழ் மொழிபெயர்ப்பு:
வண்டியின் ஆரங்கள் சிதைவு.

பொருள்:
தடை — முன்னேற்றம் தற்காலிகமாக நிற்கும்.

九三 (மூன்றாவது வரி)

சீன உரை:
良馬逐，利艱貞。日閑舊貞。

தமிழ் மொழிபெயர்ப்பு:
நல்ல குதிரை பயணிக்கத் தயார்;
கடின நெறியில் நன்மை;
பழைய நெறி தங்கும்.

பொருள்:
ஆற்றல் உள்ளது; கட்டுப்பாட்டில் வைத்தால் பெரிய பலன்.

六四 (நான்காவது வரி)

சீன உரை:
童牛之牿，元吉。

தமிழ் மொழிபெயர்ப்பு:
இளந்தாடுக்கான கட்டுப்பாட்டு கயிறு — பெரிய நன்மை.

பொருள்:
மென்மையான கட்டுப்பாடு → மிகுந்த பாதுகாப்பு.

六五 (ஐந்தாவது வரி)

சீன உரை:
豶豕之牙，吉。

தமிழ் மொழிபெயர்ப்பு:
பன்றி பற்களை அடக்குதல் — நலம்.

பொருள்:
தீவிர ஆற்றலை கட்டுப்படுத்துவது → பாதுகாப்பு.

上九 (மேல் வரி)

சீன உரை:
何天之衢，亨。

தமிழ் மொழிபெயர்ப்பு:
வானின் பெரிய பாதை திறக்கிறது — நன்மை.

பொருள்:
பெரும் வலிமை சேமித்த பின் → திறந்த முன்னேற்றம்.

---

1. நெறிப் பாடம்

- உண்மையான வலிமை = கட்டுப்படுத்தப்பட்ட வலிமை.
- இப்போது பொறுமை → பின்னர் பெரும் முன்னேற்றம்.
- சேமிப்பு → பாதுகாப்பு + சக்தி.

சுருக்கம்:
கட்டுப்பாடு + பொறுமை = பெரிய வெற்றியின் அடித்தளம்.

---

2. தத்துவப் பாடம்

• தை சு = ஆற்றலை உள்ளே காத்தல்.
• வெளியே செயலற்றபோல் தெரிந்தாலும்,
உள்ளே சக்தி பெருகிக் கொண்டிருக்கிறது.
• ஒழுக்கம் → பெருமை.

மைய சிந்தனை:
ஆற்றலைச் சேமித்தால் அறுவடை பெருகும்.

---

3. நடைமுறை வாழ்க்கைப் பாடம்

• உடனடி சிதைவு முடிவுகள் வேண்டாம்.
• காத்திருந்து சரியான நேரத்தில் செயல்படு.
• வலிமை கட்டுப்பாட்டில் இருந்தால் நிலை அமைவு.

---

4. வேலை & தலைமைத்துவப் பாடம்

• வளர்ச்சிக்கான திட்டத்தின் "தயாரிப்பு கட்டம்."
• தகவல், திறன், வளம் சேகரித்தல் அவசியம்.
• தலைவர்: கட்டுப்பாடு → உயர்ந்த ஆற்றல்.

---

5. உளவியல் பாடம்

• உள்ளார்ந்த ஆற்றலைச் சிதறவிடாமல் சேமி.
• உடனடி வெளிப்பாடு வேண்டாம்.
• மன அமைதி → வலிமை குவிகிறது.

---

6. ஆன்மிகப் பாடம்

• தை சு = ஆன்ம சக்தி சேமிக்கும் நிலை.
• தவம், ஒழுக்கம், தியானம் → வலிமை வளர்வு.

---

7. ஒரு வரி சாரம்

"சேமித்த வலிமை — சரியான நேரத்தில் உயர்ந்த வெற்றியை உருவாக்கும்."

ஹெக்ஸாகிராம் 27:

第二十七卦 — 頤 (யி)

ஹெக்ஸாகிராம் 27: 第二十七卦 — 頤 (ஈ) — போஷிப்பு / ஊட்டம் / வளர்ச்சிக்கான ஆதாரம்

---

1. 卦名 (பெயர்)

சீன உரை: 頤
சீன உரை தமிழில்: ஈ
நேரடி பொருள்: வாய்பு, ஊட்டம், போஷிப்பு.
குறியீட்டு பொருள்:
மலை (☶) மேல் — மின்னல் (☳) கீழ்.
உள்ளத்தைப் போஷிப்பது, நெறியை உணவாக்குவது, சரியான ஆதாரத்தைப் பெறுவது ஆகியவற்றின் சின்னம்.
போஷிப்பு பொருள் உணவோ உடலோ மட்டும் அல்ல —
சிந்தனை, நெறி, சூழல், மனிதர்கள், செயல்கள் — அனைத்தும் "உணவு."
நல்லதைப் பெறினால் உயர்வு; கெட்டதைப் பெறினால் வீழ்ச்சி.

---

2. தீர்ப்பு (卦辭 / குவா சிஜ)

சீன உரை:
頤，貞吉。觀頤，自求口實。

தமிழ் மொழிபெயர்ப்பு:
ஈ — நெறியில் நிலைநிறுத்தல் நன்மை.
போஷிப்பை கவனித்து பாரு;
உண்மையான ஆதாரம் தானாகத் தேடப்படும்.

பொருள்:
எதை உள்வாங்குகிறாயோ அது உன்னை உருவாக்கும்.
உண்மையான போஷிப்பைத் தேடு;
கெட்ட ஆதாரத்தைத் தவிர்.
சுய கட்டுப்பாடு → நன்மை.

---

3. காட்சி (象曰 / ஷியாங் யு)

சீன உரை:
山下有雷，頤。君子以慎言語，節飲食。

தமிழ் மொழிபெயர்ப்பு:
மலையின் கீழ் மின்னல் — ஈ.
ஞானி தனது சொற்களையும் உணவையும் ஒழுங்குபடுத்துவார்.

பொருள்:
போஷிப்பின் இரண்டு பக்கங்கள்:

• வாயிலிருந்து போகிற சொல்
• வாயில் சென்ற உணவு
இரண்டையும் கட்டுப்படுத்தினால் நெறி வளர்ச்சி உறுதி.

வரி உரைகள் (爻辭 / யாவோ சி)

初九 (கீழ் வரி)

சீன உரை:
舍爾靈龜，觀我朵頤・凶。

தமிழ் மொழிபெயர்ப்பு:
உன் ஆன்மிக ஆமையை விடுவித்து,
என் வாய்ப்பை மட்டும் நோக்கினால் — தீங்கு.

பொருள்:
வெளிப்புற போஷிப்பு தேடி அலைவது ஆபத்து;
உள் வலிமையை புறக்கணித்தால் வீழ்ச்சி.

六二 (இரண்டாவது வரி)

சீன உரை:
顛頤，拂經，于丘頤，征凶。

தமிழ் மொழிபெயர்ப்பு:
போஷிப்பு தலைகீழாகும்;
நெறியை மறுக்கிறது;
தவறான ஆதாரத்தை நாடினால் — அசம்பாவிதம்.

பொருள்:
தவறான வழியில் ஊட்டம் தேடுவது நாசம்.

六三 (மூன்றாவது வரி)

சீன உரை:
拂頤，貞凶，十年勿用，无攸利。

தமிழ் மொழிபெயர்ப்பு:
போஷிப்பை மறுத்தல்;
நெறியில் நிலைநிற்காமை — தீங்கு.
பத்து வருடம் பயன் இல்லை.

பொருள்:
தவறான ஆதாரத்தைப்பிடித்து பிடிவாதம் → நீண்டகால நஷ்டம்.

六四 (நான்காவது வரி)

சீன உரை:
顛頤吉，虎視眈眈，其欲逐逐，无咎。

தமிழ் மொழிபெயர்ப்பு:
போஷிப்பு நிலை திரும்புகிறது — நன்மை.
புலி போல கூர்ந்த பார்வை;
ஆர்வம் கட்டுப்பாட்டில் — தவறு இல்லை.

பொருள்:
கவனிப்பும் விழிப்பும் → சரியான ஆதாரத்தைத் தேர்வு செய்கிறது.

六五 (ஐந்தாவது வரி)

சீன உரை:
拂經，居貞吉，不可涉大川。

தமிழ் மொழிபெயர்ப்பு:
நெறியில் குறை இருந்தாலும்
இடத்தில் நிலைநிறுத்தல் நன்மை;
ஆனால் பெரிய ஆபத்துக்கு செல்லாதே.

பொருள்:
சிறு குறை இருந்தாலும் நிலைபேறு → பாதுகாப்பு.
ஆனால் பெரிய முயற்சிகள் → ஆபத்து.

上九 (மேல் வரி)

சீன உரை:
由頤，厲吉，利涉大川。

தமிழ் மொழிபெயர்ப்பு:
சரியான போஷிப்பைத் தேர்வு செய்தல் — சிரமம் இருந்தாலும் நன்மை;
பெரிய முயற்சிகளும் சாதகமானவை.

பொருள்:
நேர்மை + சரியான ஆதாரம் → பெரிய முன்னேற்றம்.

---

1. நெறிப் பாடம்

• நீ உள்வாங்குவதுதான் நீ ஆகிறாய்.
• உண்மையான போஷிப்பு = நெறி + ஒழுக்கம்.
• கெட்ட சூழல், கெட்ட ஆள்கள் → மனநச்சு.
• எந்த ஆதாரத்தை எடுத்துக்கொள்கிறாயோ அதை ஆராய்ந்து கொள்.

சுருக்கம்:
சுத்தமான போஷிப்பு = உயர்ந்த வாழ்க்கை.

---

2. தத்துவப் பாடம்

• போஷிப்பு என்பது உடல்+மனம்+ஆத்துமா அனைத்தையும் குறிக்கும்.
• "உண்மையான உணவு" = நெறி.
• உள் வளர்ச்சிக்கு தூய ஆதாரம் தேவை.

மைய சிந்தனை:
உன்னுள் செல்லும் அனைத்தையும் கவனிக்கிறவன் — உயர்கிறான்.

---

3. நடைமுறை வாழ்க்கைப் பாடம்

அ) எப்போது எதை உள்வாங்க வேண்டும்?
• உன்னை உயர்த்தும் சிந்தனைகள் மட்டும்.
• உழைப்புக்கு சக்தி தரும் பழக்கங்கள்.
• நச்சு பழக்கங்களை விலக்கு.

ஆ) ஆளுமை ஒழுக்கம்
• உணவு கட்டுப்பாடு + சொற்கள் கட்டுப்பாடு.
• மனஅழுக்கு → செயலிலும் அலைகள்.
• சுத்தமான உள்ளீடு → சுத்தமான வெளிப்பாடு.

இ) முடிவெடுத்தல்
• தவறான ஆலோசனை → தவறான முடிவு.
• சரியான போஷிப்பு → சரியான திசை.

---

4. வேலை & தலைமைத்துவப் பாடம்

• தலைவன் சரியான "உணர்ச்சி போஷிப்பு" பெற வேண்டும்.
• நச்சு குழு → திட்டம் சிதைவு.
• நல்ல குழு = நல்ல ஆதாரம் = வெற்றி.

---

5. உளவியல் பாடம்

• மனதைப் போஷிப்பது முக்கியம்.
• அளவுக்கு மீறிய தகவல் உட்கொள்ளல் → குழப்பம்.
• அமைதியான உள்ளீடு → அமைதியான மனம்.

---

6. ஆன்மிகப் பாடம்

• "ஈ" = ஆன்ம போஷிப்பு.
• சுத்தமான சிந்தனை → தெளிவு.
• ஆன்மீகம் உணவைப் போல — தூய்மையில்லாவிட்டால் நச்சு.

---

7. ஒரு வரி சாரம்

"எதை உணவாக்குகிறாயோ அது உன்னையே உருவாக்குகிறது — உள்போஷிப்பை கவனித்து தேர்வு செய்."

ஹெக்ஸாகிராம் 28:

第二十八卦 — 大過 (தை குவோ)

ஹெக்ஸாகிராம் 28: 第二十八卦 — 大過 (தை குவோ) — மிகை அழுத்தம் / அதிக பாரம் / உச்ச நிலை மாற்றம்

---

1. 卦名 (பெயர்)

சீன உரை: 大過
சீன உரை தமிழில்: தை குவோ
நேரடி பொருள்: மிகை, அதிகப்படியான பாரம், அளவை கடந்த நிலை.
குறியீட்டு பொருள்:
ஏரி (☱) மேலே — மென்மை, பரவல்
காற்று (☴) கீழே — இயக்கம், அழுத்தம்

இவை சேர்ந்து:
அளவு மீறிய அழுத்தம் — தாங்கும் கம்பம் வளைந்து தொடங்கும் நிலை.
தை குவோ என்பது சிதைவல்ல;
அதிகபடியான சுமையை உணர்த்தும் எச்சரிக்கை.

---

2. தீர்ப்பு (卦辭 / குவா சிஜ)

சீன உரை:
大過，棟橈，利有攸往，亨。

தமிழ் மொழிபெயர்ப்பு:
தை குவோ — தாங்கும் கம்பம் வளைந்துள்ளது.
செல்லும் திசை உள்ளதெனில் நன்மை;
நடைபெறும்.

பொருள்:
பாரம் மிகை — ஆனால் சரியான திசையில் செயல்பட்டால் முன்னேற்றம்.
சரியான திருத்தம் → வெற்றி.

---

3. காட்சி (象曰 / ஷியாங் யு)

சீன உரை:
澤滅木，大過。君子以獨立不懼，遯世无悶。

தமிழ் மொழிபெயர்ப்பு:
ஏரி மரத்தை மூடுகிறது — தை குவோ.
ஞானி தனித்து நின்றும் அஞ்சார்;
உலகம் தவறினாலும் அவர் மனம் குலையாது.

பொருள்:
அதிர்ச்சி, மிகை, குழப்பம் இருந்தாலும்
ஞானி தன் நெறியில் நிலைநிறுத்தி நிற்பார்.

வரி உரைகள் (爻辭 / யாவோ சி)

初六 (கீழ் வரி)

சீன உரை:
藉用白茅，无咎。

தமிழ் மொழிபெயர்ப்பு:
வெள்ளை புல்லை அடிப்படையாகப் பயன்படுத்துதல் — தவறு இல்லை.

பொருள்:
சிறு பாதுகாப்பும் கவனமும் மிகப்பெரிய தீங்கைத் தடுக்கும்.

九二 (இரண்டாவது வரி)

சீன உரை:
枯楊生稊，老夫得其女妻，无不利。

தமிழ் மொழிபெயர்ப்பு:
உலர்ந்த மரம் புதிய முளை பெறுகிறது — நன்மை.

பொருள்:
பழைய சூழலில் புதிய உயிர்ப்பு;
எதிர்பாராத புதுப்பிப்பு → நன்மை.

九三 (மூன்றாவது வரி)

சீன உரை:
棟橈，凶。

தமிழ் மொழிபெயர்ப்பு:
கம்பம் வளைந்து உடைகிறது — தீங்கு.

பொருள்:
அதிகமான அழுத்தம் → உடைவு.

九四 (நான்காவது வரி)

சீன உரை:
棟隆，吉。有它，吝。

தமிழ் மொழிபெயர்ப்பு:
கம்பம் உயர்கிறது — நன்மை;
ஆனாலும் வேறு பகுதி குலையும் எனில் — குறை.

பொருள்:
உயர்வு சாத்தியம் —
ஆனால் நிலையான சமநிலை தேவை.

九五 (ஐந்தாவது வரி)

சீன உரை:
枯楊生華，老人得其士夫，无咎无譽。

தமிழ் மொழிபெயர்ப்பு:
உலர்ந்த மரம் மலர்கிறது —
தவறும் இல்லை, புகழும் இல்லை.

பொருள்:
இயல்பில்லாத வளர்ச்சி —
நடுநிலை விளைவு.

上六 (மேல் வரி)

சீன உரை:
過涉滅頂，凶，无咎。

தமிழ் மொழிபெயர்ப்பு:
அளவை மீறி ஆற்றைக் கடக்க முயன்று தலை மூழ்குதல் — தீங்கு,
ஆனால் குற்றமில்லை.

பொருள்:
அளவுக்கு மீறிய முயற்சி → நாசம்;
ஆனால் மனம் தூய்மையானதால் பாவம் இல்லை.

---

1. நெறிப் பாடம்

- அதிகபடியான பாரம் — உடைவை ஏற்படுத்தும்.
- பொறுப்புகளை அளவுகோலுடன் ஏற்று கொள்.
- அதிக முயற்சி = நல்லது அல்ல; சமநிலை முக்கியம்.
- மிகைப் போராட்டம் தவிர்க்கப்பட்டால் முன்னேற்றம் நிச்சயம்.

சுருக்கம்:
அளவு + கட்டுப்பாடு = பாதுகாப்பு.

---

2. தத்துவப் பாடம்

• வெளிப்படையாக வலிமை கொண்டது போலத் தெரிந்தாலும்,
உள்ளே சிதைவு இருக்கலாம்.
• மிகை → உடைவு.
• சரியான அளவு → நிலைபேறு.

மைய சிந்தனை:
அளவுக்கு மீறுவது அனைத்தையும் உடைக்கும்.

---

3. நடைமுறை வாழ்க்கைப் பாடம்

அ) செயல்பாடு
• எல்லைகளை மீறாமல் செயல்.
• போராட்டத்தில் ஓய்வும் இடைவெளியும் அவசியம்.

ஆ) ஆளுமை ஒழுக்கம்
• "நான் எல்லாம் செய்ய முடியும்" — அபாய சிந்தனை.
• சுமையைப் பகிர்ந்து கொள்.

இ) முடிவெடுத்தல்
• மிகை முயற்சி > தடை.
• துல்லியமான, அளவான செயல் → வெற்றி.

---

4. வேலை & தலைமைத்துவப் பாடம்

• குழுவுக்கு அளவை மீறியப் பணிகளை ஒதுக்காதே.
• அமைப்பின் "கம்பம்" எது பலவீனமோ அதை வலுப்படுத்து.
• தலைவன் — சுமை மேலாளர்.

---

5. உளவியல் பாடம்

• மன அழுத்தம் அதிகரிக்க ஆரம்பித்தால் உடனே குறை.
• பரிதாப நிலை = தை குவோ எச்சரிக்கை.
• உள்ளம் சிதைவதற்கு முன் சுமையை இறக்கு.

---

6. ஆன்மிகப் பாடம்

• மிகை ஆசைகள் ஆன்மிக முன்னேற்றத்தை முடக்குகின்றன.
• சமநிலை → தூய்மை → அமைதி.
• ஒளிக்கு வரப் பெரும் ஆணவு வேண்டாம்;
இயல்பாக விரிவடைய வேண்டும்.

---

7. ஒரு வரி சாரம்

"அளவுக்கு மீறிய அழுத்தம் உடைக்கும் — சமநிலை வைத்தால் உயர்வு."

ஹெக்ஸாகிராம் 29:
第二十九卦 — 坎 (கான்)

ஹெக்ஸாகிராம் 29: 第二十九卦 — 坎 (கான்) — ஆபத்து / ஆழம் / தொடர்ச்சியான சோதனை

---

1. 卦名 (பெயர்)

சீன உரை: 坎
சீன உரை தமிழில்: கான்
நேரடி பொருள்: பள்ளம், ஆபத்து, ஆழம்.
குறியீட்டு பொருள்:
நீர் மேலே — நீர் கீழே —
தொடர்ச்சியான ஆபத்து, மீண்டும் மீண்டும் வரும் சோதனை.
கான் என்பது பயமல்ல;
ஆபத்தின் நடுவே நெறியில் நிற்கும் வலிமை.

---

2. தீர்ப்பு (卦辭 / குவா சிஜ)

சீன உரை:
習坎，有孚，維心亨。行有尚。

தமிழ் மொழிபெயர்ப்பு:
கான் — ஆபத்துக்கு பழகுதல்.
உண்மைத்தன்மை இருந்தால் வழி திறக்கும்.
செயலுக்கு மதிப்பு உண்டு.

பொருள்:
ஆபத்து வந்தாலும் மனம் நேர்மையாக இருந்தால்
கடந்து செல்லலாம்.
சோதனையை பயப்படாமல் சந்தி.

---

3. காட்சி (象曰 / ஷியாங் யு)

சீன உரை:
水洊至，習坎。君子以常德行，習教事。

தமிழ் மொழிபெயர்ப்பு:
நீர் தொடர்ந்து வருவது — கான்.
ஞானி நிலையான அறத்தில் நிலைத்து
பாடங்களை ஏற்று நடப்பார்.

பொருள்:
சோதனைகள் தொடர்வது இயல்பு;
அவற்றிலிருந்து கற்றுக்கொள்வது ஞானம்.

வரி உரைகள் (爻辭 / யாவோ சி)

初六 (கீழ் வரி)

சீன உரை:
習坎，入坎窞，凶。

தமிழ் மொழிபெயர்ப்பு:
ஆபத்துக்குள் மீண்டும் நுழைதல் — தீங்கு.

பொருள்:
அதே தவறை மீண்டும் செய்வது நாசம்.

九二 (இரண்டாவது வரி)

சீன உரை:
坎有險，求小得。

தமிழ் மொழிபெயர்ப்பு:
ஆபத்து உள்ளது;
சிறு முயற்சி — சிறு பயன்.

பொருள்:
பெரிய செயல் வேண்டாம்;
சிறு முன்னேற்றம் மட்டுமே சாத்தியம்.

六三 (மூன்றாவது வரி)

சீன உரை:
來之坎坎，險且枕，入于坎窞，勿用。

தமிழ் மொழிபெயர்ப்பு:
ஆபத்து தொடர்ந்து வருகிறது;
பிரச்சினை ஆழமாகிறது;
இப்போது செயல்படாதே.

பொருள்:
எந்த முயற்சியும் ஆழத்துக்கு தள்ளும் — காத்திரு.

六四 (நான்காவது வரி)

சீன உரை:
樽酒簋貳，用缶，納約自牖，終无咎。

தமிழ் மொழிபெயர்ப்பு:
சிறு அர்ப்பணிப்பு, எளிய பாதை;
சுருக்கமாக நெருங்கினால் — இறுதியில் குற்றம் இல்லை.

பொருள்:
எளிமை + தாழ்மை → பாதுகாப்பு.

九五 (ஐந்தாவது வரி)

சீன உரை:
坎不盈，只既平，无咎。

தமிழ் மொழிபெயர்ப்பு:
பள்ளம் நிரம்பவில்லை;
சம நிலை;
குற்றம் இல்லை.

பொருள்:
சோதனை இன்னும் உச்சத்தில் இல்லை.
மன அமைதி பாதுகாப்பு.

上六 (மேல் வரி)

சீன உரை:

係用徽纆，寘于叢棘，三歲不得，凶。

தமிழ் மொழிபெயர்ப்பு:
மெல்லிய கயிறால் கட்டி,
முள் அடர்த்தியில் வைக்கப்பட்டுள்ளது;
மூன்று வருடம் விடுபடாது — தீங்கு.

பொருள்:
துணையில்லா நிலை, நீண்ட சிக்கல்.
அதிக பிணைப்பு → நாசம்.

---

1. நெறிப் பாடம்

- ஆபத்து தவிர்க்க முடியாது; அதைச் சந்திக்க வேண்டும்.
- ஒரே தவறை மீண்டும் செய்யாதே.

• தாழ்மை + எளிமை → பாதுகாப்பு.
• பொறுமை = கானின் முக்கிய நெறி.

சுருக்கம்:
ஆபத்தை எச்சரிக்கையுடன் கடந்து செல்; அவசரம் செயற்கை ஆழத்தில் தள்ளும்.

---

2. தத்துவப் பாடம்

• வாழ்க்கை பள்ளமாக இருக்கும் நேரம் உண்டு.
• சோதனை என்பது நின்று போவது அல்ல — கற்றல்.
• மனத்தின் தூய்மை ஆபத்தை வெளிச்சமாக்கும்.

மைய சிந்தனை:
ஆபத்து + நெறி = அழிவு இல்லை; மாற்றம்.

---

3. நடைமுறை வாழ்க்கைப் பாடம்

அ) செயல்பாடு
• நேரம் சரியல்ல — காத்திரு.
• சிறு முன்னேற்றம் மட்டும் செய்.
• ஆழமான பிரச்சினைக்கு தற்காலிக தீர்வு வேண்டாம்.

ஆ) ஆளுமை ஒழுக்கம்
• உணர்ச்சி தள்ளுதல் = ஆபத்து.
• மன அமைதி = பாதுகாப்பு.

இ) முடிவெடுத்தல்
• அறியாமல் துள்ளுதல் தீங்கு.
• உண்மை நிலையைப் பாரு → பின்னர் முடிவு.

---

4. வேலை & தலைமைத்துவப் பாடம்

• திட்டத்தில் ஆபத்து அதிகம் — பெரிய மாற்றம் வேண்டாம்.
• தலைவர் → நிலைத்தன்மை காட்ட வேண்டும்.
• குழு அதிகப்படியான எதிர்வினை செய்யாமல் பார்த்துக்கொள்.

---

5. உளவியல் பாடம்

• மனம் சிக்கலில் இருந்தாலும் — சீராகக் கடக்க முடியும்.
• பயம் என்பது பள்ளம் போல;
அதை எதிர்கொண்டால் மட்டுமே வெளியே வரலாம்.

---

6. ஆன்மிகப் பாடம்

• கான் = சோதனைக் குளம்.
• ஆன்மா ஆழம் நோக்கி தள்ளப்பட்டாலும்
அது வெளிச்சத்திற்குத் திரும்பும்.

---

7. ஒரு வரி சாரம்

"ஆபத்தைப் பார்த்து பயப்படாதே — அதின் நடுவே நெறியில் நில்; பாதை தானாகத் திறக்கும்."

ஹெக்ஸாகிராம் 30:

第三十卦 — 離 (லி)

ஹெக்ஸாகிராம் 30: 第三十卦 — 離 (லி) — ஒளி / பற்று / தெளிவுணர்வு

---

1. 卦名 (பெயர்)

சீன உரை: 離
சீன உரை தமிழில்: லி
நேரடி பொருள்: பற்றுதல், ஒளி, ஒட்டுதல்.
குறியீட்டு பொருள்:
நெருப்பு (☲) மேலே — வெளிச்சம்
நெருப்பு (☲) கீழே — உள்ளுணர்வு

இவை சேர்ந்து:
உண்மை தெரியும்; ஒளி பெருகும்; வெளிப்பாடு ஏற்படும்.
லி = "ஒளியில் நிலைநிறுத்தல்" + "உண்மைக்கு பற்றுதல்."

---

2. தீர்ப்பு (卦辭 / குவா சிஜ)

சீன உரை:
離，利貞，亨。畜牝牛，吉。

தமிழ் மொழிபெயர்ப்பு:
லி — நெறி நலம்; முன்னேற்றம்.
பெண் பசுவை வளர்த்தல் — நன்மை.

பொருள்:
தாழ்மை + மென்மை + ஒளி → பெரிய நன்மை.
கெட்ட அகங்காரமின்றி விளக்கத்தைத் தாங்குதல் → வெற்றி.

---

3. காட்சி (象曰 / ஷியாங் யு)

சீன உரை:
明兩作離，大人以繼明照于四方。

தமிழ் மொழிபெயர்ப்பு:
இரட்டை வெளிச்சம் — லி.
ஞானி இந்த ஒளியைப் பேணிக் கொண்டு
அதை நான்கு திசைகளுக்கும் ஒளிவீசுவார்.

பொருள்:
ஒளி கிடைத்தால் காக்க வேண்டும்;
அதை தலைமையால் அழகாக வெளிப்படுத்த வேண்டும்.

வரி உரைகள் (爻辭 / யாவோ சி)

初九 (கீழ் வரி)

சீன உரை:
履錯然，敬之无咎。

தமிழ் மொழிபெயர்ப்பு:
கால் தவறினாலும்
மரியாதையுடன் நடந்தால் குற்றம் இல்லை.

பொருள்:
ஒளி ஆரம்பத்தில் குழப்பம் தரலாம்;
தாழ்மையுடன் நடந்தால் நிலை சீராகும்.

六二 (இரண்டாவது வரி)

சீன உரை:
黃離，元吉。

தமிழ் மொழிபெயர்ப்பு:
மஞ்சள் ஒளி — பெரிய நன்மை.

பொருள்:
சமநிலைப்பட்ட ஒளி;
அதிகமோ குறைவோ இல்லை — சிறந்த நிலை.

九三 (மூன்றாவது வரி)

சீன உரை:

日昃之離，不鼓缶而歌，则大耋之嗟・凶。

தமிழ் மொழிபெயர்ப்பு:
சாய்ந்த சூரிய ஒளி;
மனத்தில் உற்சாகமில்லாமல் ஓய்வு;
பழியுணர்வு — தீங்கு.

பொருள்:
ஒளியை இழந்தபோது மனக்குறை வரும்;
உற்சாகத்தின்மை → வீழ்ச்சி.

九四 (நான்காவது வரி)

சீன உரை:
突如其來如，焚如，死如，棄如。

தமிழ் மொழிபெயர்ப்பு:
திடீர் தீ;
எரிப்பு;
அழிவு;
கைவிடுதல்.

பொருள்:
கோபம் / மிகை உணர்ச்சி = நாசம்.
ஒளி அதட்டாமல் இருக்க வேண்டும்.

六五 (ஐந்தாவது வரி)

சீன உரை:
出涕沱若，戚嗟若，吉。

தமிழ் மொழிபெயர்ப்பு:
கண்ணீர்;
துயரம்;
ஆனால் இறுதியில் நன்மை.

பொருள்:
உண்மையைப்புரிந்து வருத்தப்படுதல் → ஆத்ம பரிபாகம்.
அது முன்னேற்றத்தை உருவாக்கும்.

上九 (மேல் வரி)

சீன உரை:
王用出征，有嘉折首，獲匪其醜，无咎。

தமிழ் மொழிபெயர்ப்பு:
அரசர் போரில் செல்கிறார்;
கெட்டதை வெட்டி அழிக்கிறார்;
பாவமில்லை.

பொருள்:
தீமையைச் செறிவாக அகற்றுதல் → பாதுகாப்பு.
திருட்டுத்தனத்தை அழித்தல் → நெறி நிலை.

---

1. நெறிப் பாடம்

- ஒளி = பொறுப்பு.
- உண்மையை உள்ளும் புறமும் காக்க வேண்டும்.
- குறைந்த அகங்காரம் → அதிக தெளிவு.
- உணர்ச்சி தீ → குலைவு.

சுருக்கம்:
ஒளியைப் பெற்றால், தாழ்மையுடன் தாங்கு; அது உன்னை உயர்த்தும்.

---

2. தத்துவப் பாடம்

- லி = அறிவின் தீபம்.
- வெளிச்சம் அதிகரிக்கும்போது நிழலும் குடிகொள்ளும்;
அதனால் விழிப்புணர்வு அவசியம்.
- உண்மையை எரியவிடாமல் பேண வேண்டும்.

மைய சிந்தனை:
ஒளி + கட்டுப்பாடு = ஞானம்.

---

3. நடைமுறை வாழ்க்கைப் பாடம்

- அறிவு வளரும்போது உணர்ச்சி ஒழுங்கு அவசியம்.
- திடீர் முடிவு → தீபம் காற்றினால் அணைவதைப் போன்ற நிலை.
- அமைதி + தெளிவு → முன்னேற்ற பாதை.

---

4. வேலை & தலைமைத்துவப் பாடம்

- தலைவர் = ஒளி தாங்கி.
- குழுவில் தெளிவு → ஒத்திசைவு.
- பொறுப்பை ஏற்கும் நேரம்.

---

5. உளவியல் பாடம்

- மனம் ஒளியை தாங்கும் திறன் பெற வேண்டும்.
- அதிக உணர்ச்சி → பெரும் எரிப்பு.
- தன்னிலைபரிசோதனை → மன அமைதி.

---

6. ஆன்மிகப் பாடம்

- லி = ஆன்ம ஒளி.
- தியானம், சுய சுத்தம், பிரார்த்தனை → தீபம் நிலை.
- ஒளியின் சக்தி — ஆனால் அகங்காரம் வந்து சேர்ந்தால் எரிப்பு.

---

7. ஒரு வரி சாரம்

"ஒளியைப் பேணி தாங்கும் மனமே ஞானத்தின் வழி."

ஹெக்ஸாகிராம் 31:
第三十一卦 — 咸 (சியான்)

ஹெக்ஸாகிராம் 31: 第三十一卦 — 咸 (சியான்) — ஈர்ப்பு / உணர்ச்சி / பரஸ்பரத் தாக்கம்

---

1. 卦名 (பெயர்)

சீன உரை: 咸
சீன உரை தமிழில்: சியான்ம் / சியான்
நேரடி பொருள்: தொடுதல், பரஸ்பர ஈர்ப்பு, உணர்ந்தல்.
குறியீட்டு பொருள்:
ஏரி (☱) மேலே — மகிழ்ச்சி, மென்மை
மலை (☶) கீழே — அமைதி, நிலைத்த தன்மை

இவை சேர்ந்து:
இருவர் ஒருவரை ஒருவர் உணர்ந்து பாதிக்கும் நிலை.
உள்ளத்தின் மென்மை + வெளிப்புறத் தொட்டு → ஈர்ப்பு உருவாகும்.
சியான் என்பது காதல் மட்டும் அல்ல;
மனிதர்கள், சூழல், எண்ணங்கள் — அனைத்திற்கும் இடையிலான பரஸ்பரத் தாக்கம்.

---

2. தீர்ப்பு (卦辭 / குவா சிஜ)

சீன உரை:
咸，亨。利貞。取女吉。

தமிழ் மொழிபெயர்ப்பு:
சியான் — முன்னேற்றம்.
நெறி நலம்.
பெண்ணைத் தேர்வு செய்தல் — நன்மை.

பொருள்:
சரியான ஈர்ப்பு, சரியான இணைவு — நன்மையை தரும்.
பொறுமையும் மென்மையும் → ஒத்திசைவு → முன்னேற்றம்.

---

3. காட்சி (象曰 / ஷியாங் யு)

சீன உரை:
山上有澤，咸。君子以虛受人。

தமிழ் மொழிபெயர்ப்பு:
மலையின் மீது ஏரி — சியான்.
ஞானி மனதை வெற்றிடமாக்கி மற்றவரை ஏற்றுக் கொள்வார்.

பொருள்:
இதயம் திறந்தால் தான் உண்மையான ஈர்ப்பு ஏற்படும்.
ஆணவமில்லா வெளிப்படைத்தன்மை → இணைவு.

வரி உரைகள் (爻辭 / யாவோ சி)

初六 (கீழ் வரி)

சீன உரை:
咸其拇。

தமிழ் மொழிபெயர்ப்பு:
பாதத்தின் விரலைத் தொடும் சிறு ஈர்ப்பு.

பொருள்:
மெதுவான, ஆரம்பத் தூண்டுதல்.
ஆபத்தில்லை — ஆரம்பச் சைகை.

六二 (இரண்டாவது வரி)

சீன உரை:
咸其腓，凶，居吉。

தமிழ் மொழிபெயர்ப்பு:
காலின் பின்பக்கத்தில் ஈர்ப்பு — தீங்கு;
இடத்தில் நிலைநிறுத்தினால் நன்மை.

பொருள்:
உறுதி இல்லாத ஈர்ப்பு → குழப்பம்.
சமநிலை — பாதுகாப்பு.

九三 (மூன்றாவது வரி)

சீன உரை:
咸其股，執其隨，往吝。

தமிழ் மொழிபெயர்ப்பு:
தொடுக்காலில் ஈர்ப்பு;
ஆவேசமாக பின்தொடர்தல் — குறை.

பொருள்:
உணர்ச்சியில் வேகமாக ஓடினால் இழப்பு.

九四 (நான்காவது வரி)

சீன உரை:
貞吉，悔亡，憧憧往來，朋從爾思。

தமிழ் மொழிபெயர்ப்பு:
நெறி நலம்;
பழிச்சாட்டல் மறையும்;
உள்ளம் தேடும் இணைவு — நண்பர்கள் உன்னைப் பின்பற்றுவர்.

பொருள்:
மனநிலை சுத்தம் → நல்ல ஈர்ப்பு;
உள்ளம் தெளிவானபோது உறவுகள் சரியாகும்.

九五 (ஐந்தாவது வரி)

சீன உரை:
咸其脢，无悔。

தமிழ் மொழிபெயர்ப்பு:
முதுகின் நடுப்பகுதியில் உணர்வு — பச்சாத்தாபம் இல்லை.

பொருள்:
ஆழமான, உண்மையான ஈர்ப்பு;
நிலைபேறு உறுதி.

上六 (மேல் வரி)

சீன உரை:
咸其輔頰舌。

தமிழ் மொழிபெயர்ப்பு:
கன்னம், உதடு, நாக்கு — ஈர்ப்பு பேச்சால் வெளிப்படுகிறது.

பொருள்:
சொற்களை எச்சரிக்கையுடன் கையாள வேண்டும்;
அதிக உணர்ச்சிப் பேச்சு → அபாயம்.

---

1. நெறிப் பாடம்

- ஈர்ப்பு இயற்கை; அதை நெறியில் வைத்தால் நன்மை.
- வேகமான உணர்ச்சி → குறை.

• வெளிப்படைத்தன்மை + மென்மை → நல்ல இணைவு.
• மன உணர்வுகள் கட்டுப்பாட்டில் இருந்தால் உறவு உறுதியாகும்.

சுருக்கம்:
மென்மை + சுத்தமான மனம் = சரியான ஈர்ப்பு.

---

2. தத்துவப் பாடம்

• சியானின் மையம்: பரஸ்பரத் தாக்கம்.
• எந்த இரண்டு சக்திகளும் ஒன்றை ஒன்று பாதிக்கும்.
• உண்மை இணைவு = வலியால் அல்ல; மென்மை மூலம்.

மைய சிந்தனை:
மன திறப்பு → ஒத்திசைவு → இணைவு.

---

3. நடைமுறை வாழ்க்கைப் பாடம்

அ) உணர்ச்சி
• தொடக்க ஈர்ப்பு விரைவாக அதிகரிக்கக் கூடாது.
• உறவில் முதலில் அமைதி → பின்னர் அணுக்கம்.

ஆ) ஆளுமை ஒழுக்கம்
• உணர்ச்சி தள்ளும் முடிவுகள் தவறு.
• மனதை திறந்தாலும் — எல்லை வைத்திரு.

இ) முடிவெடுத்தல்
• உணர்ச்சியில் விரைந்து ஓடாதே.
• உண்மையான ஈர்ப்பு நேரத்தில் தெரியும்.

---

4. வேலை & தலைமைத்துவப் பாடம்

• குழு ஒத்திசைவு — மென்மையாக உருவாகும்.
• வலுக்கட்டாயம் சியானை உடைக்கும்.
• நல்ல தொடர்பு → குழு இணைவு.

---

5. உளவியல் பாடம்

• மனம் வெளிச்சமாக இருந்தால் மற்றவர் உடனே ஈர்க்கப்படுவார்.
• உணர்ச்சி குழப்பம் → தவறான ஈர்ப்பு.
• தன்னுடைய உள்ளத்தை முதலில் தெளிவாக்கு.

---

6. ஆன்மிகப் பாடம்

• ஆன்மா உணர்வுகளை நுண்ணுணர்வால் அறியும்.
• சியானின் செய்திகள்:
"உள்ளம் திறப்பு = தெய்வீக இணைவு."
• ஈர்ப்பு என்பது ஒரு ஆன்ம சைகை.

---

7. ஒரு வரி சாரம்

"தெளிந்த மனம் கொண்டவருக்கு சரியான ஈர்ப்பு தானாக வந்து சேரும்."

ஹெக்ஸாகிராம் 32:
第三十二卦 — 恆 (ஹெங்)

ஹெக்ஸாகிராம் 32: 第三十二卦 — 恆 (ஹெங்) — நிலைத்திருத்தல் / தொடர்ச்சி / நீண்டகால நெறி

---

1. 卦名 (பெயர்)

சீன உரை: 恆
சீன உரை தமிழில்: ஹெங்
நேரடி பொருள்: நிலைமையானது, தொடர்ச்சி, இடையறாத நிலை.
குறியீட்டு பொருள்:
இடி (☳) மேலே — எழுச்சி, மாற்றம்
காற்று (☴) கீழே — முடிவில்லாத இயக்கம்

இவை சேர்ந்து:
மாற்றத்தின் நடுவே நிலைநிறுத்தல்.
இயக்கத்தின் கலக்கத்திலும் நிரந்தர நெறியைப் பிடித்திருக்க வேண்டும்.

---

2. தீர்ப்பு (卦辭 / குவா சிஜ)

சீன உரை:
恆，亨，无咎，利貞，利有攸往。

தமிழ் மொழிபெயர்ப்பு:
ஹெங் — முன்னேற்றம்; தவறில்லை.
நெறி நலம்;
போகவேண்டிய திசை இருந்தால் நன்மை.

பொருள்:
நிலைத்த செயல்பாடு → வெற்றி.
தொடர்ச்சியான நெறி → பாதுகாப்பு.
நீண்டகால நோக்கம் → சாதனை.

---

3. காட்சி (象曰 / ஷியாங் யு)

சீன உரை:
雷風恆，君子以立不易方。

தமிழ் மொழிபெயர்ப்பு:
இடி மற்றும் காற்று — ஹெங்.
ஞானி தன் நிலையை மாற்றமின்றி காக்கிறார்.

பொருள்:
வெளி சூழல் மாறினாலும்
உள் நெறி நிலைநிலையாக இருக்க வேண்டும்.

வரி உரைகள் (爻辭 / யாவோ சி)

初六 (கீழ் வரி)

சீன உரை:
浚恆，貞凶，无攸利。

தமிழ் மொழிபெயர்ப்பு:
அழுத்தப்பட்ட, பெருமளவு தள்ளுபடி செய்யப்பட்ட நிலை;
நெறியில் இருந்தாலும் ஆபத்து;
நன்மை இல்லை.

பொருள்:
அதிக கட்டுப்பாடு → தடைகள்.
நிலைத்திருப்பது = பிழிவாதம் அல்ல.

九二 (இரண்டாவது வரி)

சீன உரை:
悔亡。

தமிழ் மொழிபெயர்ப்பு:
பச்சாத்தாபம் இல்லை.

பொருள்:
நடுநிலைப்பட்ட நிலைநிறுத்தல் — நலம்.

九三 (மூன்றாவது வரி)

சீன உரை:
不恆其德，或承之羞，貞吝。

தமிழ் மொழிபெயர்ப்பு:
அறத்தில் நிலைத்திராதல் — அவமானம்;
நெறியில் இருந்தாலும் குறை.

பொருள்:
உள்ளத்தின் நெறியில் நிலைத்திருக்காவிட்டால்
வெளிப்புற நெறி பயன் தராது.

九四 (நான்காவது வரி)

சீன உரை:
田无禽。

தமிழ் மொழிபெயர்ப்பு:
புல்வெளியில் பறவை இல்லை.

பொருள்:
தேடித் தேடி பயன் இல்லை;
காலம் உகந்ததல்ல.

六五 (ஐந்தாவது வரி)

சீன உரை:
恒其德，貞婦人吉，夫子凶。

தமிழ் மொழிபெயர்ப்பு:
அறத்தில் நிலைநிறுத்தல்:
பெண்ணுக்கு நன்மை;
ஆணுக்கு தீங்கு.

பொருள்:
மென்மையில் நிலைத்திருத்தல் — சாதகமானது.
ஆணவமான நிலைத்திருத்தல் — தீங்கு.

上六 (மேல் வரி)

சீன உரை:
振恒，凶。

தமிழ் மொழிபெயர்ப்பு:
அதிரும் நிலைத்திருத்தல் — தீங்கு.

பொருள்:
நிலைத்திருப்பது = மோசமான பிடிவாதம் நாசம்.

---

1. நெறிப் பாடம்

- தொடர்ச்சி = ஹெங் என்பதின் முதன்மை.
- ஒரு நெறியில் நிலைநிறுத்தல் வாழ்க்கையை உயர்த்தும்.
- ஆனால் மிகை பிடிவாதம் → நாசம்.
- உள் அறத்தில் நிலைத்திருத்தல் முக்கியம்.

சுருக்கம்:
நெறியில் நிலை + மாற்றத்தில் நுட்பம் = நீண்டகால வெற்றி.

---

2. தத்துவப் பாடம்

• பிரபஞ்சம் மாறினாலும்
உண்மையான நெறி மாறாது.
• நிலைத்திருத்தல் = உயிரின் லயம்.
• நீண்டகால நன்மை — குறுகிய வேகத்தை விட மேல்.

மைய சிந்தனை:
தொடர்ச்சி + நேர்மை = நிலைத்த வளர்ச்சி.

---

3. நடைமுறை வாழ்க்கைப் பாடம்

அ) செயல்
• நிலைத்தன்மை இல்லாமல் எந்த முயற்சியும் பயன் தராது.
• சிறு முன்னேற்றம் தொடர்ந்து செய்யும் போது பெரிய பலன்.

ஆ) ஒழுக்கம்
• உணர்ச்சி மாற்றத்தில் முடியாது நிலை பெற.
• நிலையான பண்பாட்டை உருவாக்கு.

இ) முடிவெடுத்தல்
• நீண்டகாலம் பார்க்கும் முடிவுகள் → நன்மை.
• அவசரத்தால் நெறி மாற்றம் வேண்டாம்.

---

4. வேலை & தலைமைத்துவப் பாடம்

• ஒரு நோக்கு பிடித்து தொடர்ந்து செயல்படும் குழுவே வெற்றிபெறும்.
• தலைவர் — நெறியில் உறுதி + மாற்றத்தில் நுட்பம்.

---

5. உளவியல் பாடம்

• மனம் நிலையான நிலையை நாடும்.
• உணர்ச்சி ஏற்ற இறக்கம் → குழப்பம்.
• உள் சமநிலை = வெளிப்புற வெற்றி.

---

6. ஆன்மிகப் பாடம்

• ஹெங் = ஆன்மாவின் நீண்ட சுவாசம்.
• சாதனையில் நிலைத்தன்மை = ஆன்ம வளர்ச்சி.
• நெறியை உறுதியாகப் பேணுவது தியானம் போன்றது.

7. ஒரு வரி சாரம்

"தொடர்ச்சி மற்றும் நெறியுள்ள முயற்சி — நிலையான வெற்றியின் அடித்தளம்."

ஹெக்ஸாகிராம் 33:
第三十三卦 — 遯 (டுன்)

ஹெக்ஸாகிராம் 33: 第三十三卦 — 遯 (டுன்) — பின்வாங்கல் / நுட்பமான விலகல் / பாதுகாப்பான பின்செல்

---

1. 卦名 (பெயர்)

சீன உரை: 遯
சீன உரை தமிழில்: டுன்
நேரடி பொருள்: விலகல், பின்வாங்கல், ஒதுங்கல்.
குறியீட்டு பொருள்:
சொர்க்கம் (☰) மேலே — வலிமை
மலை (☶) கீழே — நிறுத்தம், அமைதி

இவை சேர்ந்து:
வலிமை இருந்தாலும் முன்னேற முடியாத சூழல் —
சரியான பின்வாங்கல் தான் வெற்றியின் வழி.
டுன் என்பது பயம் அல்ல;
நுட்பமான பின்வாங்குதல் — நெறியை பாதுகாக்கும் புத்திசாலித்தனம்.

---

2. தீர்ப்பு (卦辭 / குவா சிஜ)

சீன உரை:
遯，亨。小利貞。

தமிழ் மொழிபெயர்ப்பு:
டுன் — முன்னேற்றம்.
சிறு நெறியில் நலம்.

பொருள்:
பின்வாங்கல் நெறி → பெரிய நன்மை.
இப்போது சிறு செயல் மட்டும்; பெரிய செயல்கள் வேண்டாம்.

---

3. காட்சி (象曰 / ஷியாங் யு)

சீன உரை:
天下有山，遯。君子以遠小人，不惡而嚴。

தமிழ் மொழிபெயர்ப்பு:
வானத்தின் கீழ் மலை — டுன்.
ஞானி சிற்றினரை விலக்கிக் கொள்கிறார்;
வெறுப்பு இல்லாமல், உறுதியுடன்.

பொருள்:
கெட்ட சக்திகளுக்கு எதிராகப் போராட தேவையில்லை;
தொலைவில் நில் — அதுவே பாதுகாப்பு.

வரி உரைகள் (爻辭 / யாவோ சி)

初六 (கீழ் வரி)

சீன உரை:
遯尾，厲。勿用有攸往。

தமிழ் மொழிபெயர்ப்பு:
வால்போல் பின்வாங்கல் — ஆபத்து;
இப்போது எங்கும் செல்லாதே.

பொருள்:
தாமதமாக பின்வாங்குதல் → தீங்கு.

六二 (இரண்டாவது வரி)

சீன உரை:
執之用黃牛之革，无咎。

தமிழ் மொழிபெயர்ப்பு:
மஞ்சள் எருமையின் தோல் — உறுதியாகப் பிடித்தல்;
குற்றம் இல்லை.

பொருள்:
திடமான, மென்மையான கட்டுப்பாடு → பாதுகாப்பு.

九三 (மூன்றாவது வரி)

சீன உரை:
係遯，有疾厲，畜臣妾吉。

தமிழ் மொழிபெயர்ப்பு:
பின்வாங்கல் தடுக்கப்படுகிறது;
அபாயம்;
சிறு உதவி — நலம்.

பொருள்:
அதிக பிணைப்பு → ஆபத்து.
சிறு ஆதரவு → தப்பிக்க உதவும்.

九四 (நான்காவது வரி)

சீன உரை:
好遯，君子吉，小人否。

தமிழ் மொழிபெயர்ப்பு:
சரியான பின்வாங்கல்;
ஞானிக்கு நன்மை;
சிற்றினருக்கு தீமை.

பொருள்:
பின்வாங்கும் சரியான தருணத்தை அறிந்தவர் — வெற்றி பெறுவார்.

九五 (ஐந்தாவது வரி)

சீன உரை:
嘉遯，貞吉。

தமிழ் மொழிபெயர்ப்பு:
அருமையான பின்வாங்கல் —
நெறியில் நலம்.

பொருள்:
தயக்கம் இல்லாத பின்வாங்கல் → உயர்ந்த நன்மை.

上九 (மேல் வரி)

சீன உரை:
肥遯，无不利。

தமிழ் மொழிபெயர்ப்பு:
முழுமையான, வலிமையான பின்வாங்கல் —
எல்லாம் நலன்.

பொருள்:
பின்வாங்க வேண்டிய போது முழுமையாக விலகினால்
அதுவே பெரிய பாதுகாப்பு.

---

1. நெறிப் பாடம்

• சரியான நேரத்தில் பின்வாங்குதல் — ஞானத்தின் உச்சம்.
• மோதல் வேண்டாம்; தூரம் நில்.
• சூழல் தகுதியின்றி இருந்தால் முன்னேறுவதே தவறு.
• பின்வாங்குதல் = பாதுகாப்பு + எதிர்கால முன்னேற்றம்.

சுருக்கம்:
பின்வாங்கல் + நுட்பம் = வெற்றிக்கான வழி.

---

2. தத்துவப் பாடம்

• வெளியின் அழுத்தம் → பின்வாங்குதல் ஒரு நெறிப்பாதை.
• எதிர்ப்புக்கு நேரடியாகச் செல்ல வேண்டாம்.
• நீ விலகும் போது உண்மை வளர்கிறது.

மைய சிந்தனை:
அடக்கமான விலகல் = நெறி பாதுகாப்பு.

---

3. நடைமுறை வாழ்க்கைப் பாடம்

அ) செயல்
• அழுத்தமான சூழலில் தீர்வு = விலகல்.
• "சண்டை" அல்ல; "பாதுகாப்பு."

ஆ) ஆளுமை ஒழுக்கம்
• உணர்ச்சி தள்ளுதலால் மோதல் வரும்.
• அமைதியாக விலகுவது — பெருமை.

இ) முடிவெடுத்தல்
• தவறான நேரத்தில் செயல்படாதே.
• சூழல் மாறும் போது திரும்பி செய்.

---

4. வேலை & தலைமைத்துவப் பாடம்

• நச்சுத்தன்மை வாய்ந்த சூழல் → பின்வாங்குதல்.
• தேவையற்ற மோதல்களை தவிர்க்கவும்.
• சரியான நேரம் வரும்போது மீண்டும் முன்னேறு.

---

5. உளவியல் பாடம்

• மனக்குழப்பத்தில் விலகுவது பலவீனம் அல்ல.
• உள் அமைதி > வெளிப்புறப் போராட்டம்.
• நெறி காப்பாற்றும் பின்வாங்கல் = வலிமை.

---

6. ஆன்மிகப் பாடம்

• பின்வாங்குதல் = ஆன்மாவின் சுத்திகரிப்பு காலம்.
• தனிமை தவறல்ல — உள் ஒளியைத் திரட்டும் நேரம்.

---

7. ஒரு வரி சாரம்

"பின்வாங்க வேண்டிய தருணத்தை அறிந்தவரே வெற்றியை அடைவார்."

ஹெக்ஸாகிராம் 34:

第三十四卦 — 大壯 (தை ஜுவாங்)

ஹெக்ஸாகிராம் 34: 第三十四卦 — 大壯 (தை ஜுவாங்) — மிகுந்த வலிமை / சக்தியின் எழுச்சி / முன்னேறும் பெருஞ்சக்தி

---

1. 卦名 (பெயர்)

சீன உரை: 大壯
சீன உரை தமிழில்: தை ஜுவாங்
நேரடி பொருள்: பெரிய வலிமை, பெரும் எழுச்சி, சக்தி சீற்றம்.
குறியீட்டு பொருள்:
இடி (☳) மேலே — வெடித்தெழும் சக்தி
சொர்க்கம் (☰) கீழே — தூய வலிமை

இவை சேர்ந்து:
சக்தி உச்சம் நோக்கி நகரும் தருணம்.
ஆனால் அதைக் கட்டுப்பாடு இன்றி பயன்படுத்தினால் நாசம்.
தை ஜுவாங் = வலிமை + நெறி.

---

2. தீர்ப்பு (卦辭 / குவா சிஜ)

சீன உரை:
大壯，利貞。

தமிழ் மொழிபெயர்ப்பு:
தை ஜுவாங் — நெறி நலம்.

பொருள்:
வலிமை மிகுதியான காலம்.
ஆனால் நெறியில் மட்டும் செயல்படுக;
அதுவே நன்மை தரும்.

---

3. காட்சி (象曰 / ஷியாங் யு)

சீன உரை:
雷在天上，大壯。君子以非禮勿履。

தமிழ் மொழிபெயர்ப்பு:
வானின் மேல் இடி — தை ஜுவாங்.
ஞானி நெறிக்குப் புறம்பானதை ஒருபோதும் செய்ய மாட்டார்.

பொருள்:
சக்தி அதிகமானபோது எளிதில் தவறாகப் போகலாம்.
ஆகவே நெறியை பற்றிக்கொள்.

வரி உரைகள் (爻辭 / யாவோ சி)

初九 (கீழ் வரி)

சீன உரை:
壯于趾，征凶，有孚。

தமிழ் மொழிபெயர்ப்பு:
பாதத்தில் சக்தி;
இப்போது செல்வது — தீங்கு;
நம்பிக்கை மட்டும் உள்ளது.

பொருள்:
ஆரம்ப உற்சாகம் → ஆபத்து.
அவசரப்படாதே.

九二 (இரண்டாவது வரி)

சீன உரை:
貞吉。

தமிழ் மொழிபெயர்ப்பு:
நெறியில் நலன்.

பொருள்:
சக்தியை நெறியில் வைத்தால் பாதுகாப்பு.

九三 (மூன்றாவது வரி)

சீன உரை:
小人用壯，君子用罔，貞厲。羝羊觸藩，羸其角。

தமிழ் மொழிபெயர்ப்பு:
சிற்றினர் வலிமையை தவறாகப் பயன்படுத்துவர்;
ஞானி எச்சரிக்கையுடன் இருப்பார்.
குறில் ஆடு வேலியைத் தட்டி கொம்பு சிக்குவது — ஆபத்து.

பொருள்:
வலிமை தவறாகப் பயன்படுத்தினால் சிக்கல்.
சக்தியைத் தள்ளாமல் காத்திரு.

九四 (நான்காவது வரி)

சீன உரை:
貞吉，悔亡；藩決不羸，壯于大輿之輹。

தமிழ் மொழிபெயர்ப்பு:
நெறி நலம்;
பச்சாத்தாபம் இல்லை;
வேலி உடைந்தாலும் வலிமை சிக்காது;
பெரிய வண்டியின் ஆரங்கள் போல ஆதரவு.

பொருள்:
சக்தி சரியான திசையில் ஓடுகிறது.
இதுவே உண்மையான வெற்றி.

六五 (ஐந்தாவது வரி)

சீன உரை:
喪羊于易，无悔。

தமிழ் மொழிபெயர்ப்பு:
எளிதான இடத்தில் ஆடு இழப்பு — பச்சாத்தாபம் இல்லை.

பொருள்:
சிறு இழப்பை ஏற்றுக் கொள்ளல் → பெரிய நன்மை.
எளிய தியாகம் → பாதுகாப்பு.

上六 (மேல் வரி)

சீன உரை:
羝羊觸藩，不能退，不能遂，无攸利，艱則吉。

தமிழ் மொழிபெயர்ப்பு:
குறில் ஆடு வேலியைத் தட்டி சிக்கியது;
முன்னோக்கவும் முடியாது; பின்வாங்கவும் முடியாது;
நன்மை இல்லை;
ஆனால் துன்பத்தில் காத்திருந்தால் — நலம்.

பொருள்:
சிக்கலில் போராட வேண்டாம்;
அமைதியாக காத்திருத்தல் → பாதுகாப்பு.

---

1. நெறிப் பாடம்

• வலிமை உச்சத்தில் இருக்கும்போது நெறி அவசியம்.
• அவசர செயல் → நாசம்.
• உள்ளத்தில் தாழ்மை இருந்தால் வலிமை நல்லதிற்கே பயன்படும்.
• தை ஜுவாங் = சக்தியை சரியாகப் பயன்படுத்தும் காலம்.

சுருக்கம்:
வலிமை + கட்டுப்பாடு = உண்மையான ஆளுமை.

---

2. தத்துவப் பாடம்

• சக்தி வருவது இயல்பு;
அதைத் தடுப்பது அல்ல;
நெறியில் செலுத்துவது முக்கியம்.
• அடக்கப்பட்ட வலிமை → பாதுகாப்பு.
• கட்டுப்பாடற்ற சக்தி → உடைவு.

மைய சிந்தனை:
சக்தி + நெறி = உயர்வு.

---

3. நடைமுறை வாழ்க்கைப் பாடம்

அ) செயல்
• உச்ச உற்சாகத்தில் முடிவு எடுக்காதே.
• நேரம் சரியில்லையெனில் காத்திரு.

ஆ) ஒழுக்கம்
• சுய கட்டுப்பாடு = தை ஜுவாங் இன் மையம்.
• வலிமை வந்தபோதும் தாழ்மை காப்பாற்று.

இ) முடிவெடுத்தல்
• பெரிய முயற்சிக்கு முன் சூழலை பார்.
• தவறான நேரம் = தோல்வி.

---

4. வேலை & தலைமைத்துவப் பாடம்

• குழுவில் வலிமை அதிகம் இருந்தாலும்
தலைவர் நெறி காட்ட வேண்டும்.
• அதிகாரம் + ஒழுக்கம் → நிலைபேறு.

---

5. உளவியல் பாடம்

• மனசக்தி உச்சத்தில் இருக்கும் நேரம் — ஆபத்தானது.
• உணர்ச்சியை கட்டுப்படுத்தல் → வெற்றி.

---

6. ஆன்மிகப் பாடம்

• தை ஜுவாங் — ஆன்ம சக்தி எழுச்சி.
• சக்தியை தியானத்தில், நெறியில் நிலைநிறுத்து.
• அறவழி = சக்தியின் பாதுகாப்பு.

---

7. ஒரு வரி சாரம்

"வலிமையை கட்டுப்படுத்தும் மனமே உண்மையான மகத்துவத்தை உருவாக்கும்."

ஹெக்ஸாகிராம் 35:
第三十五卦 — 晉 (ஜின்)

ஹெக்ஸாகிராம் 35: 第三十五卦 — 晉 (ஜின்) — முன்னேற்றம் / உயர்வு / ஒளியுடன் முன்னேறு

---

1. 卦名 (பெயர்)

சீன உரை: 晉
சீன உரை தமிழில்: ஜின்
நேரடி பொருள்: முன்செலுத்தல், உயர்வு, ஒளி மேலே செல்லுதல்.
குறியீட்டு பொருள்:
நெருப்பு (☲) மேலே — வெளிச்சம் எழுதல்
பூமி (☷) கீழே — தாங்கல், நிலைத்தன்மை

இவை சேர்ந்து:
ஒளியின் உயர்வு.
வெளிப்படை + நெறியுடனான முன்னேற்றம்.
ஜின் என்பது படிப்படியாக வளரும் வளர்ச்சி —
ஆவேசமில்லா, ஒழுங்கான உயர்வு.

---

2. தீர்ப்பு (卦辭 / குவா சிஜ)

சீன உரை:
晉，康侯用錫馬蕃庶，晝日三接。

தமிழ் மொழிபெயர்ப்பு:
ஜின் — வளமான அரசு குதிரைகளால் கௌரவிக்கப்படுகிறது;
பகலில் மூன்று முறை சந்திப்பு — உயர்ந்த அருள்.

பொருள்:
முன்னேற்றம் தெய்வீகமாக அங்கீகரிக்கப்பட்டது.
திறந்த மனம் + ஒழுக்கம் இருந்தால் பெரும் வாய்ப்பு வரும்.

---

3. காட்சி (象曰 / ஷியாங் யு)

சீன உரை:
明出地上，晉。君子以自昭明德。

தமிழ் மொழிபெயர்ப்பு:
பூமியிலிருந்து நெருப்பு மேலே எழுதல் — ஜின்.
ஞானி தனது அறத்தை பிரகாசப்படுத்துகிறார்.

பொருள்:
உண்மை, நேர்மை, தெளிவு வெளிப்படும் காலம்.
நல்ல அறத்தை உலகிற்கு காட்டுவதற்கான தருணம்.

வரி உரைகள் (爻辭 / யாவோ சி)

初六 (கீழ் வரி)

சீன உரை:
晉如摧如，貞吉。罔孚，裕无咎。

தமிழ் மொழிபெயர்ப்பு:
முன்னேற்றம் தடுமாற்றமாகத் தோன்றினாலும்
நெறியில் நின்றால் நலம்.
நம்பிக்கை இல்லாவிட்டாலும்
பெருந்தன்மை — குற்றமில்லை.

பொருள்:
ஆரம்பத்தில் தடைகள் இருக்கும்;
ஆனால் தாழ்மை + நெறி → வெற்றி.

六二 (இரண்டாவது வரி)

சீன உரை:
晉如愁如，貞吉。受茲介福，于其王母。

தமிழ் மொழிபெயர்ப்பு:
முன்னேற்றம் கவலையாகத் தோன்றினாலும்
நெறி நலம்;
மூத்தரின் அருள் — நன்மை.

பொருள்:
உதவி, ஆதரவு, ஆசீர்வாதம் வரும் காலம்.

六三 (மூன்றாவது வரி)

சீன உரை:
眾允，悔亡。

தமிழ் மொழிபெயர்ப்பு:
மக்கள் ஒப்புதல்;
பச்சாத்தாபம் இல்லை.

பொருள்:
உன் முயற்சி மற்றவரால் ஏற்கப்படும்.
நல்லபெயர் உருவாகும்.

九四 (நான்காவது வரி)

சீன உரை:
晉如鼫鼠，貞厲。

தமிழ் மொழிபெயர்ப்பு:
முயலரைப் போல யோசனை;
நெறியில் இருந்தாலும் ஆபத்து.

பொருள்:
சிறு மனம் / பயம் → முன்னேற்றத்தை தடுக்கலாம்.

六五 (ஐந்தாவது வரி)

சீன உரை:
悔亡，失得勿恤，往吉无不利。

தமிழ் மொழிபெயர்ப்பு:
பச்சாத்தாபம் இல்லை;
இழப்பு பற்றிக் கவலை வேண்டாம்;
சென்றால் நலம்.

பொருள்:
சந்தேகம் விட்டு முன்னேறினால் வெற்றி உறுதி.

上九 (மேல் வரி)

சீன உரை:
晉其角，維用伐邑，厲吉无咎，貞吝。

தமிழ் மொழிபெயர்ப்பு:
கொம்பைப் போல முன்னேற்றம்;
நகரத்தை வெல்வது போல வலிமை;
ஆபத்து இருந்தாலும் நலம்;
ஆனால் நெறியில் குறை.

பொருள்:
மிகை வலிமை + நேரடி மோதல் → ஆபத்து.
ஆனால் திறமை காக்கப்படலாம்.

---

1. நெறிப் பாடம்

• முன்னேற்றம் = ஒளியின் எழுச்சி.
• தாழ்மை → பாதுகாப்பு → வளர்ச்சி.
• வெளிப்படை மனம் நன்மையை ஈர்க்கும்.
• பயம், சந்தேகம் — முன்னேற்றத்தின் தடைகள்.

சுருக்கம்:
தெளிவு + நெறி = நிச்சயமான முன்னேற்றம்.

---

2. தத்துவப் பாடம்

• ஜின் = ஒளி வெளிப்படுவது.
• உள்ளத்தின் அறம் வெளியில் விளங்கும் நேரம்.
• முன்னேற்றம் இயற்கையாக வரும்;
அதை மென்மையுடன் ஏற்று கொள்.

மைய சிந்தனை:
ஒளி + தாழ்மை = உயர்வு.

---

3. நடைமுறை வாழ்க்கைப் பாடம்

அ) செயல்
• புதிய வாய்ப்பு தெளிவாகிறது — பயப்படாதே.
• தடை இருந்தாலும் நேர்மை காக்க.

ஆ) ஒழுக்கம்
• உண்மையான வளர்ச்சி உள்நோக்கியியும் இருக்க வேண்டும் + வெளிநோக்கியியும் இருக்க வேண்டும்.
• நான் என்னும் அகங்காரம் வந்தால் ஒளி அழியும்.

இ) முடிவெடுத்தல்
• தெளிவான திட்டம் → பெரிய முன்னேற்றம்.
• தயக்கம் விடு; செயல்படு.

---

4. வேலை & தலைமைத்துவப் பாடம்

• உங்கள் திறமை இப்போது வெளிச்சத்தில் தெரியத் தொடங்கும்.
• தலைவர் → ஒளி பரப்புபவர்.
• குழுவுக்கு நம்பிக்கை கொடுப்பது → முன்னேற்றம்.

---

5. உளவியல் பாடம்

• உள்ளத்திலுள்ள இருண்ட எண்ணங்களை நீக்கினால் மனஒளி பெருகும்.
• நம்பிக்கையின்மை → முன்னேற்றத்தைத் தடுத்து நிறுத்தும்.

---

6. ஆன்மிகப் பாடம்

• ஜின் = ஆன்ம ஒளி எழும் நேரம்.
• பார்வை தெளிவாகும்;
உண்மை வெளிப்படும்.

---

7. ஒரு வரி சாரம்

"ஒளியுடன், தாழ்மையுடன் முன்னேறு — உயர் நிலை உன்னை வரவேற்கிறது."

ஹெக்ஸாகிராம் 36:

第三十六卦 — 明夷 (மிங் இ)

ஹெக்ஸாகிராம் 36: 第三十六卦 — 明夷 (மிங் இ) — ஒளி மறைவு / சூழ்நிலை இருள் / உள்ளொளியை பாதுகாத்தல்

---

1. 卦名 (பெயர்)

சீன உரை: 明夷
சீன உரை தமிழில்: மிங் இ
நேரடி பொருள்: ஒளி காயப்படுதல், ஒளி மறைவு, வெளிச்சம் இருளால் மூடப்படுதல்.
குறியீட்டு பொருள்:
பூமி (☷) மேலே — இருள், மூடல்
நெருப்பு (☲) கீழே — ஒளி, உண்மை

இவை சேர்ந்து:
ஒளி வெளிப்பட முடியாத சூழல்.
உண்மையை உள்ளே காக்கும் காலம்.
வெளியில் இருள் இருந்தாலும் உள்ளொளி அணையக்கூடாது.

---

2. தீர்ப்பு (卦辭 / குவா சிஜ)

சீன உரை:
明夷，利艱貞。

தமிழ் மொழிபெயர்ப்பு:
மிங் இ — கடினநிலையில் நெறி நலம்.

பொருள்:
சூழல் எதிர்மறை;
ஆனால் நெறி விட்டுவிடாமல் இருந்தால் நன்மை.
கஷ்டத்தில் உள்ளொளியை பாதுகாக்க வேண்டும்.

---

3. காட்சி (象曰 / ஷியாங் யு)

சீன உரை:
明入地中，明夷。君子以蒞眾，用晦而明。

தமிழ் மொழிபெயர்ப்பு:
ஒளி பூமிக்குள் மறைகிறது — மிங் இ.
ஞானி கூட்டத்தைக் கையாளும்போது
ஒளியை வெளியில் காட்டாமல், உள்ளே பாதுகாக்கிறார்.

பொருள்:
கட்டான நேரத்தில் மௌனம், எச்சரிக்கை, உள்ளுணர்வுடன் நட.

வரி உரைகள் (爻辭 / யாவோ சி)

初九 (கீழ் வரி)

சீன உரை:
明夷于飛，垂其翼。君子于行，三日不食，有攸往，主人有言。

தமிழ் மொழிபெயர்ப்பு:
பறக்கும் ஒளி காயமடைந்து இறக்கைகளை தாழ்த்துகிறது;
ஞானி பயணிக்கும் போது மூன்று நாள் உணவு இல்லாமல் கஷ்டம்;
செல்லும் இடத்தில் எதிர்ப்பு.

பொருள்:
ஆரம்பக் கட்டான அவஸ்தை;
ஆனால் பொறுமை அவசியம்.

六二 (இரண்டாவது வரி)

சீன உரை:
明夷，夷于左股，用拯馬壯，吉。

தமிழ் மொழிபெயர்ப்பு:
ஒளி இடது தொடையில் காயம்;
வலிய குதிரையின் உதவி — நன்மை.

பொருள்:
உதவி கிடைக்கும்;
ஆனால் காயம் இன்னும் உள்ளது — முன்னேற்றம் மெதுவாக.

九三 (மூன்றாவது வரி)

சீன உரை:
明夷于南狩，得其大首，不可疾貞。

தமிழ் மொழிபெயர்ப்பு:
தெற்கில் வேட்டையில் ஒளி மறைவு;
பெரிய தலைவன் பிடிபடுகிறான்;
அவசர நெறி வேண்டாம்.

பொருள்:
வெற்றி தோன்றலாம்;
ஆனால் இந்நேரம் ஆபத்தானது — மெதுவாக நட.

六四 (நான்காவது வரி)

சீன உரை:
入于左腹，獲明夷之心，出于門庭。

தமிழ் மொழிபெயர்ப்பு:
இடது புறக் கருவறைக்குள் நுழைகிறது;
ஒளி மறைவு உள்ளத்தின் உண்மை காணப்படுகிறது;
வாசல் வழியாக வெளியேறும்.

பொருள்:
உள் இருளை உணர்ந்தால்
பாதையை மீண்டும் காண முடியும்.

六五 (ஐந்தாவது வரி)

சீன உரை:
箕子之明夷，利貞。

தமிழ் மொழிபெயர்ப்பு:
கி-ஸியின் ஒளிமறைவு —
நெறியில் நலம்.

பொருள்:
உள்ளொளியை மறைத்தாலும்
நெறி காக்கப்பட வேண்டும்.

上六 (மேல் வரி)

சீன உரை:
不明晦，初登于天，後入于地。

தமிழ் மொழிபெயர்ப்பு:
ஒளியை இழந்து இருள்;
முதல் வானிலே உயர்ந்தார்;
பின் பூமிக்குள் விழுந்தார்.

பொருள்:
அகங்காரம் → வீழ்ச்சி.
உள்ளொளி அணைந்துவிட்டால் முடிவு கடினம்.

---

1. நெறிப் பாடம்

• சூழல் இருளாக இருக்கும்போது ஒளியை வெளியில் காட்டக்கூடாது.
• உள்ளொளி = பாதுகாப்பு.
• தாழ்மை + அமைதி → நன்மை.
• அகங்காரம் இருளை அதிகரிக்கும்.

சுருக்கம்:
ஒளியைத் தக்க வைத்துக் கொள்ளும் மௌனநெறி = மிங் இ இன் மையம்.

---

2. தத்துவப் பாடம்

• ஒளி சில நேரங்களில் மறைந்து போவது வளர்ச்சியின் பகுதி.
• வெளிப்புற இருள் → உள் ஒளியின் சோதனை.
• நெறியை காக்க வேண்டும்; நேரத்திற்காக காத்திருக்க வேண்டும்.

மைய சிந்தனை:
உள்ளொளி + பொறுமை = பாதுகாப்பு.

---

3. நடைமுறை வாழ்க்கைப் பாடம்

அ) செயல்
• சூழல் எதிராக இருந்தால் வெளிப்படாதே.
• சரியான நேரத்திற்காக காத்திரு.

ஆ) ஒழுக்கம்
• உணர்ச்சியில் பேசுவதை நிறுத்து;
அதிகம் காட்டாதே.
• சுய பாதுகாப்பு = அவசியம்.

இ) முடிவெடுத்தல்
• தற்போது விரிவு செய்யாதே.
• இருள் விலகியபின் செயல் தொடங்கு.

---

4. வேலை & தலைமைத்துவப் பாடம்

• நச்சுத்தன்மை வாய்ந்த சூழல் — மௌனமாக செயல் செய்.
• தலைவர்: ஒளியை உள்ளே வைத்துக் காக்க வேண்டும்.
• அரசியல் மோதல்களில் வெளிப்பாடு ஆபத்து.

---

5. உளவியல் பாடம்

• மனக்காயம் → ஒளி தற்காலிகமாக மறையும்.
• நேரம் தந்தால் மன ஒளி திரும்பும்.
• வெளிச்சத்தை மறைத்து பாதுகாப்பது பலம்.

---

6. ஆன்மிகப் பாடம்

• மிங் இ = ஆன்மாவின் இருண்ட இரவு.
• இந்த காலத்தில் தியானம், மௌனம், நெறி மிக அவசியம்.
• வெளிச்சம் மறைந்தாலும் ஆத்மா ஒளியைத் தக்க வைக்கும்.

---

7. ஒரு வரி சாரம்

"இருளில் வெளிச்சம் வெளியே தெரியாமல் உள்ளே எரிவது — அதுவே மிங் இ."

ஹெக்ஸாகிராம் 37:

第三十七卦 — 家人 (ஜியா ரென்)

ஹெக்ஸாகிராம் 37: 第三十七卦 — 家人 (ஜியா ரென்) — குடும்பம் / ஒழுங்கு / உறுதித் தொடர்புகள்

---

1. 卦名 (பெயர்)

சீன உரை: 家人
சீன உரை தமிழில்: ஜியா ரென்
நேரடி பொருள்: குடும்பம், வீடு, இல்லம்.
குறியீட்டு பொருள்:
காற்று (☴) மேலே — பரவுதல், செல்வாக்கு
நெருப்பு (☲) கீழே — ஒளி, வெப்பம்

இவை சேர்ந்து:
ஒளியும் வெப்பமும் வெளிப்பட்டு, குடும்பம் வெளியில் செல்வாக்கை உருவாக்கும் நிலை.
உள்ளமைப்பு ஒழுங்காக இருந்தால் வெளியுலக முன்னேற்றம் இயல்பாக வரும்.

---

2. தீர்ப்பு (卦辭 / குவா சிஜ)

சீன உரை:
家人，利女貞。

தமிழ் மொழிபெயர்ப்பு:
குடும்பம் — பெண்மையின் நெறி நலம்.

பொருள்:
குடும்ப ஒழுங்கு மென்மையான நெறியால் தழைக்கும்.
அழிவு இல்லாத தாழ்மை, பராமரிப்பு, அன்பு → குடும்பத்தின் வலிமை.

---

3. காட்சி (象曰 / ஷியாங் யு)

சீன உரை:
風自火出，家人。君子以言有物，而行有恆。

தமிழ் மொழிபெயர்ப்பு:
நெருப்பிலிருந்து காற்று எழுகிறது — ஜியா ரென்.
ஞானி சொற்களில் நெறி,
செயல்களில் நிலைத்தன்மை கொண்டவர்.

பொருள்:
குடும்பமும் சமுதாயமும் சொற்களும் செயல்களும் மூலம் கட்டப்படுகின்றன.
அமைதி + ஒழுக்கம் → உறுதிக் குடும்பம்.

வரி உரைகள் (爻辭 / யாவோ சி)

初九 (கீழ் வரி)

சீன உரை:
家人嗃嗃，悔厲吉，婦子嘻嘻，終吝。

தமிழ் மொழிபெயர்ப்பு:
குடும்பத்தில் கடுமையான குரல் — பச்சாத்தாபம், ஆனால் இறுதியில் நலம்.
பெண் மற்றும் குழந்தை சிரித்தால் — இறுதியில் குறை.

பொருள்:
ஒழுக்கம் அவசியம்;
அளவில்லாத பொழுதுபோக்கு → சிதைவு.

六二 (இரண்டாவது வரி)

சீன உரை:
无攸遂，在中馈，貞吉。

தமிழ் மொழிபெயர்ப்பு:
திறமை வெளிப்படாதாலும்
உள்ளகச் சேவையில் நெறி நலம்.

பொருள்:
குடும்பத்தின் அடிப்படை வேலைகள் → மிகப் பெரிய பங்கு.

九三 (மூன்றாவது வரி)

சீன உரை:
家人嗃嗃，悔厲无咎。

தமிழ் மொழிபெயர்ப்பு:
கடுமையான குரல் — பச்சாத்தாபம், ஆபத்து;
ஆனால் குற்றம் இல்லை.

பொருள்:
அதிக கட்டுப்பாடு → மனகாயம்;
ஆனால் நல்ல நோக்கம் இருந்தால் தீங்கு இல்லை.

九四 (நான்காவது வரி)

சீன உரை:
富家，大吉。

தமிழ் மொழிபெயர்ப்பு:
செழித்த குடும்பம் — பெரிய நன்மை.

பொருள்:
வெளியுலக முன்னேற்றம் குடும்ப அடிப்படையிலிருந்து வரும்.

九五 (ஐந்தாவது வரி)

சீன உரை:
王假有家，勿恤，吉。

தமிழ் மொழிபெயர்ப்பு:
அரசர் குடும்பத்தை ஒழுங்குபடுத்துகிறார்;
கவலை வேண்டாம் — நன்மை.

பொருள்:
சரியான தலைமை → நிலைபேறு + வளர்ச்சி.

上九 (மேல் வரி)

சீன உரை:
有孚威如，終吉。

தமிழ் மொழிபெயர்ப்பு:
உண்மையான நம்பிக்கை + வலிமையான ஒழுக்கம் —
இறுதியில் நலம்.

பொருள்:
ஒழுக்கத்துடன் வந்த நம்பிக்கை → மாறாத வெற்றி.

---

1. நெறிப் பாடம்

- குடும்ப ஒழுங்கு = சமுதாயத்தின் அடித்தளம்.
- அன்பு + ஒழுக்கம் இணைந்து செயல்பட வேண்டும்.
- மிக மென்மை → சிதைவு; மிக கடினத்தன்மை → காயம்.
- நடுநிலை → வளர்ச்சி.

சுருக்கம்:
மென்மை + ஒழுக்கம் = உறுதிக் குடும்பம்.

2. தத்துவப் பாடம்

• ஜியா ரென் = "உள்ளமைப்பு சரி இருந்தால் வெளி உலகம் சீராகும்."
• குடும்பம் ஒரு சிறிய அரசை போன்றது.
• உள் நல்லிணக்கம் → வெளியுலக ஒளி.

மைய சிந்தனை:
குடும்பத்தின் சமநிலை = வாழ்க்கையின் சமநிலை.

---

3. நடைமுறை வாழ்க்கைப் பாடம்

அ) செயல்
• குடும்பத்தில் சிறு செயல்களில் கூட நெறி.
• பொறுப்பு பகிர்வு → அமைதி.

ஆ) ஒழுக்கம்
• சொற்களும் செயல்களும் சமமாக இருக்க வேண்டும்.
• கோபம் கட்டுப்பாட்டில் இருக்க வேண்டும்.

இ) முடிவெடுத்தல்
• குடும்ப நலன் முன்னிலையாக இருக்க வேண்டும்.
• சண்டை/குழப்பத்தில் அமைதியாக இடைநிறுத்து.

---

4. வேலை & தலைமைத்துவப் பாடம்

• சிறந்த தலைவர் = குடும்பத்தை ஒழுங்குபடுத்தக்கூடியவர்.
• குழு = ஒரு குடும்பம்.
• ஒத்திசைவு → வளர்ச்சி.

---

5. உளவியல் பாடம்

• குடும்ப சூழல் மனநிலையை வழிவமைக்கிறது.
• அமைதியான வீடு = தெளிந்த மனம்.
• பரஸ்பர நம்பிக்கை → உள் வலிமை.

---

6. ஆன்மிகப் பாடம்

• இல்லம் = ஆன்ம புனிதம்.
• வீட்டை சுத்தமாக, ஒழுங்காக வைத்தல் → ஆன்ம சுத்தம்.
• அன்பு, பொறுப்பு → தெய்வீக நெறி.

7. ஒரு வரி சாரம்

“உள்ளக ஒழுங்கு இருந்தால் வாழ்க்கை முழுவதும் ஒளி பிறக்கும்.”

ஹெக்ஸாகிராம் 38:
第三十八卦 — 睽 (குவேய்)

ஹெக்ஸாகிராம் 38: 第三十八卦 — 睽 (குவேய்) — முரண்பாடு / வேறுபாடு / எதிர்மறை திசைகள்

---

1. 卦名 (பெயர்)

சீன உரை: 睽
சீன உரை தமிழில்: குவேய்
நேரடி பொருள்: விரிசல், முரண்பாடு, பிரிவு.
குறியீட்டு பொருள்:
நெருப்பு (☲) மேலே — தெளிவு, தனிப்பட்ட பார்வை, சுய அடையாளம்
ஏரி (☱) கீழே — மகிழ்ச்சி, தொடர்பு, சமூக மனம்

ஆனால் இவை **ஒருவரை ஒருவர் விட்டு விலகி நோக்கும்** —
அதனால்:
உணர்ச்சி + எண்ணத்தில் வேறுபாடு → முரண்பாடு.
குவேய் என்பது சண்டை அல்ல;
வேறுபாடுகளைப் புரிந்து ஒத்திசைவைக் காணும் காலம்.

---

2. தீர்ப்பு (卦辭 / குவா சிஜ)

சீன உரை:
睽，小事吉。

தமிழ் மொழிபெயர்ப்பு:
குவேய் — சிறு செயல்களில் நலம்.

பொருள்:
பெரிய முயற்சி இக்காலத்தில் ஆபத்து;
சிறு முயற்சி, சிறு சமரசம் → நன்மை.

---

3. காட்சி (象曰 / ஷியாங் யு)

சீன உரை:
上火下澤，睽。君子以同而異。

தமிழ் மொழிபெயர்ப்பு:
மேல் நெருப்பு, கீழ் ஏரி — குவேய்.
ஞானி ஒற்றுமையைக் காண்பார்,
வேறுபாட்டைக் கௌரவிப்பார்.

பொருள்:
வேறுபாடுகளை ஒதுக்குவது அல்ல;
அவற்றை புரிந்து அதில் ஒற்றுமை உருவாக்குவது.

வரி உரைகள் (爻辭 / யாவோ சி)

初九 (கீழ் வரி)

சீன உரை:
悔亡，喪馬勿逐，自復。見惡人无咎。

தமிழ் மொழிபெயர்ப்பு:
பச்சாத்தாபம் இல்லை;
திறந்துவிட்ட குதிரையைத் துரத்தாதே — அது தானே திரும்பும்;
கெட்ட மனிதரைப் பார்த்தாலும் குற்றமில்லை.

பொருள்:
அவசரமாக பின்தொடர வேண்டாம்;
பிரிவு தானாக சரியாகும்.

九二 (இரண்டாவது வரி)

சீன உரை:
遇主于巷，无咎。

தமிழ் மொழிபெயர்ப்பு:
சந்திப்பு நெருக்கமான வழியில் — குற்றமில்லை.

பொருள்:
முரண்பாடுகள் இருந்தாலும் நேர்முகமாகச் சந்தித்தால் தீர்வு.

六三 (மூன்றாவது வரி)

சீன உரை:
見輿曳，其牛掣，其人天且劓，无初有終。

தமிழ் மொழிபெயர்ப்பு:
வண்டி இழுக்கப்படுகிறது;
காளை தடுக்கிறது;
மனிதன் காயம்;
ஆரம்பத்தில் கஷ்டம்;
ஆனால் இறுதியில் நலம்.

பொருள்:
பெரிய தடை;
ஆனால் பொறுமை → மறைந்த நன்மை.

九四 (நான்காவது வரி)

சீன உரை:
睽孤，遇元夫，交孚，厲无咎。

தமிழ் மொழிபெயர்ப்பு:
தனிமை;
முக்கியமான மனிதரைச் சந்திக்கிறார்;
உண்மையான இணைவு;
ஆபத்து இருந்தாலும் குற்றமில்லை.

பொருள்:
வேறுபாட்டை முடிக்கும் சரியான துணை கிடைக்கும்.

六五 (ஐந்தாவது வரி)

சீன உரை:
悔亡，厥宗噬膚，往何咎。

தமிழ் மொழிபெயர்ப்பு:
பச்சாத்தாபம் இல்லை;
மேல் பகுதியை மட்டுமே கடித்தல்;
சென்றாலும் குற்றம் இல்லை.

பொருள்:
சிறு மோதல்;
ஆனால் பெரிய தீங்கு இல்லாது முடியும்.

上九 (மேல் வரி)

சீன உரை:
睽孤，見豕負涂，載鬼一車，先張之弧，後説之弧，匪寇婚媾，往遇雨則吉。

தமிழ் மொழிபெயர்ப்பு:
தனிமை;
கழிவில் மூழ்கிய பன்றியைப் பார்க்கிறார்;
ஒரு வண்டி பேய்களால் நிரம்பியது போல;
முதலில் வில்லைக் கொடுத்து இழுக்கிறார்;
பின் தளர்த்துகிறார்;
இவர்கள் எதிரி அல்ல — இணைவுக்கு வருபவர்கள்;
மழையைச் சந்தித்தால் — நன்மை.

பொருள்:
முரண்பாடு தோற்றம் மட்டுமே;
உண்மையில் நல்ல இணைவு உருவாகும்.

---

1. நெறிப் பாடம்

• வேறுபாடு = சண்டை அல்ல.
• ஒற்றுமை மென்மை மூலம் உருவாகும்.
• உடனடி மோதல் → தீர்வு இல்லை.
• சிறு சமரசம் → முன்னேற்றம்.

சுருக்கம்:
முரண்பாட்டில் ஒற்றுமையைப் பார்க்கும் மனம் = குவேய்.

---

2. தத்துவப் பாடம்

• பிரிவு இயற்கை — இணைவும் இயற்கை.
• இரண்டு தீபங்கள் வேறு திசை பார்த்தாலும்
இருளை அகற்றும் சக்தி ஒன்றே.
• வேறுபாடு = நெறியின் சோதனை.

மைய சிந்தனை:
வேறுபாடு + புரிதல் = ஒத்திசைவு.

---

3. நடைமுறை வாழ்க்கைப் பாடம்

அ) செயல்
• மோதல் நேரிடும் போது முதலில் காத்திரு.
• நேர்முக உரையாடல் → தீர்வு.

ஆ) ஒழுக்கம்
• தீவிர உணர்ச்சி = முரன்பாட்டை ஆழப்படுத்தும்.
• அமைதியாக சிந்தி → உண்மை தெரியும்.

இ) முடிவெடுத்தல்
• பெரிய முடிவு வேண்டாம்.
• சிறு மாற்றம் → நல்ல விளைவு.

---

4. வேலை & தலைமைத்துவப் பாடம்

• குழுவில் கருத்து வேறுபாடு வந்தால்
தலைவர் → இணைவு உருவாக்குபவர்.
• இரண்டு பக்கங்களின் உண்மையைப் புரிந்து நட.

---

5. உளவியல் பாடம்

• உள் முரண்பாடு வெளிப்புற மோதலாக வெளிப்படும்.
• தெளிவு → அமைதி.
• நான் என்னும் அகங்காரம் → தூரம்.

---

6. ஆன்மிகப் பாடம்

• சிதறலின் நேரம் — ஆன்மா தன்னைப் புரிந்து கொள்கிறது.
• வேறுபாட்டை ஏற்றுக் கொள்வது → தெய்வீக பரந்த மனம்.

---

7. ஒரு வரி சாரம்

"முரண்பாட்டை சமாதானமாக மாற்றும் மனமே உண்மையான ஒளி."

ஹெக்ஸாகிராம் 39:
第三十九卦 — 蹇 (ஜியான்)

ஹெக்ஸாகிராம் 39: 第三十九卦 — 蹇 (ஜியான்) — தடைகள் / நிறுத்தம் / திசை மாற்றம்

---

1. 卦名 (பெயர்)

சீன உரை: 蹇
சீன உரை தமிழில்: ஜியான்
நேரடி பொருள்: தடுமாற்றம், அசௌகரியம், முன்னேற்றத் தடைகள்.
குறியீட்டு பொருள்:
நீர் (☵) மேலே — ஆபத்து, நின்று கவனிப்பது
மலை (☶) கீழே — நிறுத்தம், தடுப்பு

இவை சேர்ந்து:
முன்னேற்றம் தடுக்கப்படும் நேரம்.
அவசரம் ஆபத்து; திசை மாற்றம் பாதுகாப்பு.
ஜியான் → "நின்று சிந்தி" எனும் எச்சரிக்கை.

---

2. தீர்ப்பு (卦辭 / குவா சிஜ)

சீன உரை:
蹇，利西南，不利東北。利見大人，貞吉。

தமிழ் மொழிபெயர்ப்பு:
ஜியான் — தென்மேற்கில் நலம்;
வடகிழக்கில் நலம் இல்லை;
ஞானியைச் சந்திப்பது நன்மை;
நெறி நலம்.

பொருள்:
சில திசை நல்லது;
சில திசை இல்லை — திசைத் தேர்வே தீர்வு.
உதவி, வழிகாட்டல் தேடினால் நன்மை.

---

3. காட்சி (象曰 / ஷியாங் யு)

சீன உரை:
山上有水，蹇。君子以反身修德。

தமிழ் மொழிபெயர்ப்பு:
மலையின் மேல் நீர் — ஜியான்.
ஞானி தன்னுள் திரும்பி அறத்தை திருத்திக்கொள்கிறார்.

பொருள்:
தடைகள் = உள் சீர்திருத்தத்திற்கான நேரம்.
வெளி தடை → உள் வளர்ச்சி.

வரி உரைகள் (爻辭 / யாவோ சி)

初六 (கீழ் வரி)

சீன உரை:
往蹇，來譽。

தமிழ் மொழிபெயர்ப்பு:
முன்னேறுவது தடையாகும்;
திரும்புவது புகழ்.

பொருள்:
இப்போது முன்னேற்றம் ஆபத்து;
பின்வாங்குதல் நலம்.

六二 (இரண்டாவது வரி)

சீன உரை:
王臣蹇蹇，匪躬之故。

தமிழ் மொழிபெயர்ப்பு:
அரசரின் அமைச்சர்கள் கஷ்டத்தில்;
அது அவர்களால் ஏற்படவில்லை.

பொருள்:
சூழ்நிலை காரணமாக வரும் தடைகள் → குற்றமில்லை.

九三 (மூன்றாவது வரி)

சீன உரை:
往蹇來反。

தமிழ் மொழிபெயர்ப்பு:
முன்னேறுவது தடைகள்;
திரும்புவது சரி.

பொருள்:
தெளிவு: இப்போது “செல்லுதல்” அல்ல;
“திரும்புதல்” தான் சரியான தீர்வு.

六四 (நான்காவது வரி)

சீன உரை:
往蹇，來連。

தமிழ் மொழிபெயர்ப்பு:
முன்னேறுவது தடைகள்;
திரும்பினால் இணைவு.

பொருள்:
விலகுதல் → உதவும் மனிதர்கள் சேர்வர்.

九五 (ஐந்தாவது வரி)

சீன உரை:
大蹇，朋來。

தமிழ் மொழிபெயர்ப்பு:
பெரும் தடைகள்;
ஆனால் நண்பர்கள் வருகிறார்கள்.

பொருள்:
கடின நேரத்தில் ஆதரவு வரும்.
இணைப்பு → பாதுகாப்பு.

上六 (மேல் வரி)

சீன உரை:
往蹇來碩，吉。利見大人。

தமிழ் மொழிபெயர்ப்பு:
முன்னேறல் தடையாகும்;
திரும்பினால் பெரிய ஆதரவு;
நலம்.
ஞானியைச் சந்தித்தால் நன்மை.

பொருள்:
திரும்புவது → மிகப் பெரிய நன்மை.

---

1. நெறிப் பாடம்

• தடைகள் = பின்னடக்கம் அல்ல; திசை மாற்றத்தின் எச்சரிக்கை.
• சரியான சமயம் அறியாமல் முன்னேறினால் ஆபத்து.
• உதவி/வழிகாட்டல் → வெற்றி.
• பின்வாங்குதல் → பலத்தை சேகரிக்கிறது.

சுருக்கம்:
தடைகள் + சிந்தனை = பாதுகாப்பான முன்னேற்றம்.

---

2. தத்துவப் பாடம்

• ஜியான் = "நிற்கும் காலம்."
• செயல் → ஆபத்து;
• அமைதியான உள் வளர்ச்சி → நன்மை.

மைய சிந்தனை:
நிறுத்தம் = நெறியின் காவல்.

---

3. நடைமுறை வாழ்க்கைப் பாடம்

அ) செயல்
• முன்னேற முயற்சிக்காதே.
• திசை மாற்று அல்லது காத்திரு.

ஆ) ஒழுக்கம்
• உணர்ச்சியில் முடிவு வேண்டாம்.
• தடை → சுயபரிசோதனை.

இ) முடிவெடுத்தல்
• மேலதிக இழப்பு தவிர்க்க பின்வாங்கு.
• சரியான நேரம் வந்தால் மீண்டும் செயல்.

---

4. வேலை & தலைமைத்துவப் பாடம்

• திட்டம்/தொழில் → தற்பொழுது தடைகள்.
• தலைவர்: தற்காலிக பின்னடைவு → நீண்டநாள் நன்மை.
• கூட்டாண்மை → பாதுகாப்பு, முன்னேற்றம்.

---

5. உளவியல் பாடம்

• உள்ளக குழப்பம் செயல்களை தடுத்து நிறுத்தும்.
• தடை = மனத்தை மறுசீரமைக்கும் நேரம்.
• காத்திருக்கும் சக்தி → உள் வலிமை.

---

6. ஆன்மிகப் பாடம்

• தடைகள் = தெய்வீக இடைநிறுத்தம்.
• அவசரத்தை விட்டுவிடு;
ஆன்மா தன்னைச் சீர்படுத்தும் நேரம்.

---

7. ஒரு வரி சாரம்

"நிற்க வேண்டிய இடத்தில் நின்றால் — தடைகள் நன்மையாக மாறும்."

ஹெக்ஸாகிராம் 40:
第四十卦 — 解 (சியே)

ஹெக்ஸாகிராம் 40: 第四十卦 — 解 (சியே) — விடுவிப்பு / நிவாரணம் / பிரச்சினை உடைதல்

---

1. 卦名 (பெயர்)

சீன உரை: 解
சீன உரை தமிழில்: சியே
நேரடி பொருள்: தளர்தல், பிரச்சினை நிவாரணம், கட்டளை உடைதல்.
குறியீட்டு பொருள்:
மின்னல் (☳) மேலே — திடீர் செயல்
நீர் (☵) கீழே — ஆபத்து, தடை

இவை சேர்ந்து:
தடைகள் திடீரென உடையும் தருணம்.
சூழல் இலகுவாகும்;
அழுத்தம் குறையும்;
நடவடிக்கைக்கு சரியான நேரம்.

---

2. தீர்ப்பு (卦辭 / குவா சிஜ)

சீன உரை:
解，利西南。无所往，其來復吉。
有攸往，夙吉。

தமிழ் மொழிபெயர்ப்பு:
சியே — தென்மேற்கில் நலம்.
செல்ல வேண்டியதில்லை;
திரும்பினால் நன்மை.
செல்ல வேண்டிய காரணம் இருந்தால் — முன்னமே நலம்.

பொருள்:
இரண்டு வழிகள்:

1. **திரும்புதல் → பாதுகாப்பு**
2. **செயல் தொடங்குதல் → முன் நன்மை**
   நிகழும் பிரச்சினை உடைந்ததால்
   சூழல் இப்போது உன்னை ஆதரிக்கும்.

---

3. காட்சி (象曰 / ஷியாங் யு)

சீன உரை:
雷雨作，解。君子以赦過宥罪。

தமிழ் மொழிபெயர்ப்பு:
இடி மின்னல் மழை உருவாகி
காலநிலை தணிவு — சியே.
ஞானி பிறரின் பிழைகளை மன்னிப்பார்.

பொருள்:
மழை சூடை குறைப்பது போல
கஷ்டத்தை குறைத்தல் → நெறி.

வரி உரைகள் (爻辭 / யாவோ சி)

初六 (கீழ் வரி)

சீன உரை:
无咎。

தமிழ் மொழிபெயர்ப்பு:
குற்றமில்லை.

பொருள்:
அழுத்தம் குறைகிறது;
நடவடிக்கை எளிதாகிறது.

九二 (இரண்டாவது வரி)

சீன உரை:
田獲三狐，得黃矢，貞吉。

தமிழ் மொழிபெயர்ப்பு:
வேட்டையில் மூன்று நரிகளைப் பிடித்தல்;
மஞ்சள் அம்பு — நெறியில் நலம்.

பொருள்:
கட்டுகள் உடையும்;
வெற்றி + தெளிவு + நெறி.

六三 (மூன்றாவது வரி)

சீன உரை:
負且乘，致寇至。

தமிழ் மொழிபெயர்ப்பு:
பாரத்தைச் சுமந்து வண்டியில் ஏறும் —
கொள்ளையன் வருகிறது.

பொருள்:
இப்பொழுது அதீத நம்பிக்கை → ஆபத்து.

九四 (நான்காவது வரி)

சீன உரை:
解而拇，朋至斯孚。

தமிழ் மொழிபெயர்ப்பு:
சிறு தளர்வு;
நண்பர்கள் நம்பிக்கையுடன் வருகிறார்கள்.

பொருள்:
நீ தளர்ந்தால்
மற்றவர்கள் உதவிக்குத் தயாராகிறார்கள்.

六五 (ஐந்தாவது வரி)

சீன உரை:
君子維有解，吉，有孚于小人。

தமிழ் மொழிபெயர்ப்பு:
ஞானி பிரச்சினைகளைத் தீர்த்தருளுவார் — நன்மை;
சிற்றினரிடத்தில் கூட நம்பிக்கை உருவாகும்.

பொருள்:
சரியான தீர்மானம் → அனைவரும் ஒத்துழைப்பர்.

上六 (மேல் வரி)

சீன உரை:
公用射隼于高墉之上，獲之，无不利。

தமிழ் மொழிபெயர்ப்பு:
உயர்ந்த சுவரில் உள்ள பருந்தை எய்தல்;
அதைப் பிடித்தல்;
எல்லாம் நலம்.

பொருள்:
கடைசி பெரிய பிரச்சினையும் உடையும்;
முழுமையான தீர்வு.

---

1. நெறிப் பாடம்

• தடைகள் உடைந்தன — இப்போது முன்னேறும் நேரம்.
• பழியை விடு; கோபத்தை விடு;
மன்னிப்பு = நிவாரணம்.
• மிகை தன்னம்பிக்கை வேண்டாம்.
• சிறு உதவி → பெரிய நன்மை.

சுருக்கம்:
பிரச்சினை உடைதல் + தாழ்மை = புதிய தொடக்கம்.

---

2. தத்துவப் பாடம்

• சியே → புயலுக்குப் பின் தெளிவு.
• கட்டு உடைந்தால் இயற்கை தன்னை சுத்தப்படுத்தும்.
• நிவாரணத்தின் காலம் — சுமையை விடு.

மைய சிந்தனை:
விடுவிப்பு = சுதந்திரம்.

---

3. நடைமுறை வாழ்க்கைப் பாடம்

அ) செயல்
• பிரச்சினை தீர்ந்ததால் செயல் தொடங்கு.
• பெரிய திசை மாற்றங்கள் நலம்.

ஆ) ஒழுக்கம்
• பழயக்கட்டுப்பாடுகளை உடைத்து புதிய வழியை உருவாக்கு.
• உணர்ச்சியை தளர்த்தினால் முன்னேற்றம்.

இ) முடிவெடுத்தல்
• தடை இல்லாததால் முடிவு நேரம்.
• இரண்டு வழிகளில் ஒன்று → வெற்றி.

---

4. வேலை & தலைமைத்துவப் பாடம்

• திட்டம் முடக்கம் இப்போது உடையும்.
• குழு கட்டமைப்பு → நன்மை.
• மோதல்களைத் தீர்ப்பது → தலைமைத்துவம்.

---

5. உளவியல் பாடம்

• அழுத்தம் குறைந்துபோவது மனத்தை இலகுவாக்கும்.
• உள்ளக முடிச்சுகள் உடையும் → தெளிவு.
• மன்னிப்பு → அமைதி.

---

6. ஆன்மிகப் பாடம்

• சியே = கர்ம முடிச்சுகள் அவிழும்.
• ஆன்மா தன்னை விடுவிக்கிறது.
• பறவையை உயரத்தில் எய்துவது போல
உள் இருள் குணமாகும்.

---

7. ஒரு வரி சாரம்

"கட்டுகள் உடையும் போது — புதிய சக்தி பிறக்கும்."

ஹெக்ஸாகிராம் 41:

第四十一卦 — 損 (சுன்)

ஹெக்ஸாகிராம் 41: 第四十一卦 — 損 (சுன்) — குறைப்பு / சுருக்கம் / தியாகத்தின் நன்மை

---

1. 卦名 (பெயர்)

சீன உரை: 損
சீன உரை தமிழில்: சுன்
நேரடி பொருள்: குறைப்பு, சுருக்கம், தியாகம், குறைத்துப் புனிதப்படுத்துதல்.
குறியீட்டு பொருள்:
மலை (☶) மேலே — நிறுத்தம், கட்டுப்பாடு
ஏரி கீழே (☱) — ஆழம், ஆபத்து

இவை சேர்ந்து:
அவசியமில்லாததை குறைப்பது → ஆபத்தைத் தடுக்கும்.
சுன் = வெட்டுதல் அல்ல;
சுத்திகரிப்பு, வாழ்க்கையைத் துலக்குதல், தேவையற்றதை நீக்கி வலிமையடைவது.

---

2. தீர்ப்பு (卦辭 / குவா சிஜ)

சீன உரை:
損，有孚，元吉，无咎，可貞，利有攸往。
曷之用？二簋可用享。

தமிழ் மொழிபெயர்ப்பு:
சுன் — நம்பிக்கை இருந்தால் பெரிய நன்மை; குற்றமில்லை;
நெறியில் நலம்; முன்னேறுவதும் நலம்.
எதைப் பயன்படுத்துவது? இரண்டு பாத்திரம் போதும் — எளிமை நன்மை.

பொருள்:
குறைப்பு → நன்மை.
குறைப்பது வறுமை அல்ல;
எளிமை = வளம்.
சிறியது போதும் — நெறி இருந்தால் பெரும் பலன்.

---

3. காட்சி (象曰 / ஷியாங் யு)

சீன உரை:
山下有澤，損。君子以懲忿窒欲。

தமிழ் மொழிபெயர்ப்பு:
மலையின் கீழ் நீர்நிலை — சுன்.
ஞானி கோபத்தை அடக்கி, ஆசையை கட்டுப்படுத்துகிறார்.

பொருள்:
உள்ளக குறைப்பு = உண்மையான வலிமை.
欲 (ஆசை) மற்றும் 忿 (கோபம்) குறைக்கப்படும் போது
மனப்பாரமும் குறையும்.

வரி உரைகள் (爻辭 / யாவோ சி)

初九 (கீழ் வரி)

சீன உரை:
損其孚，貞吉，■厲。

தமிழ் மொழிபெயர்ப்பு:
உண்மையை குறைத்தல்;
நெறியில் நலம்;
ஆபத்து இருக்கலாம்.

பொருள்:
நேர்மையை இழக்காமல், தேவையற்றவற்றை மட்டும் குறை.

九二 (இரண்டாவது வரி)

சீன உரை:
利貞，征凶。弗損，益之。

தமிழ் மொழிபெயர்ப்பு:
நெறி நலம்;
முன்னேறினால் ஆபத்து.
குறைப்பது வேண்டாம் — அதிகப்படுத்துவதும் நலம்.

பொருள்:
சில நேரங்களில் குறைப்பு தவறு;
உதவி/ஆதரவு சேர்த்தல் → நன்மை.

六三 (மூன்றாவது வரி)

சீன உரை:
三人行，則損一人；
一人行，則得其友。

தமிழ் மொழிபெயர்ப்பு:
மூவர் சென்றால் ஒருவர் குறையிறார்;
ஒருவர் சென்றால் நண்பரைப் பெறுகிறார்.

பொருள்:
அதிக கூட்டம் → குழப்பம்.
ஒருமுகத்தன்மை → முன்னேற்றம்.

六四 (நான்காவது வரி)

சீன உரை:
損其疾，使遄有喜，无咎。

தமிழ் மொழிபெயர்ப்பு:
காயத்தை/குறைப்பை நீக்குதல்;
விரைவில் மகிழ்ச்சி;
குற்றம் இல்லை.

பொருள்:
பழைய பிரச்சினையை நீக்கினால் நிவாரணம்.

六五 (ஐந்தாவது வரி)

சீன உரை:
或益之十朋之龜，弗克違，元吉。

தமிழ் மொழிபெயர்ப்பு:
பத்து நாணய மதிப்புள்ள ஆமை-அதிகாரம்;
தவிர்க்க முடியாத நன்மை;
பெரும் நன்மை.

பொருள்:
உயர்ந்த அருளும் ஆதரவும் வரும் காலம்.

上九 (மேல் வரி)

சீன உரை:
弗損益之，无咎，貞吉，利有攸往。
得臣无家。

தமிழ் மொழிபெயர்ப்பு:
குறைக்காமல் அதிகரித்தாலும் குற்றமில்லை;
நெறியில் நலம்;

செல்வதிலும் நன்மை;
உதவியாளர்கள் கூடுவார்கள்.

பொருள்:
சரியான நேரத்தில் அதிகரிப்பே தீர்வு.
உதவி தானாக வரும்.

---

1. நெறிப் பாடம்

• குறைப்பு = எளிமை, தெளிவு, ஞானம்.
• தேவையற்றதை அகற்றினால் வழி திறக்கும்.
• குறைப்பு சில நேரம் நன்மை;
சில நேரம் நஷ்டம் — சூழலைப் பார்த்து செயல்.
• சுன் = சுத்திகரிப்பு, தியாகத்தின் வலிமை.

சுருக்கம்:
குறைப்பு + தெளிவு = வளர்ச்சி.

---

2. தத்துவப் பாடம்

• 木 (மரம்) வளர கிளைகள் வெட்டப்பட வேண்டும்.
• ஆசை குறையும்போது மனம் உயர்கிறது.
• உண்மையான செல்வம் — எளிமை.

மைய சிந்தனை:
எளிமை + கட்டுப்பாடு = ஆன்ம வலிமை.

---

3. நடைமுறை வாழ்க்கைப் பாடம்

அ) செயல்
• பணிச்சுமை, மனிதர்கள், பழக்கங்கள் — தேவையற்றதை வெட்டு.
• ஒற்றை-கவனம் → பெரிய பலன்.

ஆ) ஒழுக்கம்
• கோபம்/ஆசையை குறை.
• எளிமை → மனநிறைவு.

இ) முடிவெடுத்தல்
• சில திட்டங்களில் குறைப்பு, சிலதில் அதிகரிப்பு.
• சரியான சமநிலை → வெற்றி.

---

4. வேலை & தலைமைத்துவப் பாடம்

• தேவையற்ற செலவுகள்/தவறுகள் → நீக்கவும்.
• பயனுள்ள மனிதர்கள்/செயல்கள் → தக்கவைத்துக்கொள்.
• தலைவர் = தெளிவு.

---

5. உளவியல் பாடம்

• சுமைகளை குறைத்தால் மனத் தெளிவு.
• ஆசை குறைந்தால் மன அமைதி.
• விட்டுவிடுவது → உள் வலிமையின் அடையாளம்.

---

6. ஆன்மிகப் பாடம்

• தியாகம் = ஆன்ம சுத்திகரிப்பு.
• கர்மா தெளிவு = விட்டுக்கொடு.
• சுன் = "குறைத்தால் பெருகும்" என்ற ஆன்மிக நெறி.

---

7. ஒரு வரி சாரம்

"விட்டுவிட்டால் வெற்றி; எளிமை தான் சுனின் சக்தி."

ஹெக்ஸாகிராம் 42:
第四十二卦 — 益 (இ)

ஹெக்ஸாகிராம் 42: 第四十二卦 — 益 (இ) — வளர்ச்சி / உயர்வு / சேர்த்தல்

---

1. 卦名 (பெயர்)

சீன உரை: 益
சீன உரை தமிழில்: இ
நேரடி பொருள்: அதிகரிப்பு, சேர்த்தல், உயர்வு, வளம்.
குறியீட்டு பொருள்:
காற்று (☴) மேலே — பரவுதல், செல்வாக்கு
மின்னல் (☳) கீழே — செயல், இயக்கம்

இவை சேர்ந்து:
செயல் + செல்வாக்கு → உயர்வு, செழிப்பு, வளர்ச்சி.
இ என்பது வாய்ப்பு பெருகும் நேரம் —
சரியான செயலால் பலன் பல மடங்கு.

---

2. தீர்ப்பு (卦辭 / குவா சிஜ)

சீன உரை:
益，利有攸往，利涉大川。

தமிழ் மொழிபெயர்ப்பு:
இ — செல்லுதல் நன்மை;
பெரு நதியை கடப்பதும் நன்மை.

பொருள்:
இப்போது செயல்படுத்தும் எந்த செயலும் வளர்ச்சி தரும்.
பெரும் ஆபத்துகளையும் இக்காலத்தில் கடக்க முடியும்.
வாய்ப்பு மிக்க நேரம்.

---

3. காட்சி (象曰 / ஷியாங் யு)

சீன உரை:
風雷益，君子以見善則遷，有過則改。

தமிழ் மொழிபெயர்ப்பு:
காற்று மின்னலுடன் சேர்ந்து செயல் — இ.
ஞானி நல்லதைப் பார்த்தால் ஏற்றுக்கொள்கிறார்;
தவறு இருந்தால் உடனே திருத்துகிறார்.

பொருள்:
நல்லதை விரைவில் சேர்த்து வளர்வது → நெறி.
மாற்றத்திற்கு திறந்திருப்பதே உண்மையான உயர்வு.

வரி உரைகள் (爻辭 / யாவோ சி)

初九 (கீழ் வரி)

சீன உரை:
利用為大作，元吉，无咎。

தமிழ் மொழிபெயர்ப்பு:
பெரிய செயலைத் தொடங்க நலம்;
பெரும் நன்மை;
குற்றமில்லை.

பொருள்:
இப்போது தொடங்கும் எந்த பெரிய முயற்சியும்
வளர்ச்சிக்கான விதை.

六二 (இரண்டாவது வரி)

சீன உரை:
或益之十朋之龜，弗克違，永貞吉。
王用享于帝，吉。

தமிழ் மொழிபெயர்ப்பு:
பத்து நாணய மதிப்பு உயர்வு;
தவிர்க்க முடியாத நன்மை;
நெறி நிலைத்தால் நன்மை.
அரசர் தெய்வத்தை வழிபடுகிறார் — நலம்.

பொருள்:
உயர்ந்த ஆதரவு, அருள், ஆசீர்வாதம் கிடைக்கும்.

六三 (மூன்றாவது வரி)

சீன உரை:
益之用凶事，无咎。
有孚中行，告公用圭。

தமிழ் மொழிபெயர்ப்பு:
ஆபத்தான செயலில் உயர்வு;
குற்றமில்லை.

நம்பிக்கை நடுவில் உள்ளது;
அதிகாரிக்கு உண்மையை அறிவிப்பது நலம்.

பொருள்:
கஷ்டத்திலேயே உன் உயர்வு உருவாகலாம்.
உண்மை + நேர்மை → பாதுகாப்பு.

六四 (நான்காவது வரி)

சீன உரை:
中行，告公從，利用為依遷国。

தமிழ் மொழிபெயர்ப்பு:
நடுநிலை நடை;
அதிகாரிக்கு அறிவித்தல்;
நாடு மாறுவது நலம்.

பொருள்:
சூழல் மாற்றம் → வளர்ச்சிக்கான நல்ல அடித்தளம்.

九五 (ஐந்தாவது வரி)

சீன உரை:
有孚惠心，勿問元吉。
有孚惠我德。

தமிழ் மொழிபெயர்ப்பு:
உண்மையான நம்பிக்கை + கருணை உள்ளம் —
கேள்வியின்றி நன்மை.
உண்மை, கருணை → நெறிக்கு நன்மை.

பொருள்:
வளர்ச்சிக்கு தேவையான அறம் கிடைத்துள்ளது.

上九 (மேல் வரி)

சீன உரை:
莫益之，或擊之，立心勿恒，凶。

தமிழ் மொழிபெயர்ப்பு:
வளர்ச்சி இல்லை;
தாக்குதல்;
நிலையில்லா மனம் — ஆபத்து.

பொருள்:
இயல்பை இழந்தால்
வளர்ச்சியின் காலத்திலும் இழப்புகள் ஏற்படும்.

---

1. நெறிப் பாடம்

• வளர்ச்சி வருவது வாய்ப்பால் அல்ல — சரியான செயலால்.
• நன்மையைப் பார்த்தால் உடனே எடுத்துக்கொள்.
• தவறை உணர்ந்தவுடன் உடனே திருத்து.
• உதவி, ஆதரவு தானாக வரும்.

சுருக்கம்:
செயல் + நெறி = உயர்வு.

---

2. தத்துவப் பாடம்

• பெரிய வளர்ச்சி → பெரிய பொறுப்பு.
• "சேர்த்தல்" என்பதே நன்மை அல்ல;
சரியானதைச் சேர்ப்பதே நன்மை.
• மாற்றத்தை ஏற்றுக்கொள்வதே ஞானம்.

மைய சிந்தனை:
நல்லதை ஏற்று — தவறை நீக்கு — வளர்ச்சி பெறு.

---

3. நடைமுறை வாழ்க்கைப் பாடம்

அ) செயல்
• இந்த காலம் = விருவடைவு செய்யும் நேரம்.
• பெரிய முயற்சிகள் → வெற்றி.

ஆ) ஒழுக்கம்
• கற்றுக்கொள்ளும் மனம் → வளர்ச்சி.
• சுயநலம் குறை — கருணை மேலோங்கு.

இ) முடிவெடுத்தல்
• நல்ல வாய்ப்பு → உடனே செயல்.
• அதிகரிப்பு + தெளிவு → வெற்றி.

---

4. வேலை & தலைமைத்துவப் பாடம்

• பதவி உயர்வு, வாய்ப்புகள் → மிக உகந்த நேரம்.
• தலைவர் → நல்லதை சேர்ப்பவர், தீமையை சுருக்குபவர்.
• குழு வளர்ச்சிக்கு தரமான முடிவுகள் அவசியம்.

---

5. உளவியல் பாடம்

• மன வளர்ச்சி = திறந்த மனம் + தாழ்மை.
• உண்மை பார்த்தால் ஏற்று; நான் என்னும் அகங்காரம் நீக்கினால் உயர்வு.

---

6. ஆன்மிகப் பாடம்

• இ = தெய்வீக வளர்ச்சி.
• ஆன்மா புதிய ஒளியைச் சேர்க்கிற காலம்.
• ஆசி பெருகும் நேரம்.

---

7. ஒரு வரி சாரம்

"நல்லதைச் சேர்த்து, தவறை நீக்கினால் — உயர்வு தானாக வரும்."

ஹெக்ஸாகிராம் 43:

第四十三卦 — 夬 (குவாய்)

ஹெக்ஸாகிராம் 43: 第四十三卦 — 夬 (குவாய்) — தீர்மானம் / முறிவு / தீமை நீக்கம்

---

1. 卦名 (பெயர்)

சீன உரை: 夬
சீன உரை தமிழில்: குவாய்
நேரடி பொருள்: வெட்டித் தீர்ப்பு, முற்றுப்புள்ளி வைக்கும் முடிவு, அழுத்தமான முறிவு.
குறியீட்டு பொருள்:
ஏரி (☱) மேலே — வெளிப்பாடு, அறிவிப்பு, மக்களிடம் தெரிவிப்பு
சொர்க்கம் (☰) கீழே — வலிமை, தீர்மான சக்தி, நேர்மை

இவை சேர்ந்து:
வலிமை + வெளிப்படை → தீமையை முற்றாக வெட்டும் தருணம்.
குவாய் என்பது சமரசம் அல்ல;
தெளிவான "இதை இனி சகிக்க முடியாது" என்ற நெறி முடிவு.

---

2. தீர்ப்பு (卦辭 / குவா சிஜ)

சீன உரை:
夬，揚于王庭，孚號，有厲，告自邑，不利即戎，利有攸往。

தமிழ் மொழிபெயர்ப்பு:
குவாய் — உண்மையை அரச மன்றத்தில் உயர்த்திப் பேணி அறிவி.
உண்மை கூச்சலிட வேண்டும்;
ஆபத்து உள்ளது;
நகரத்திலிருந்து அறிவி;
போர் தொடங்க வேண்டாம்;
செயல் தொடர்வது நன்மை.

பொருள்:
உண்மையை வெளிப்படையாக சொல்ல வேண்டும் — மறைக்கக்கூடாது.
தீமைக்கு இடமளிக்காத உறுதியான நிலை.
ஆனால் கோபத்தால் மோதல் செய்யாதே.

---

3. காட்சி (象曰 / ஷியாங் யு)

சீன உரை:
澤上於天，夬。君子以施祿及下，居德則忌。

தமிழ் மொழிபெயர்ப்பு:
ஏரி வானத்தின் மேலே — குவாய்.
அதனால் உயர்ந்த மனிதன்

கிடைத்த நன்மைகளையும் பலன்களையும் கீழிருப்பவர்களிடம் பகிர்வான்;
ஆனால் அந்த நற்பண்பில் தன்னை நிலைநிறுத்திக் கொண்டு
அதையே பெருமையாகக் கொண்டு அமர்ந்து விடுவதைத் தவிர்ப்பான்.

பொருள்:
வெளிப்படை தீர்மானம் → நன்மை;
ஆனால் இது பொறாமையை உருவாக்கக்கூடும் — கவனமாக நட.

வரி உரைகள் (爻辭 / யாவோ சி)

初九 (கீழ் வரி)

சீன உரை:
壯于前趾，往不勝為咎。

தமிழ் மொழிபெயர்ப்பு:
கால்விரலில் வலிமை;
அவசரமாகச் சென்றால் — தோல்வி, குற்றம்.

பொருள்:
அவசரமான செயல்பாடு → வீழ்ச்சி.

九二 (இரண்டாவது வரி)

சீன உரை:
惕號，莫夜有戎，勿恤。

தமிழ் மொழிபெயர்ப்பு:
எச்சரிக்கை கூச்சல்;
இரவில் சண்டை தோற்றம்;
கவலை வேண்டாம்.

பொருள்:
ஆபத்து போன்று தெரியும்;
ஆனால் உண்மையில் தீங்கு இல்லை.

九三 (மூன்றாவது வரி)

சீன உரை:
壯于頄，有凶。君子夬夬，獨行遇雨，若濡有慍，无咎。

தமிழ் மொழிபெயர்ப்பு:
கன்னத்தில் வலிமை — ஆபத்து;
ஞானி உறுதியுடன் நெறியைப் பின்பற்றுகிறார்;
தனியே சென்றால் மழை;
ஈரமாகும்;
அதிருப்தி வரும்;
ஆனால் குற்றமில்லை.

பொருள்:
தெளிவான நெறி பிடித்தால் தனிமை வரும் — ஆயினும் நன்மை.

九四 (நான்காவது வரி)

சீன உரை:
臀无膚，其行次且。牽羊悔亡，聞言不信。

தமிழ் மொழிபெயர்ப்பு:
பின்புறம் காயம்;
நடத்தல் மெதுவாக;
ஆட்டை இழுத்தால் பச்சாத்தாபம் இல்லை;
ஆனால் சொன்னதை நம்ப மாட்டார்கள்.

பொருள்:
தாமதம்; குறைப்பு;
ஆனால் மென்மையான அணுகுமுறை → நல்ல விளைவு.

九五 (ஐந்தாவது வரி)

சீன உரை:
莧陸夬夬，中行无咎。

தமிழ் மொழிபெயர்ப்பு:
புல்வகையை வெட்டுவது போல தெளிவான முடிவு;
நடுநிலை நடை — குற்றமில்லை.

பொருள்:
சரியான முடிவு + அமைதியான நடை → நன்மை.

上六 (மேல் வரி)

சீன உரை:
无號，終有凶。

தமிழ் மொழிபெயர்ப்பு:
கூச்சலிடாமல் இருந்தால் — முடிவில் ஆபத்து.

பொருள்:
தீமைக்கு எதிராக மௌனம் → நாசம்.
உண்மையை சொல்லவேண்டும்.

---

1. நெறிப் பாடம்

• தீமை/அநீதி → தெளிவாக நிறுத்த வேண்டும்.
• மௌனம் = ஒத்துழைப்பு.
• கோபத்தில் செயல் வேண்டாம்;
தெளிவாக, நீதியுடன் செயல்.
• குவாய் = "ஒரு முறுக்கு—நிறுத்து" என்ற நெறி.

சுருக்கம்:
உண்மை + தெளிவு = வெட்டித் தீர்ப்பது.

---

2. தத்துவப் பாடம்

• குவாய் = உள்ளும் புறமும் சுத்திகரிக்கும் செயல்முறை.
• சிறிய தீமை பெரிதாக கூடும் — உடனே வெட்ட வேண்டும்.
• நெறி = வெளிப்படை முடிவெடுத்தல்.

மைய சிந்தனை:
தீமை நீக்கு → நன்மை பெருக்கு.

---

3. நடைமுறை வாழ்க்கைப் பாடம்

அ) செயல்
• நச்சுத்தன்மையுள்ள மக்கள்/சூழ்நிலைகள் → உடனடியாக துண்டிக்கவும்.

• தாமதம் = தீங்கு.

ஆ) ஒழுக்கம்
• உண்மையை வெளிச்சத்திற்கு கொண்டு வா.
• நெறியில் உறுதி.

இ) முடிவெடுத்தல்
• முக்கிய முடிவு → இப்போது எடு.
• அரை நடவடிக்கைகள் → ஆபத்து.

---

4. வேலை & தலைமைத்துவப் பாடம்

• மோதல் தவிர்ப்பு → தீமை வளரச் செய்துவிடும்.
• தலைவர் பிரச்சினைகளை அம்பலப்படுத்த வேண்டும்.
• வெளிப்படைத்தன்மை நம்பிக்கையை உருவாக்குகிறது.

---

5. உளவியல் பாடம்

• உண்மையை அடக்குவது உள் மோதலை உருவாக்குகிறது.
• உண்மையை வெளிப்படுத்துவது தெளிவு + அமைதி.
• தைரியம் = சுயமரியாதை.

---

6. ஆன்மிகப் பாடம்

• குவாய் = "நிழலை வெட்டும் ஒளி."
• ஆன்மா சுத்தமாகும் காலம்.
• உண்மை பேசுவது ஒரு தியானம்.

---

7. ஒரு வரி சாரம்

"தீமையை வெட்டினால் — நன்மை மலர்கிறது."

ஹெக்ஸாகிராம் 44:

第四十四卦 — 姤 (கோஉ)

ஹெக்ஸாகிராம் 44: 第四十四卦 — 姤 (கோ҈) — திடீர் சந்திப்பு / யின் எழுச்சி / எச்சரிக்கை

---

1. 卦名 (பெயர்)

சீன உரை: 姤

சீன உரை தமிழில்: கோ҈
நேரடி பொருள்: திடீர் சந்திப்பு, எதிர்பாராத இணைவு.
குறியீட்டு பொருள்:
சொர்க்கம் (☰) மேலே — தூய வலிமை, அதிகாரம், ஆட்சி செய்யும் சக்தி
காற்று (☴) கீழே — மெதுவான ஊடுருவல், மறைமுக தாக்கம்

திடீரென்று ஒரு யின் சக்தி யாங் உலகில் நுழைகிறது.
கோ҈ = உறுதிசக்தி மீது மென்மையான சக்தியின் நுழைவு →
முகப்பில் நல்லது போல தெரிந்தாலும்
உள்ளே மறைந்த ஆபத்து இருக்கலாம்.

---

2. தீர்ப்பு (卦辭 / குவா சிஜ)

சீன உரை:
姤，女壯，勿用取女。

தமிழ் மொழிபெயர்ப்பு:
கோ҈ — பெண் வலிமையாக வருகிறார்;
அவளை ஏற்காதீர்கள்.

பொருள்:
இது ஒரு எச்சரிக்கை.
புதிதாக வரும் ஏதோ ஒன்று கவர்ச்சியாகத் தோன்றலாம்,
ஆனால் அதை உடனடியாக ஏற்குவது ஆபத்து.
அவசரமான இணைப்பு = நாசம்.

---

3. காட்சி (象曰 / ஷியாங் யு)

சீன உரை:
天下有風，姤。后以施命誥四方。

தமிழ் மொழிபெயர்ப்பு:
வானின் கீழ் காற்று — கோ҈.
அரசர் ஆணையை நான்குத் திசைகளிலும் அறிவிக்கிறார்.

பொருள்:
திடீர் சூழல் →
விரைவில் அனைவருக்கும் எச்சரிக்கை அறிவிக்க வேண்டிய நேரம்.

வரி உரைகள் (爻辭 / யாவோ சி)

初六 (கீழ் வரி)

சீன உரை:
系于金柅，貞吉。有攸往，見凶。

தமிழ் மொழிபெயர்ப்பு:
உலோக கம்பத்தில் கட்டி வைப்பது;
நெறியில் நன்மை;
எங்கு சென்றாலும் — ஆபத்து.

பொருள்:
திடீர் சூழலைத் தடைசெய்து நிறுத்த வேண்டும்.
செயல் செய்யாததே பாதுகாப்பு.

九二 (இரண்டாவது வரி)

சீன உரை:
包有魚，无咎，不利賓。

தமிழ் மொழிபெயர்ப்பு:
பையில் மீன் உள்ளது;
குற்றமில்லை;
ஆனால் விருந்தினரை வரவழைப்பது நலம் அல்ல.

பொருள்:
சிறு நன்மை வருகிறது;
ஆனால் அதை வெளியோருடன் பகிர்வது ஆபத்து.

九三 (மூன்றாவது வரி)

சீன உரை:
臀无膚，其行次且，厲，无大咎。

தமிழ் மொழிபெயர்ப்பு:
பின்புறம் காயம்;
நடத்தல் மெதுவாக;

ஆபத்து;
ஆனாலும் பெரிய குற்றமில்லை.

பொருள்:
இது எச்சரிக்கை—
தொடர்பை குறைத்தால் பேராபத்து தவிர்க்கப்படும்.

九四 (நான்காவது வரி)

சீன உரை:
包无魚，起凶。

தமிழ் மொழிபெயர்ப்பு:
பையில் மீன் இல்லை;
ஆபத்து எழும்.

பொருள்:
வாய்ப்பு இல்லாத சூழலோ,
வெளியே பேசும் ஆள்களோ → ஆபத்து.

九五 (ஐந்தாவது வரி)

சீன உரை:
以杞包瓜，含章，有隕自天。

தமிழ் மொழிபெயர்ப்பு:
காய் தண்டில் பூசணி;
உள்ளே நன்மை இருந்தாலும்
வானிலிருந்து திடீர் வீழ்ச்சி.

பொருள்:
நன்மை இருந்தாலும்
அதை தவறாக கையாளுதல் நாசம் தரும்.

上九 (மேல் வரி)

சீன உரை:
姤其角，吝，无咎。

தமிழ் மொழிபெயர்ப்பு:
கோவின் கொம்பைச் சந்தித்தல்;
இருக்கு;
ஆனால் குற்றமில்லை.

பொருள்:
திடீர் மோதல்;
உறுதியான நெறி → பாதுகாப்பு.

---

1. நெறிப் பாடம்

• கவர்ச்சியாக வரும் ஒன்று → ஆபத்து மறைக்கும்.
• அவசரம் = நாசம்.
• திடீர் சந்திப்புகள் / புதிய சலுகை — எச்சரிக்கை.
• தூரம் வைப்பதே பாதுகாப்பு.

சுருக்கம்:
அவசர ஈர்ப்பு → ஆபத்து.

---

2. தத்துவப் பாடம்

• யின் சக்தி திடீரென எழும்பும் நேரம் இது.
• கவர்ச்சி = சோதனை.
• நெறியை காக்கும்போது மட்டும் உன்னை பாதுகாக்க முடியும்.

மைய சிந்தனை:
கட்டுப்பாடு + தூரம் = பாதுகாப்பு.

---

3. நடைமுறை வாழ்க்கைப் பாடம்

அ) செயல்
• புதிய ஒப்பந்தம், உறவு, கூட்டணி — இப்போதே தவிர்க்க.
• மிக நெருக்கமான ஈர்ப்பு → அபாயத்தை மறைக்கும்.

ஆ) ஒழுக்கம்
• "இல்லை" என்று சொல்லும் திறன் → நெறியின் அடிப்படை.
• உணர்ச்சி கிளர்ச்சியை நிறுத்தி வைத்தல் அவசியம்.

இ) முடிவெடுத்தல்
• ஆராயாமல் முடிவு எடுத்து விடாதே.
• தெளிவு வரும் வரை காத்திரு.

---

4. வேலை & தலைமைத்துவப் பாடம்

• புதிய கூட்டாண்மை / ஒப்பந்தம் → மறுத்தால் நன்மை.
• குழுவில் திடீர் யோசனைகள் → பரிசோதிக்காமல் ஏற்காதே.
• தலைவர் → எல்லை அமைப்பவர்.

---

5. உளவியல் பாடம்

• கவர்ச்சியின் பின்னால் பாதுகாப்பின்மை இருக்கலாம்.
• உடனடி எண்ணம் = பொறி.
• தன்னைக் கட்டுப்படுத்தும் மனம் → வலிமை.

---

6. ஆன்மிகப் பாடம்

• கோ꠸ = "சோதனை சக்தி".
• ஆன்மிகத்தில், இது ஆசை/பிழிவாதத்தின் நுழைவு.
• தூரம் + விழிப்பு → ஆன்மா காப்பாற்றப்படுதல்.

---

7. ஒரு வரி சாரம்

"கவர்ச்சியின் முகம் திரும்பும்போது — அதன் பின்னால் இருக்கும் ஆபத்தைப் பாரு."

ஹெக்ஸாகிராம் 45:
第四十五卦 — 萃 (சுய்)

ஹெக்ஸாகிராம் 45: 第四十五卦 — 萃 (சுய்) — திரட்டல் / ஒன்றுகூடல் / சக்தி சேர்தல்

---

1. 卦名 (பெயர்)

சீன உரை: 萃
சீன உரை தமிழில்: சுய்
நேரடி பொருள்: திரளல், ஒன்றுகூடுதல், சேகரித்தல்.
குறியீட்டு பொருள்:
ஏரி (☱) மேலே — மகிழ்ச்சி, ஈர்ப்பு
பூமி (☷) கீழே — தாங்கும் தன்மை, உறுதித் தளம்

இவை சேர்ந்து:
சக்தி, மக்கள், வளம் ஆகியவை ஒரே இடத்தில் கூடும் தருணம்.
சுய் =
ஒற்றுமையால் எழும் வலிமை.

---

2. தீர்ப்பு (卦辭 / குவா சிஜ)

சீன உரை:
萃，亨。王假有廟，利見大人，亨，利貞。
用大牲吉，利有攸往。

தமிழ் மொழிபெயர்ப்பு:
சுய் — முன்னேற்றம்.
அரசர் கோவிலுக்கு செல்கிறார்;
சிறந்த மனிதரைச் சந்திப்பது நலம்;
நெறியில் நலம்.
பெரிய பலியைச் செய்வது நன்மை;
செல்லுவதிலும் நன்மை.

பொருள்:
ஒன்றுபட்ட நிலை → வளம்.
உயர்ந்த நபர்/ஆதரவு → முக்கியம்.
சரியான முடிவுகள் → பெரிய பலன்.

---

3. காட்சி (象曰 / ஷியாங் யு)

சீன உரை:
澤上於地，萃。
君子以除戎器，戒不虞。

தமிழ் மொழிபெயர்ப்பு:
ஏரி பூமி மீது — சுய்.

ஞானி ஆயுதங்களை அகற்றி,
எதிர்பாராததை எச்சரிக்கிறார்.

பொருள்:
ஒன்றுபடும் நேரம் வந்தாலும்,
எச்சரிக்கையை விடக்கூடாது.

வரி உரைகள் (爻辭 / யாவோ சி)

初六 (கீழ் வரி)

சீன உரை:
有孚不終，乃亂乃萃。若號，一握為笑，勿恤，往无咎。

தமிழ் மொழிபெயர்ப்பு:
நம்பிக்கை முழுமை பெறவில்லை;
குழப்பமும், திரட்டலும்.
கூச்சல்;
ஒரு பிடியில் சிரி;
கவலை வேண்டாம்;
செல்வதில் குற்றம் இல்லை.

பொருள்:
ஆரம்பத்தில் சின்ன குழப்பம்;
அதை மென்மையாக கையாளுதல் → நன்மை.

六二 (இரண்டாவது வரி)

சீன உரை:
引吉，无咎，孚乃利用禴。

தமிழ் மொழிபெயர்ப்பு:
இழுத்தல் நன்மை;
குற்றமில்லை;
நம்பிக்கை — சிறு பலி நலம்.

பொருள்:
சிறு முயற்சிகள் கூட
ஒற்றுமையை உருவாக்கும்.

六三 (மூன்றாவது வரி)

சீன உரை:
萃如，嗟如，无攸利，往无咎，小吝。

தமிழ் மொழிபெயர்ப்பு:
திரட்டல்;
வருத்தம்;
நலம் இல்லை;
செல்வது குற்றமில்லை;
சிறு குறை.

பொருள்:
உணர்ச்சியை விடாமல் சிந்தையுடன் நடந்தால்
பெரிய பிரச்சினை தவிர்க்கப்படும்.

九四 (நான்காவது வரி)

சீன உரை:
大吉，无咎。

தமிழ் மொழிபெயர்ப்பு:
பெரும் நன்மை;
குற்றமில்லை.

பொருள்:
உயர் நிலையைச் சேர்ந்தவர்களை ஒன்றிணைத்தால்
பெரும் பலன்.

九五 (ஐந்தாவது வரி)

சீன உரை:
萃有位，无咎。匪孚，元永貞，悔亡。

தமிழ் மொழிபெயர்ப்பு:
சீர்மையான நிலை — குற்றமில்லை.
நம்பிக்கை இல்லாவிட்டாலும்
நெறியில் நிலைத்தால் பச்சாத்தாபம் மறையும்.

பொருள்:
நம்பிக்கை காலத்துடன் உருவாகும்;
திடீரென அல்ல.

上六 (மேல் வரி)

சீன உரை:
赍咨涕洟，无咎。

தமிழ் மொழிபெயர்ப்பு:
அழுகை, வருத்தம்;
ஆனால் குற்றமில்லை.

பொருள்:
பிரிவு அல்லது சின்ன இழப்பு இருந்தாலும்
பெரும் பாதிப்பு இல்லை — சுயம் நிலைக்கிறது.

---

1. நெறிப் பாடம்

• ஒன்றுபடும் சூழல் → வலிமை பெருகும்.
• மக்களைக் கொண்டு செல்ல நம்பிக்கை தேவை.
• குழுவின் மையத்தில் நெறியை வையுங்கள்.
• எச்சரிக்கையுடன் இருக்காத ஓய்வில் ஆபத்து மறைந்திருக்கும்.

சுருக்கம்:
ஒற்றுமை + நெறி = செழிப்பு.

---

2. தத்துவப் பாடம்

• சேர்க்கை இயற்கையின் விதி.
• பிரிவல்ல; சேர்வது மட்டுமே வளம் தரும்.
• நம்பிக்கை = ஒற்றுமையின் மூலக்கல்.

மைய சிந்தனை:
ஒன்றுபட்ட இடம் — உயர்ந்த பலன்.

---

3. நடைமுறை வாழ்க்கைப் பாடம்

அ) செயல்
• குழுக்கள்/கூட்டணிகள் அமைப்பதற்கு உகந்த நேரம்.
• தனிமையில் செய்யும் செயல்களை விட
கூட்டாக செய்யும் செயல் பலம்.

ஆ) ஒழுக்கம்
• நம்பிக்கை கட்டு — அது வளர்ச்சி தரும்.
• உண்மையை மறைக்காதே.

இ) முடிவெடுத்தல்
• முக்கிய முடிவில் மற்றவர்களின் ஆதரவு தேவை.
• ஒற்றுமை இல்லாவிட்டால் வெற்றி இல்லை.

---

4. வேலை & தலைமைத்துவப் பாடம்

• குழு உருவாக்கம் = மிக உகந்த நேரம்.
• தலைவர் → அனைவரையும் ஒன்றிணைப்பவர்.
• குழுவின் உணர்வுகளை கவனித்தால்
பெரிய வெற்றிகள் வரும்.

---

5. உளவியல் பாடம்

• உள்ளுக்குள் இருக்கும் சிதறல்களை ஒன்று சேர்.
• உன் திசை தெளிவானால்
உள் குழு (மனம்) ஒன்றாக இயங்கும்.

---

6. ஆன்மிகப் பாடம்

• சுய் = ஆன்மிகக் கூட்டம்.
• பிரார்த்தனை, சடங்கு, குழு நல்ல செயல்கள் → ஆசி பெருகும்.
• ஒன்றுபடும் மனம் — தெய்வத்திற்கான கதவு.

---

7. ஒரு வரி சாரம்

“ஒன்றுபடுதல் — எந்த பலத்தையும் விட சக்தி மிகுந்தது.”

ஹெக்ஸாகிராம் 46:

第四十六卦 — 升 (ஷெங்)

ஹெக்ஸாகிராம் 46: 第四十六卦 — 升 (ஷெங்) — உயர்வு / மெதுவான முன்னேற்றம் / நிலையான ஏற்றம்

---

1. 卦名 (பெயர்)

சீன உரை: 升
சீன உரை தமிழில்: ஷெங்
நேரடி பொருள்: மேலே உயர்தல், ஏறுதல், நிலையான முன்னேற்றம்.
குறியீட்டு பொருள்:
பூமி (☷) மேலே — நிலையான தாங்கும் சக்தி
காற்று (☴) கீழே — மெதுவாக உயர்வது

இவை சேர்ந்து:
மெதுவாக, உறுதியாக மேலே செல்வது.
குறுக்குவழி இல்லை;
நிலையான முயற்சியே முன்னேற்றத்தை உருவாக்கும்.

---

2. தீர்ப்பு (卦辭 / குவா சிஜ)

சீன உரை:
升，元亨，用見大人，勿恤，南征吉。

தமிழ் மொழிபெயர்ப்பு:
ஷெங் — பெரிய முன்னேற்றம்.
சிறந்த மனிதரைச் சந்திப்பது நன்மை.
கவலை வேண்டாம்;
தெற்கு நோக்கிச் செல்வது நன்மை.

பொருள்:
இது உறுதியான முன்னேற்றத்தின் காலம்.
சரியான வழிகாட்டி/ஆதரவாளர் → வளர்ச்சியை வேகப்படுத்துவர்.
நம்பிக்கை வைத்து செயல்பட்டால் வெற்றி உறுதி.

---

3. காட்சி (象曰 / ஷியாங் யு)

சீன உரை:
地中生木，升。
君子以順德，積小以高大。

தமிழ் மொழிபெயர்ப்பு:
பூமியின் உள்ளே மரம் வளர்கிறது — ஷெங்.
ஞானி நற்குணத்தின் வழியில்

சிறு செயல்களைச் சேர்த்து
பெரும் உயர்வை அடைகிறார்.

பொருள்:
அதிகாரம் அல்ல; சின்ன முயற்சிகளின் தொகைதான் உண்மையான உயர்வு.

வரி உரைகள் (爻辭 / யாவோ சி)

初六 (கீழ் வரி)

சீன உரை:
允升，大吉。

தமிழ் மொழிபெயர்ப்பு:
உயர்வில் நம்பிக்கை;
பெரும் நன்மை.

பொருள்:
தொடக்கத்தில் வழி தெளிவு;
சிறு முன்னேற்றம் → பெரிய வெற்றி.

九二 (இரண்டாவது வரி)

சீன உரை:
孚乃利用禴，无咎。

தமிழ் மொழிபெயர்ப்பு:
நம்பிக்கை உள்ளது;
சிறு பலி நலம்;
குற்றமில்லை.

பொருள்:
சிறு முயற்சிகள் கூட
வலுவான முன்னேற்றத்தை உருவாக்கும்.

九三 (மூன்றாவது வரி)

சீன உரை:
升虚邑。

தமிழ் மொழிபெயர்ப்பு:
காலியான நகரத்திற்குச் செல்வது.

பொருள்:
தடையின்றி —
எளிதாக உயர்வு.
ஆனால் கவனத்துடன் நட.

六四 (நான்காவது வரி)

சீன உரை:
王用亨于岐山，吉，无咎。

தமிழ் மொழிபெயர்ப்பு:
அரசர் கி மலையில் பலி செய்கிறார்;
நன்மை;
குற்றமில்லை.

பொருள்:
உயர்ந்த ஆதரவு + சரியான நோக்கம் → வெற்றி.

六五 (ஐந்தாவது வரி)

சீன உரை:
貞吉，升階。

தமிழ் மொழிபெயர்ப்பு:
நெறியுடன் நடந்தால் நன்மை;
படிகளாக உயர்வு.

பொருள்:
படிப்படியாக முன்னேற்றம்;
ஓட்டமில்லை — உறுதியான வளர்ச்சி.

上六 (மேல் வரி)

சீன உரை:
冥升，利于不息之貞。

தமிழ் மொழிபெயர்ப்பு:
இருள் நோக்கி உயர்வு;
நிலைத்த நெறி நன்மை.

பொருள்:
சில நேரங்களில் திசை தெளிவாக இருக்காது,

ஆனால் நெறியைப் பிடித்து சென்றால்
பாதுகாப்பாக உயர்வு கிடைக்கும்.

---

1. நெறிப் பாடம்

• உண்மையான உயர்வு = மெதுவான, நிலையான வளர்ச்சி.
• அவசரம் → வீழ்ச்சி.
• நாள்தோறும் சிறு முன்னேற்றம் → பெரிய வெற்றி.
• நம்பகமான வழிகாட்டி / ஆதரவு அவசியம்.

சுருக்கம்:
சின்ன சின்ன முயற்சிகள் → பெரிய உயர்வு.

---

2. தத்துவப் பாடம்

• ஷெங் = விதையிலிருந்து மரம் வளர்வது போல.
• உயர்வு = இயற்கைசார், பொறுமை சார்ந்தது.
• நெறியைப் பின்பற்றும்போது திசை தெளிவு தானாக வரும்.

மைய சிந்தனை:
பொறுமை + சீர்மை = உயர்வு.

---

3. நடைமுறை வாழ்க்கைப் பாடம்

அ) செயல்
• முன்னேற்றம் உறுதி — ஆனால் படிப்படியாக மட்டுமே.
• முக்கிய முடிவுகளில் பொறுமை.

ஆ) ஒழுக்கம்
• தினமும் சிறு பழக்கங்களை உருவாக்கு.
• நிலைத்தன்மை = வளர்ச்சி.

இ) முடிவெடுத்தல்
• திடீர் குறுக்குவழி → ஆபத்து.
• படிகளாக செயல்படு.

---

4. வேலை & தலைமைத்துவப் பாடம்

• தொழில் வளர்ச்சி → மெதுவாக ஆனால் உத்தரவாதம்.
• தலைவர் → நிலையான, நம்பகமான, பொறுமையான.
• வலுவான அடித்தளம் இருந்தால் உயர்வு உறுதி.

---

5. உளவியல் பாடம்

• மனஉயர்வு = சிறு வெற்றிகளின் மூலம்.
• நிலையான முயற்சி → உள் வலிமை.
• திசை மங்கினாலும், நெறி பிடிக்க வேண்டும்.

---

6. ஆன்மிகப் பாடம்

• ஷெங் = ஆன்மா உயர்வதற்கான நிலை.
• சிறிய ஆன்மீக நடைமுறைகள் → ஆழமான மாற்றம்.

• கர்ம பணி மெதுவாக ஆனால் ஆழமாக வளரும்.

---

7. ஒரு வரி சாரம்

"சிறு படிகள் — பெரிய உயர்வு;
அவசரம் இல்லாமல் முன்னேறு."

ஹெக்ஸாகிராம் 47:

第四十七卦 — 困 (குன்)

ஹெக்ஸாகிராம் 47: 第四十七卦 — 困 (குன்) — நெருக்கடி / தடை / உள் அழுத்தம்

---

1. 卦名 (பெயர்)

சீன உரை: 困
சீன உரை தமிழில்: குன்
நேரடி பொருள்: நெருக்கம், அழுத்தம், சிக்கல்.
குறியீட்டு பொருள்:
ஏரி (☱) மேலே — வெளியே மகிழ்ச்சி போல தோன்றும்
நீர் (☵) கீழே — ஆபத்து, ஆழமான தடை

இவை சேர்ந்தால்:
வெளியில் அமைதி — உள்ளே அழுத்தம்.
குன் என்பது:
இயங்க முடியாத சூழல்,
ஆனால் மன உறுதி மூலம் முன்னேற்றம் பெறும் காலம்.

---

2. தீர்ப்பு (卦辭 / குவா சிஐ)

சீன உரை:
困，亨，貞，大人吉，无咎，有言不信。

தமிழ் மொழிபெயர்ப்பு:
குன் — நெருக்கடி;
ஆனால் இறுதியில் முன்னேற்றம்.
நெறி நலம்;
சிறந்த மனிதர் நலம்;
குற்றமில்லை;
ஆனால் சொல்லும் வார்த்தைகள் நம்பப்படாது.

பொருள்:
இது நம்பிக்கை சோதிக்கப்படும் காலம்.
உம் உண்மையை பிறர் உடனே ஏற்க மாட்டார்கள்.
ஆனால் நெறியை விடாமல் இருத்தல் → இறுதி நன்மை.

---

3. காட்சி (象曰 / ஷியாங் யு)

சீன உரை:
澤无水，困。
君子以致命遂志。

தமிழ் மொழிபெயர்ப்பு:
ஏரியில் நீர் இல்லை — குன்.

ஞானி உயிரை அர்ப்பணித்து
தன் நோக்கத்தை நிறைவேற்றுகிறார்.

பொருள்:
வெளிச் சக்தி ஆதரிக்காத நிலையில்,
உள்ளுணர்வு மற்றும் மன உறுதியுடன் ஈடுபடுதல் → நெறி.

வரி உரைகள் (爻辭 / யாவோ சி)

初六 (கீழ் வரி)

சீன உரை:
臀困于株木，入于幽谷，三歲不覿。

தமிழ் மொழிபெயர்ப்பு:
மர வேர் அருகே சிக்குதல்;
இருண்ட பள்ளத்தாக்கில் நுழைவு;
மூன்று ஆண்டுகள் — யாரையும் காணாத நிலை.

பொருள்:
கடுமையான தனிமை;
ஆனால் இது வளர்ச்சி உருவாகும் காலம்.

九二 (இரண்டாவது வரி)

சீன உரை:
困于酒食，朱紱方來，利用享祀。征凶，无咎。

தமிழ் மொழிபெயர்ப்பு:
உணவும் பானமும் உள்ள இடத்தில் சிக்குதல்;
உயர்ந்த ஆதரவு வரும்;
பலியிடல் நலம்.
சண்டை புரிவது ஆபத்து;
ஆனால் குற்றமில்லை.

பொருள்:
வெளி ஆதரவு வரும்;
ஆனால் தீவிரம் காட்டினால் இழப்பு.

六三 (மூன்றாவது வரி)

சீன உரை:
困于石，据于蒺藜。
入于其宫，不見其妻，凶。

தமிழ் மொழிபெயர்ப்பு:
கல்லால் சிக்குதல்;
முள் மீது நிலைநிற்றல்;
வீட்டிற்குள் சென்றும் மனைவியை காணாமை — ஆபத்து.

பொருள்:
உள்ளும் புறமும் தடைகள்,
உள்ள உறவுகளிலும் தூரம் உருவாகும் நேரம்.

九四 (நான்காவது வரி)

சீன உரை:
來徐徐，困于金車。
吝，无咎。

தமிழ் மொழிபெயர்ப்பு:
மெதுவாக வருதல்;
உலோக வண்டியில் சிக்கல்;
இருக்கு;
ஆனால் குற்றமில்லை.

பொருள்:
முன்னேற்றம் தாமதமாகும்;
ஆனால் தீங்கு இல்லை.

九五 (ஐந்தாவது வரி)

சீன உரை:
劓刖，困于赤紱。
乃徐有說，利用祭祀。

தமிழ் மொழிபெயர்ப்பு:
மூக்கு/கால் வெட்டும் தண்டனை போல் மன உளைச்சல்;
சிவப்பு வரி (அதிகாரம்) மூலம் சிக்கல்.
பின்னர் மெதுவாக நிம்மதி;
பலியிடல் நன்மை.

பொருள்:
அதிகார அழுத்தம் / பெரும் உள் வலி —
பின்னர் வெளிச்சம் வரும்.

上六 (மேல் வரி)

சீன உரை:

困于葛藟，于臲卼。
曰動悔，有悔，征吉。

தமிழ் மொழிபெயர்ப்பு:
முள்முளைக்கும் கொடிகளில் சிக்கல்;
அசைவினில் ஆபத்து.
செயல் → வருத்தம்;
ஆனால் சண்டை/முன்னேற்றம் → நன்மை.

பொருள்:
திடீர் செயல் ஆபத்து;
ஆனால் தைரியமான முன்னேற்றம் → இறுதி நன்மை.

---

1. நெறிப் பாடம்

- நெருக்கடி = நிலைநிறுத்தும் சோதனை.
- வெளி உலகம் உதவாத நேரம் — உள் வலிமை முக்கியம்.
- மௌனம் + பொறுமை = பாதுகாப்பு.
- முன்னேற்றம் தாமதமாகினாலும் → நன்மை உறுதி.

சுருக்கம்:
நெருக்கடி தற்காலிகம்; நெறி நிரந்தரம்.

---

2. தத்துவப் பாடம்

- குன் = "வளரும் விதை மண்ணில் சிக்கிய நிலை."
- அழுத்தம் → மாற்றத்தை உருவாக்கும்.
- சிரமம் தெளிவை வடிவமைக்கும்.

மைய சிந்தனை:
உள் சக்தி வெளிச்சத்தை உருவாக்கும்.

---

3. நடைமுறை வாழ்க்கைப் பாடம்

அ) செயல்
• திடீர் முடிவுகளை தவிர்க்க.
• நீங்கா அழுத்தம் — சிக்கிக் கொண்டாலும் - திசையைப் பராமரிக்கவும்.

ஆ) ஒழுக்கம்
• தினசரி சிறு முயற்சி → சிக்கலிலிருந்து வெளியேறும் படிகள்.
• உள் குரலை நம்பு.

இ) முடிவெடுத்தல்
• ஆபத்தான நேரடி மோதல் → தவிர்க்க.
• நேரம் வரும்போது முன்னேறு.

---

4. வேலை & தலைமைத்துவப் பாடம்

• திட்டங்களை மெதுவாக செயல்படுத்து;
• குழுவின் தவறான புரிதல்கள்;
• தலைவர் → அழுத்தம் அதிகரிக்கும் வரை நிலைத்தன்மையைப் பிடித்துக் கொள்ளுங்கள்.

---

5. உளவியல் பாடம்

• உணர்ச்சித் தடைகள் → உள் தெளிவை வெளிச்சத்துக்கு அழைக்கும்.
• தனிமை = தூய்மைப்படுத்துதல்.

---

6. ஆன்மிகப் பாடம்

• குன் = ஆன்மா தன்னை சுத்தப்படுத்தும் அழுத்த காலம்.
• தியானம், அமைதி → முக்கியம்.

---

7. ஒரு வரி சாரம்

"நெருக்கடி உன்னை நிறுத்த வரவில்லை — உன்னை செதுக்க வருவது."

ஹெக்ஸாகிராம் 48:
第四十八卦 — 井 (ஜிங்)

ஹெக்ஸாகிராம் 48: 第四十八卦 — 井 (ஜிங்) — கிணறு / அடிப்படை ஆதாரம் / நிலையான வளம்

---

1. 卦名 (பெயர்)

சீன உரை: 井
சீன உரை தமிழில்: ஜிங்
நேரடி பொருள்: கிணறு, ஆதார நீர், அடிப்படை வளம்.
குறியீட்டு பொருள்:
நீர் (☵) மேலே — ஆழம், உண்மை, அடிப்படை ஆதாரம்
காற்று (☴) கீழே — ஊடுருவல், கட்டமைப்பு, பயன்பாடு

இவை சேர்ந்து:
ஆழமான மூல வலிமை வெளிப்புற உலகிற்கு வழங்கப்படுவது.
ஜிங் = **வாழ்க்கையின் அடிப்படை சக்தியை பாதுகாத்தல், பராமரித்தல், பகிர்தல்.**

---

2. தீர்ப்பு (卦辭 / குவா சிஐ)

சீன உரை:
井，改邑不改井，无喪无得，往來井井。
汔至，亦未繘井，羸其瓶，凶。

தமிழ் மொழிபெயர்ப்பு:
ஜிங் — நகரம் மாற்றலாம்;
கிணறு மாறாது.
கிணற்றை யாரும் இழக்க மாட்டார்கள், பெற்றுக் கொள்ளவும் முடியாது.
மக்கள் வந்து செல்வர், கிணறு அதேபடி இருக்கும்.
நீர் கிட்டத்தட்ட பெறப்பட்டாலும்
தாழ்வாரத்தை இறக்காவிட்டால்
குடுவை உடைந்தால் — ஆபத்து.

பொருள்:
அடிப்படை வளம் — நிலையாக இருக்க வேண்டும்.
மனிதர்கள் மாறினாலும், அடித்தளம் மாறக்கூடாது.
சிறு அலட்சியம் → நாசம்.

---

3. காட்சி (象曰 / ஷியாங் யு)

சீன உரை:
木上有水，井。
君子以勞民勸相。

தமிழ் மொழிபெயர்ப்பு:
மரத்தின் மேல் நீர் — ஜிங்.
ஞானி மக்கள் முயற்சியை ஊக்குவிக்கிறார்;
ஆதரவு அமைப்பை வலுப்படுத்துகிறார்.

பொருள்:
நன்மை வழங்கும் அமைப்பு →
மக்களைக் காக்கும் வலிமை.

வரி உரைகள் (爻辭 / யாவோ சி)

初六 (கீழ் வரி)

சீன உரை:
井泥不食，舊井无禽。

தமிழ் மொழிபெயர்ப்பு:
சேறு நிறைந்த கிணறு — குடிக்க முடியாது;
பழைய கிணறு — பறவையும் வராது.

பொருள்:
அடித்தளம் கெட்டால்
பிறரும் பயன்பெற முடியாது.

九二 (இரண்டாவது வரி)

சீன உரை:
井谷射鮒，甕敝漏。

தமிழ் மொழிபெயர்ப்பு:
கிணறு பள்ளத்தில் மீன்;
ஆனால் குடுவை உடைந்து கசிகிறது.

பொருள்:
வளம் இருந்தும்
அதைப் பயன்படுத்தும் திறன் இல்லை → இழப்பு.

九三 (மூன்றாவது வரி)

சீன உரை:
井渫不食，為我心惻，可用汲，王明并受其福。

தமிழ் மொழிபெயர்ப்பு:
கிணறு சுத்தம் செய்தாலும் குடிக்கப்படாது;
இது வருத்தம்.
ஆனால் எடுக்கலாம்;
அரசர் அதை அறிந்தால் — ஆசீர்வாதம்.

பொருள்:
நல்ல வளம் இருக்கிறது;
அதை அறிந்து பயன்படுத்துபவருக்கே நன்மை.

六四 (நான்காவது வரி)

சீன உரை:
井甃，无咎。

தமிழ் மொழிபெயர்ப்பு:
கிணறு உறுதியாக கட்டுதல் — குற்றமில்லை.

பொருள்:
அடித்தளம் வலுப்படுத்துதல் → பாதுகாப்பு.

九五 (ஐந்தாவது வரி)

சீன உரை:
井冽，寒泉食。

தமிழ் மொழிபெயர்ப்பு:
கிணற்றின் நீர் தூய்மை;
குளிர்ந்த நீர் — குடிக்க உகந்தது.

பொருள்:
உயர் தரமான வளம் → பயன்பெறும் அனைவருக்கும் நன்மை.

上六 (மேல் வரி)

சீன உரை:
井收勿幕，有孚元吉。

தமிழ் மொழிபெயர்ப்பு:
கிணறு மூடாதே;
நம்பிக்கை இருந்தால் — பெரிய நன்மை.

பொருள்:
வளத்தை பகிர்வதுதான் உண்மையான செழிப்பு.

---

1. நெறிப் பாடம்

• உண்மையான வளம் → அடித்தளத்தைப் பாதுகாப்பதில் உள்ளது.
• வளம் இருந்தும் பயன்படுத்தத் தெரியாதவர்கள் இழப்பர்.
• நல்லதை பகிர்ந்தால் — பலன் அதிகரிக்கும்.
• சின்ன அலட்சியம் → பெரிய இழப்பு.

சுருக்கம்:
அடித்தளம் உறுதி = நிரந்தர வளம்.

---

2. தத்துவப் பாடம்

• ஜிங் = "உள்ளார்ந்த ஆதாரம்."
• மனிதர் மாறலாம்;
ஆனால் நெறி-அடித்தளம் மாறக்கூடாது.
• தரமான வளம் → அனைத்து உயிர்களுக்கும் ஆதாரம்.

மைய சிந்தனை:
ஆழமான மூலாதாரம் = உண்மையான செழிப்பு.

---

3. நடைமுறை வாழ்க்கைப் பாடம்

அ) செயல்
• வளத்தை சரியாக கையாளு.
• அலட்சியம் செய்யாதே.

ஆ) ஒழுக்கம்
• கற்றலும் வளர்ச்சியும் அடிப்படையில் தொடங்கு.
• நிலைத்தன்மை — முக்கியம்.

இ) முடிவெடுத்தல்
• ஆதாரங்களை பாதுகாத்து பயன்படுத்துதல் → வெற்றி.

---

4. வேலை & தலைமைத்துவப் பாடம்

• அமைப்பின் முக்கிய அமைப்புகள் → பராமரித்தல் செய்ய வேண்டும்.
• தலைவர் = பாதுகாப்பும் பகிர்வும் செய்யக்கூடியவர்.
• மக்கள் நிலையான வளங்களைச் சார்ந்துள்ளனர்.

---

5. உளவியல் பாடம்

• உன் உள்ளே ஆழமான ஆதாரதிற்கு திரும்பு.
• மன ஆற்றல் கசிவு → சீரமைக்க வேண்டும்.

---

6. ஆன்மிகப் பாடம்

• ஜிங் = ஆன்மா தனது ஆதார நீரைக் கண்டுபிடிக்கும் நிலை.
• உள் தியானம் → ஆழ சக்தியைத் தரும்.

---

7. ஒரு வரி சாரம்

"அடித்தளம் தூய்மையானால் — வாழ்வு முழுவதும் வளம் ஓடும்."

ஹெக்ஸாகிராம் 49:
第四十九卦 — 革 (கே)

ஹெக்ஸாகிராம் 49: 第四十九卦 — 革 (கே) — மாற்றம் / புரட்சி / புதுப்பித்தல்

---

1. 卦名 (பெயர்)

சீன உரை: 革
சீன உரை தமிழில்: கே
நேரடி பொருள்: மாற்றம், தோல் உரிதல், புரட்சி.
குறியீட்டு பொருள்:
ஏரி (☱) மேலே — மகிழ்ச்சி, மென்மை
நெருப்பு (☲) கீழே — வெளிச்சம், வெளிப்பாடு

இவை சேர்ந்து:
பழையதை மாற்றும் வெளிச்சம் + புதியதைக் கொள்ளும் மனம்.
கே = **பழைய சக்தி முடிந்து,**
புதிய சக்தி வரவேற்கப்படும் மாற்றக் காலம்.

---

2. தீர்ப்பு (卦辭 / குவா சிஜ)

சீன உரை:
革，己日乃孚。
元亨，利貞。
悔亡。

தமிழ் மொழிபெயர்ப்பு:
கே — மாற்றம் நாளில் நம்பிக்கை பிறக்கும்.
பெரிய முன்னேற்றம்;
நெறியில் நலம்;
பச்சாத்தாபம் நீங்கும்.

பொருள்:
சரியான மாற்றம் → வெற்றி + அமைதி.
நேரம் சரியாக இருக்கும்போது மாற்றம் நன்மையைத் தரும்.

---

3. காட்சி (象曰 / ஷியாங் யு)

சீன உரை:
澤中有火，革。
君子以治曆明時。

தமிழ் மொழிபெயர்ப்பு:
ஏரிக்குள் நெருப்பு — கே.
ஞானி காலத்தின் மாற்றத்தைப் புரிந்து
சரியான நேரத்தில் செயல்படுகிறார்.

பொருள்:
மாற்றம் = நேரம்.
சரியான நேரத்தை அறிந்தால் அனைத்தும் சீர்படும்.

வரி உரைகள் (爻辭 / யாவோ சி)

初九 (கீழ் வரி)

சீன உரை:
鞏用黃牛之革。

தமிழ் மொழிபெயர்ப்பு:
மஞ்சள் எருதின் தோலை வலுவாகக் கையில் எடுக்குதல்.

பொருள்:
மாற்றத்திற்கான அடித்தளம் உறுதி வேண்டும்.

六二 (இரண்டாவது வரி)

சீன உரை:
己日乃革之，征吉，无咎。

தமிழ் மொழிபெயர்ப்பு:
சரியான நாளில் மாற்றம் செய்;
செல்வது நன்மை;
குற்றமில்லை.

பொருள்:
நேரம் முக்கியம் —
அவசரமோ தாமதமோ → தவறு.

九三 (மூன்றாவது வரி)

சீன உரை:
征凶，貞厲。
革言三就，有孚。

தமிழ் மொழிபெயர்ப்பு:
இப்பொழுது செல்வது ஆபத்து;
நெறி கடினம்.
மூன்று முறை பேசப்பட்ட மாற்றம் —
பின் நம்பிக்கை கிடைக்கும்.

பொருள்:
மாற்றத்தை முதலில் மக்கள் ஏற்க மாட்டார்கள்;
சரியான விளக்கம் → ஒத்துழைப்பு.

九四 (நான்காவது வரி)

சீன உரை:
悔亡，有孚改命，吉。

தமிழ் மொழிபெயர்ப்பு:
பச்சாத்தாபம் நீங்கும்;
உண்மையுடன் விதியை மாற்றினால் — நன்மை.

பொருள்:
சரியான மாற்றம் → வாழ்க்கை திசை மாறும்.

九五 (ஐந்தாவது வரி)

சீன உரை:
大人虎變，未占有孚。

தமிழ் மொழிபெயர்ப்பு:
பெரும் மனிதன் புலி போல மாறுகிறார் —
ஜோதிடம் பார்த்துமில்லை, நம்பிக்கை தானாக ஏற்படும்.

பொருள்:
பலவான மாற்றம் → மக்களால் ஏற்கப்படும் மாற்றம்.
அதிகாரம் + நெறி → இயற்கை வெற்றி.

上六 (மேல் வரி)

சீன உரை:
君子豹變，小人革面。征凶，居貞吉。

தமிழ் மொழிபெயர்ப்பு:
ஞானி புலியின் கறைகள் போல மாறுகிறார்;
சிற்றினன் முகத்தை மட்டும் மாற்றுகிறான்.
செல்வது ஆபத்து;
நிலையாக இருப்பது நலம்.

பொருள்:
உள்ளிருந்து மாற்றம் → நன்மை.
வெளி மட்டும் மாற்றுவது → ஆபத்து.

---

1. நெறிப் பாடம்

• மாற்றம் நேர்ந்தால் அதனை ஏற்க வேண்டும்.
• சரியான நேரம் = வெற்றி.
• மாற்றம் உள்ளிருந்து உருவாக வேண்டும்;
வெளிப்புற முகமூடி மாற்றம் → நாசம்.
• சக்தி + நெறி = புதுப்பித்தல்.

சுருக்கம்:
உள்ளிருந்து மாறினால் — நன்மை நீடிக்கும்.

---

2. தத்துவப் பாடம்

• மாற்றம் பிரபஞ்சத்தின் இயல்பு.
• பழையதைப் பிடித்திருப்பது கெட்டதைப் பாதுகாப்பது.
• நெறியுடன் வரும் மாற்றம் → சுத்திகரிப்பு.

மைய சிந்தனை:
உண்மையான மாற்றம் = வெளிச்சம்.

---

3. நடைமுறை வாழ்க்கைப் பாடம்

அ) செயல்
• நேரம் இரும்பு போல — சரியாக இருக்க வேண்டும்.
• மாற்றத்தைத் தள்ளிப்போடாதே,
ஆனால் அவசரப்படவும் வேண்டாம்.

ஆ) ஒழுக்கம்
• உள்ளுக்குள் மாற்றம் செய் — பழக்கங்கள் புதுப்பித்தல்.
• நேர்மை = உண்மையான மாற்றம்.

இ) முடிவெடுத்தல்
• ஏற்கனவே நாசமானதைப் பிடித்திருப்பது → ஆபத்து.
• புதிய திசை → பாதுகாப்பு.

---

4. வேலை & தலைமைத்துவப் பாடம்

• அமைப்பு சீர்திருத்தங்கள் → சிறந்த காலம்.
• தலைவர் முதலில் உருமாற வேண்டும் — பின்னர் அணி பின்தொடர்கிறது.
• ஒப்பனை மாற்றங்கள் = பயனற்றது.

---

5. உளவியல் பாடம்

• உள் மாற்றம் → வெளிப்புற யதார்த்த மாற்றங்கள்.
• மறுப்பு = வளர்ச்சியின் மிகப்பெரிய எதிரி.

---

6. ஆன்மிகப் பாடம்

• கே = ஆன்ம சுத்திகரிப்பு.
• கர்மா உதிர்க்கும் நேரம்.
• புதிய ஒளி பழைய இருளை களைவது.

---

7. ஒரு வரி சாரம்

“உண்மையான மாற்றம் எப்போதும் உள்ளிருந்து தொடங்குகிறது.”

ஹெக்ஸாகிராம் 50:
第五十卦 — 鼎 (டிங்)

ஹெக்ஸாகிராம் 50: 第五十卦 — 鼎 (டிங்) — புனித பானை / மாற்றம் மூலம் உயர்வு / ஆன்ம வலிமை

---

1. 卦名 (பெயர்)

சீன உரை: 鼎
சீன உரை தமிழில்: டிங்
நேரடி பொருள்: பண்டைய புனித பானை, வேதிய பானை, பரிமாற்ற பத்திரம்.
குறியீட்டு பொருள்:
நெருப்பு (☲) மேலே — சுத்திகரிப்பு, வெளிப்பாடு
காற்று (☴) கீழே — வளர்ச்சி, பரவல்

இவை சேர்ந்து:
சுத்திகரிப்பு + மாற்றம் + உயர்வு.
டிங் = **ஆன்மீகமும் உலகியலுமான மாற்றத்தை சமைக்கும், புனித உருவாக்க பானை.**

---

2. தீர்ப்பு (卦辭 / குவா சிஜ)

சீன உரை:
鼎，元吉，亨。

தமிழ் மொழிபெயர்ப்பு:
டிங் — பெரிய நன்மை;
வளர்ச்சி;
வெற்றி.

பொருள்:
இது மாற்றத்தின் புனிதநேரம்.
உள்ளிருந்து வெளிவரும் மாற்றங்கள்
வாழ்க்கையை உயர்த்தும்.

---

3. காட்சி (象曰 / ஷியாங் யு)

சீன உரை:
木上有火，鼎。
君子以正位凝命。

தமிழ் மொழிபெயர்ப்பு:
மரத்தின் மேல் நெருப்பு — டிங்.
ஞானி தன் நிலையைக் காக்கிறார்;
விதியை உறுதியுடன் நிலைநிறுத்துகிறார்.

பொருள்:
உயர்வை சமைப்பது போல
ஞானி நெறி + நிலைமை கொண்டு
வாழ்க்கையை வடிவமைக்கிறார்.

வரி உரைகள் (爻辭 / யாவோ சி)

初六 (கீழ் வரி)

சீன உரை:
鼎顛趾，利出否，得妾以其子，无咎。

தமிழ் மொழிபெயர்ப்பு:
பானை கீழே புரளல்;
அழுக்கு வெளியேறும்;
பெண்ணையும் குழந்தையையும் பெறுதல்;
குற்றமில்லை.

பொருள்:
தொடக்கத்தில் குழப்பம்;
ஆனால் சுத்திகரிப்பின் மூலம் நன்மை பிறக்கும்.

九二 (இரண்டாவது வரி)

சீன உரை:
鼎有實，我仇有疾，不我能即，吉。

தமிழ் மொழிபெயர்ப்பு:
பானை நிரம்பியுள்ளது;
எதிரியின் நோய்;
அவன் உன்னைத் தீங்கு செய்ய முடியாது — நன்மை.

பொருள்:
உன் வலிமை அகம்பாவமின்றி வளர்கிறது;
தீமை உன்னைத் தாண்ட முடியாது.

九三 (மூன்றாவது வரி)

சீன உரை:
鼎耳革，其行塞。
雉膏不食，方雨虧悔，終吉。

தமிழ் மொழிபெயர்ப்பு:
பானையின் கைப்பிடி மாறுதல்;
செல்ல முடியாது;
அழகான கிராமிய எண்ணெய் — சாப்பிட முடியவில்லை;
மழைக்குப் பின் பச்சாத்தாபம்;
இறுதியில் நன்மை.

பொருள்:
மாற்றத்தில் தாமதம்;
ஆனால் மேம்பாட்டின் பின் முழு பயன்.

九四 (நான்காவது வரி)

சீன உரை:
鼎折足，覆公餗，其形渥，凶。

தமிழ் மொழிபெயர்ப்பு:
பானையின் கால் உடைதல்;
அரசரின் உணவு சிந்துதல்;
மிக மோசமான விளைவு — ஆபத்து.

பொருள்:
அடித்தளம் பலவீனமானால்
மாற்றம் நாசம் தரும்.

六五 (ஐந்தாவது வரி)

சீன உரை:
鼎黃耳，金鉉，利貞。

தமிழ் மொழிபெயர்ப்பு:
மஞ்சள் கைப்பிடியுடன் கூடிய சீர் பானை;
உலோக கொக்கு;
நெறியில் நன்மை.

பொருள்:
சரியான அமைப்பு + சரியான தாங்கல் →
திடமான உயர்வு.

上九 (மேல் வரி)

சீன உரை:
鼎玉鉉，大吉，无不利。

தமிழ் மொழிபெயர்ப்பு:
ஜேடு/மாணிக்க கொக்குடன் கூடிய பானை;
பெரும் நன்மை;
எல்லாம் நலம்.

பொருள்:
உயர்ந்த மாற்றம்;
ஆன்மீக + உலகியலான வெற்றியின் உச்ச நிலை.

---

1. நெறிப் பாடம்

• வாழ்க்கையின் மாற்றங்கள் "காய்ச்சுதல்" போல —
சுத்திகரித்த பின் மட்டுமே உயர்வு வரும்.
• அழத்தளம் பலவீனமாக இருந்தால் மாற்றம் ஆபத்து.
• உயர்வு = பொறுமை + நெறி + சரியான அமைப்பு.

சுருக்கம்:
சுத்தம் → அமைப்பு → உயர்வு.

---

2. தத்துவப் பாடம்

• டிங் = உள்மாற்றத்தின் வேதியியல்.
• பழைய சக்தி கரைந்து
புதிய ஒளி உருவாகும் நேரம்.
• உண்மையான மாற்றம் எப்போதும்
தீயை கடந்த பின் வரும்.

மைய சிந்தனை:
மாற்றத்தின் நெருப்பு — உயர்வின் வெளிச்சம்.

---

3. நடைமுறை வாழ்க்கைப் பாடம்

அ) செயல்
• புதிய திறன்/திட்டம் "சமைக்கப்படும்" நேரம்.
• பொறுமை + நுட்பம் → வலுவான முடிவுகள்.

ஆ) ஒழுக்கம்
• உள் கழிவுகளை அகற்று — கோபம், பழக்கங்கள், பயம்.
• செம்மை = பரிணாமம்.

இ) முடிவெடுத்தல்
• அடிப்படை அமைப்பு சரியா? → அப்போதுதான் மாற்றம் செய்ய வேண்டும்.

---

4. வேலை & தலைமைத்துவப் பாடம்

• திறன் தேர்ச்சி → "தீ + கட்டமைப்பு" மூலம் உருவாகும்.
• தலைவர் = செம்மை செய்பவர், அழிப்பவர் அல்ல.

---

5. உளவியல் பாடம்

• உணர்ச்சி சுத்திகரிப்பு → தெளிவு.
• உண்மையான வலிமை = உள் சுத்திகரிப்பு.

---

6. ஆன்மிகப் பாடம்

• டிங் = ஆன்ம சுத்தி + பிரகாசம்.
• தியானம், உள் மாற்றம் — ஆன்ம உயர்வு.

---

7. ஒரு வரி சாரம்

"சுத்திகரிப்பு இல்லாமல் உயர்வு இல்லை."

ஹெக்ஸாகிராம் 51:

第五十一卦 — 震 (ஷென்)

ஹெக்ஸாகிராம் 51: 第五十一卦 — 震 (ஷென்) — இடியொலி / அதிர்ச்சி / விழிப்பு

---

1. 卦名 (பெயர்)

சீன உரை: 震
சீன உரை தமிழில்: ஷென்
நேரடி பொருள்: இடியொலி, அதிர்ச்சி, அதிர்வூட்டல்.
குறியீட்டு பொருள்:
மின்னல் (☳) மேல் — வெளிப்புற அதிர்வு
மின்னல் (☳) கீழே — உள் அதிர்வு

ஷென் = **அதிர்ச்சி மூலம் விழிப்பு, பயத்தைத் தாண்டி எழுச்சி.**
இது பயத்தையும் குழப்பத்தையும் உடைத்தெறிந்து,
உள்ளிருந்து பிறக்கும் விழிப்புணர்வை குறிக்கிறது.

---

2. தீர்ப்பு (卦辭 / குவா சிஜ)

சீன உரை:
震，亨。
震來虩虩，
笑言啞啞。
震驚百里，
不喪匕鬯。

தமிழ் மொழிபெயர்ப்பு:
ஷென் — முன்னேற்றம்.
இடி வரும் போது பயம்;
பின் சிரிப்பு.
அதிர்ச்சி நூறு மைல் பரவினாலும்
புனிதப்பானையும் அர்ப்பணிப்புகளும் அழியாது.

பொருள்:
முதல் அதிர்வு பயமளிக்கும்;
ஆனால் சரியாக எதிர்கொண்டால்
அது வளர்ச்சியாக மாறும்.
உண்மையான மதிப்புகள் சிதைவதில்லை.

---

3. காட்சி (象曰 / ஷியாங் யு)

சீன உரை:
洊雷，震。
君子以恐懼修省。

தமிழ் மொழிபெயர்ப்பு:
தொடர்ச்சியாக மின்னல் — ஷென்.
ஞானி அதைக் கண்டும்
தன்னைப் பரிசோதித்து மேம்படுத்திக் கொள்கிறார்.

பொருள்:
அதிர்ச்சி = சுய சோதனை நேரம்.
பயம் → உள் வளர்ச்சி.

வரி உரைகள் (爻辭 / யாவோ சி)

初九 (கீழ் வரி)

சீன உரை:
震來虩虩,
後笑言啞啞,
吉。

தமிழ் மொழிபெயர்ப்பு:
இடி வந்து பயமுறுத்தும்;
பின்னர் சிரிப்பு; நன்மை.

பொருள்:
தொடக்க பயம் இயல்பு;
அதைத் தாண்டினால் நன்மை.

六二 (இரண்டாவது வரி)

சீன உரை:
震來厲,
億喪貝,
躋于九陵,
勿逐， 七日得。

தமிழ் மொழிபெயர்ப்பு:
அதிர்ச்சி ஆபத்தைத் தரும்;
செல்வம் இழக்கலாம்;
மேல்நிலைக்கு செல்;
துரத்தாதே;
ஏழு நாட்களில் மீண்டும் பெறுவாய்.

பொருள்:
இழப்பு ஏற்பட்டாலும்
அமைதி + பொறுமை → மீட்பு.

六三 (மூன்றாவது வரி)

சீன உரை:
震蘇蘇,
震行无眚。

தமிழ் மொழிபெயர்ப்பு:
சிறு அதிர்ச்சிகள் தொடர்கின்றன;
சரியான பாதையில் நடந்தால் — துரதிர்ஷ்டம் இல்லை.

பொருள்:
தொடர்ச்சியான அழுத்தத்திலும்
நெறி காக்க → பாதுகாப்பு.

九四 (நான்காவது வரி)

சீன உரை:
震遂泥。

தமிழ் மொழிபெயர்ப்பு:
அதிர்ச்சி செல்வதை தொடங்குகிறது —
சேற்றில் மாட்டுவது.

பொருள்:
பயம் அதிகரித்தால்
முன்னேற்றம் நின்றுவிடும்.

六五 (ஐந்தாவது வரி)

சீன உரை:
震往來,
厲,
意无喪，有事。

தமிழ் மொழிபெயர்ப்பு:
அதிர்ச்சி வரவும் போகவும் செய்யும்;
ஆபத்து;
ஆனால் மனம் நிலையாக இருந்தால் — வேலை நடைபெறும்.

பொருள்:
உள் நிலைமை உறுதியானால்
வெளிப்புற குழப்பம் பாதிக்காது.

上六 (மேல் வரி)

சீன உரை:
震索索，
視矍矍，
征凶，
震不于其躬，
于其鄰，无咎。
婚媾有言。

தமிழ் மொழிபெயர்ப்பு:
அதிர்ச்சி காரணமாக நடுங்கல்;
கண்கள் பதட்டம்;
செல்வது ஆபத்து;
அதிர்ச்சி நேரடியாக உன்னைத் தாக்காது;
அருகில் தாக்கும் — குற்றமில்லை.
உறவுகளில் கருத்து வேறுபாடு.

பொருள்:
அழுத்தம் நெருக்கமாக இருக்கும்;
நீ அமைதியாக இருந்தால் பாதுகாப்பு.

---

1. நெறிப் பாடம்

• பயத்தால் நடுங்கினாலும் — தைரியத்துடன் முன்னேறு.
• அதிர்ச்சி = விழிப்பு;
தாக்கம் = கற்றல்.
• முதல் எதிர்வினை தவறு ஆகலாம்;
இரண்டாவது நடவடிக்கை சரியாக இருக்க வேண்டும்.

சுருக்கம்:
அதிர்ச்சி → விழிப்பு → வலிமை.

---

2. தத்துவப் பாடம்

• மின்னல் போல ஒரு அதிர்ச்சியும்
மனதைத் திறக்கலாம்.
• உண்மையான வளர்ச்சி

பாதுகாப்பு மண்டலத்தை உடைக்கும்.
• பயம் = கதவு; அதைத் தாண்டினால் அறிவு.

மைய சிந்தனை:
அதிர்ச்சி என்பது விழிப்புணர்வின் முதல் படி.

---

3. நடைமுறை வாழ்க்கைப் பாடம்

அ) செயல்
• பீதி அடையாதே.
• இடைநிறுத்து + கவனித்தல் + செயல்.

ஆ) ஒழுக்கம்
• பயத்திற்குள் விழாமல்
உள்ளத்தை நிலைநிறுத்து.

இ) முடிவெடுத்தல்
• அதிர்ச்சி நேரத்தில் அவசரம் → இழப்பு.

---

4. வேலை & தலைமைத்துவப் பாடம்

• நெருக்கடி தலைமைத்துவம் தேவைப்படும் நேரம்.
• அமைதியான மனம் → குழு பாதுகாப்பு.

---

5. உளவியல் பாடம்

• கவலை = மின்னல்.
• அடித்தளமாக இருங்கள்.
• அதிர்ச்சி = உணர்ச்சி சுத்திகரிப்பு.

---

6. ஆன்மிகப் பாடம்

• ஷென் = குண்டலினி போன்ற விழிப்புணர்வு.
• திடீர் அதிர்ச்சி → உள் திறப்பு.

---

7. ஒரு வரி சாரம்

“அதிர்ச்சி வந்தாலும் — மனம் நிலையாக இருந்தால் அது விழிப்பாக மாறும்.”

ஹெக்ஸாகிராம் 52:
第五十二卦 — 艮 (கன்)

ஹெக்ஸாகிராம் 52: 第五十二卦 — 艮 (கன்) — மலை / அமைதி / நிறுத்தம்

---

1. 卦名 (பெயர்)

சீன உரை: 艮
சீன உரை தமிழில்: கன்
நேரடி பொருள்: நிறுத்தம், மலை, அமைதி.
குறியீட்டு பொருள்:
மலை (☶) மேலே — உறுதி
மலை (☶) கீழே — அடக்கம்

கன் = **அசைவில்லாத அமைதி, உள்ளாற்றல் நிலை, உள் நின்று பார்ப்பது.**
இது "நிறுத்துவதின் சக்தி"யை போதிக்கும்.

---

2. தீர்ப்பு (卦辭 / குவா சிஜ)

சீன உரை:
艮其背，不獲其身。
行其庭，不見其人，无咎。

தமிழ் மொழிபெயர்ப்பு:
முதுகை நிறுத்து — தன்மையைத் தொடாதே.
வீட்டுத்தோட்டத்தில் நட — யாரையும் பார்க்க வேண்டாம்.
குற்றமில்லை.

பொருள்:
உள்ளத்தை நிறுத்தினால்
வெளிப்புற அழுத்தம் உன்னைத் தாக்காது.
"நிறுத்தம்" = பாதுகாப்பு.

---

3. காட்சி (象曰 / ஷியாங் யு)

சீன உரை:
兼山，艮。
君子以思不出其位。

தமிழ் மொழிபெயர்ப்பு:
இரண்டு மலைகள் — கன்.
ஞானி தனது நிலையிலிருந்து அசையாது சிந்திக்கிறார்.

பொருள்:
செயலுக்கு முன் நிலைமை;
சிந்தனைக்குள் அமைதி.

வரி உரைகள் (爻辭 / யாவோ சி)

初六 (கீழ் வரி)

சீன உரை:
艮其趾，无咎，利永貞。

தமிழ் மொழிபெயர்ப்பு:
கால்களை நிறுத்து — குற்றமில்லை;
நிலையான நெறி நன்மை தரும்.

பொருள்:
சிறு தடை கூட நன்மை;
அவசரம் தவிர்க்க வேண்டும்.

六二 (இரண்டாவது வரி)

சீன உரை:
艮其腓，不拯其隨，其心不快。

தமிழ் மொழிபெயர்ப்பு:
கால்சதையை நிறுத்தல் —
முன்னேற்றத்தைத் தடுக்கிறது;
இதயம் அசௌகரியம்.

பொருள்:
அமைதி தவறான இடத்தில் வந்தால்
இடையூறு.

九三 (மூன்றாவது வரி)

சீன உரை:
艮其限，列其夤，厲薰心。

தமிழ் மொழிபெயர்ப்பு:
இடுப்பில் நிறுத்தல்;
பிரிவு;
மன அழுத்தம்.

பொருள்:
நிறுத்தத்தை மிகைப்படுத்தினால்
உள்ளம் சுருங்கும்.

六四 (நான்காவது வரி)

சீன உரை:
艮其身，无咎。

தமிழ் மொழிபெயர்ப்பு:
உடலை முழுவதும் நிறுத்து —
குற்றமில்லை.

பொருள்:
உண்மையான அமைதி = முழு மன-உடல் சீர்மை.

六五 (ஐந்தாவது வரி)

சீன உரை:
艮其輔，言有序，悔亡。

தமிழ் மொழிபெயர்ப்பு:
வாய் (பேச்சை) நிறுத்து;
பேச்சு ஒழுங்காக வரும்;
பச்சாத்தாபம் நீங்கும்.

பொருள்:
சில நேரங்களில் மவுனமே மருந்து.

上九 (மேல் வரி)

சீன உரை:
敦艮，吉。

தமிழ் மொழிபெயர்ப்பு:
ஆழமான அமைதி — நன்மை.

பொருள்:
உள் நிலைமை தெளிவாக இருந்தால்
அவசரமோ குழப்பமோ பாதிக்காது.

---

1. நெறிப் பாடம்

- நிறுத்தம் = வலிமை.
- எந்த செயலும் அமைதியில் இருந்து வந்தால் நலம்.

• தவறான நேரத்தில் நிறுத்தல் → தடைகள்.
• சரியான நிறுத்தம் → தெளிவு + பாதுகாப்பு.

சுருக்கம்:
அமைதி = திசை.

---

2. தத்துவப் பாடம்

• கன் = "மன நின்று காண்பது."
• உள் அமைதி → வெளி அறிதல்.
• நிறுத்தம் என்பது சோம்பல் அல்ல;
விழிப்புடனான தடை.

மைய சிந்தனை:
அமைதி = விழிப்புணர்வின் வேர்.

---

3. நடைமுறை வாழ்க்கைப் பாடம்

அ) செயல்
• அவசரபடாதே .
• இடைநிறுத்தம் → தெளிவு.

ஆ) ஒழுக்கம்
• தியானம் / உள்ளிருப்பு அவசியம்.
• கோபம் இடைநிறுத்தம் = பாதுகாப்பு.

இ) முடிவெடுத்தல்
• முடிவு எடுப்பதற்கு முன் மன அமைதி தேவை.

---

4. வேலை & தலைமைத்துவப் பாடம்

• தலைவர் = புயலின் அமைதியான மையம்.
• தெளிவு → சரியான உத்தி.

---

5. உளவியல் பாடம்

• பதட்ட எதிர்வினை → நிறுத்து → சுவாசம் → செயல்.
• அடித்தளமிடுதல் கவலையை நீக்குகிறது.

---

6. ஆன்மிகப் பாடம்

• கன் = தியானத்தின் உச்ச நிலை.
• மனம் அமைதியான நிலை → ஆன்மா விழித்திருக்கிறது.

---

7. ஒரு வரி சாரம்

“அமைதி என்பது ஓய்வு அல்ல — விழிப்புணர்வின் மிக உயர்ந்த செயலாகும்.”

ஹெக்ஸாகிராம் 53:
第五十三卦 — 漸 (ஜியான்)

ஹெக்ஸாகிராம் 53: 第五十三卦 — 漸 (ஜியான்) — மெதுவான முன்னேற்றம் / நிலையான வளர்ச்சி

---

1. 卦名 (பெயர்)

சீன உரை: 漸
சீன உரை தமிழில்: ஜியான்
நேரடி பொருள்: படிப்படியான முன்னேற்றம், மெதுவான வளர்ச்சி, நிலையான மேம்பாடு.
குறியீட்டு பொருள்:
காற்று (☴) மேலே — பரவல், முன்னேற்றம்
மலை (☶) கீழே — உறுதி, நிலைத்த தன்மை

ஜியான் = **அவசரம் இல்லாத வளர்ச்சி;**
அடித்தளத்தின் மீது அமைக்கப்படும் முன்னேற்றம்.

---

2. தீர்ப்பு (卦辭 / குவா சிஜ)

சீன உரை:
漸，女歸吉，利貞。

தமிழ் மொழிபெயர்ப்பு:
ஜியான் — பெண்ணின் திருமணம் போல
சரியான நேரத்தில் நடைபெறும் முன்னேற்றம் — நன்மை.
நெறியில் நின்றால் மேலும் நன்மை.

பொருள்:
அவசரமின்றி,
சரியான நேரத்தில் நடக்கும் மாற்றம் → நல்விளைவு.

---

3. காட்சி (象曰 / ஷியாங் யு)

சீன உரை:
山上有木，漸。
君子以居賢德善俗。

தமிழ் மொழிபெயர்ப்பு:
மலையின் மீது வளர்ந்த மரம் — ஜியான்.
ஞானி நல்ல நெறியையும் நல்ல பண்புகளையும்
சமூகத்தில் வளர்க்கிறார்.

பொருள்:
மெதுவான வளர்ச்சியே
நிலையான வளர்ச்சி.

வரி உரைகள் (爻辭 / யாவோ சி)

初六 (கீழ் வரி)

சீன உரை:
鴻漸于干，小子厲，有言，无咎。

தமிழ் மொழிபெயர்ப்பு:
வாத்து கரையை அடைகிறது;
சிறு சிக்கல்;
சில பேசுபவர்கள்;
குற்றமில்லை.

பொருள்:
தொடக்க முன்னேற்றம் மெதுவாக;
எதிர்ப்பு இயல்பு.

六二 (இரண்டாவது வரி)

சீன உரை:
鴻漸于磐，飲食衎衎，吉。

தமிழ் மொழிபெயர்ப்பு:
வாத்து பாறையில் அடைகிறது;
உணவு, அமைதி — நன்மை.

பொருள்:
அடித்தளம் உறுதியானபோது
நிலைத்த நன்மை கிடைக்கும்.

九三 (மூன்றாவது வரி)

சீன உரை:
鴻漸于陸，夫征不復，婦孕不育，凶。

தமிழ் மொழிபெயர்ப்பு:
வாத்து நிலத்துக்கு வருகிறது;

ஆண் சென்றால் திரும்ப மாட்டான்;
பெண் கருவுற்றாலும் பிறக்காது — ஆபத்து.

பொருள்:
தவறான நேரத்தில் முயற்சி → இழப்பு.

六四 (நான்காவது வரி)

சீன உரை:
鴻漸于木，或得其桷，无咎。

தமிழ் மொழிபெயர்ப்பு:
வாத்து மரத்தில்;
சில நேரங்களில் ஒத்துழைப்பு கிடைக்கும்;
குற்றமில்லை.

பொருள்:
பாதுகாப்பான தங்குமிடம் கிடைக்கும்.

九五 (ஐந்தாவது வரி)

சீன உரை:
鴻漸于陵，婦三歲不孕，終莫之勝，吉。

தமிழ் மொழிபெயர்ப்பு:
வாத்து உயர்ந்த மலையில்;
பெண் மூன்று வருடம் கருவில்லை;
இறுதியில் வெற்றி — நன்மை.

பொருள்:
மகத்தான முன்னேற்றம் தாமதமாக வரும்;
ஆனால் நிச்சயமாக வரும்.

上九 (மேல் வரி)

சீன உரை:
鴻漸于陸，其羽可用為儀，吉。

தமிழ் மொழிபெயர்ப்பு:
வாத்து நிலத்தில்;
அதன் இறகுகள் விழாக்கருவிகளுக்குப் பயன்படும் — நன்மை.

பொருள்:
முடிவில் பெருமை;
உயர்ந்த மதிப்பு.

---

1. நெறிப் பாடம்

- முன்னேற்றம் = மெதுவான வளர்ச்சி.
- அவசரம் → தடைகள்.
- நிலையான அடித்தளம் → பெரிய வெற்றி.
- தாமதம் = தோல்வி அல்ல.

சுருக்கம்:
மெதுவாக, ஆனால் நிச்சயமாகவே முன்னேறுவது வெற்றி.

---

2. தத்துவப் பாடம்

- ஜியான் = இயற்கையின் வளர்ச்சி விதி.
- மரம் —வளராது;
அதேபோல் மனித முன்னேற்றமும்.
- நெறி + பொறுமை = ஆழமான வளர்ச்சி.

மைய சிந்தனை:
படி(கற்றல்) → படி(செயல்) → நிலைமை உயரும்.

---

3. நடைமுறை வாழ்க்கைப் பாடம்

அ) செயல்
- படிப்படியான திட்டம்.
- அவசரபடாதே.

ஆ) ஒழுக்கம்
- நிலைத்தன்மை முக்கியம்.
- முடிவுகளை அவசரமாக எதிர்பார்க்காதே.

இ) முடிவெடுத்தல்
- நேரம் சரியானதா? → பின்பு செயல்.

---

4. வேலை & தலைமைத்துவப் பாடம்

- குழு உருவாக்கம் = படிப்படியாக வலுப்படுத்துதல்.
- தலைவர் = மெதுவாக + நிலையான கட்டுநர்.

---

5. உளவியல் பாடம்

• கவலை வேண்டாம் — மெதுவான முன்னேற்றமே உண்மையான முன்னேற்றம்.
• ஆழமான வேர்கள் அமைதியாக வளரும்.

---

6. ஆன்மிகப் பாடம்

• ஆன்மா மெதுவாகப் பழுக்க வேண்டும்;
அதுவே ஆழ்ந்த ஞானம் தரும்.

---

7. ஒரு வரி சாரம்

"மெதுவான முன்னேற்றமே உண்மையான முன்னேற்றம்."

ஹெக்ஸாகிராம் 54:

第五十四卦 — 歸妹 (குவை மேய்)

ஹெக்ஸாகிராம் 54: 第五十四卦 — 歸妹 (குவை மேய்) — திரும்பிச் சேரும் மணப்பெண் / தவறான நிலை உறவு / சார்ந்த நிலை / அழுத்தத்தில் ஏற்புதல்

---

1. 卦名 (பெயர்)

சீன உரை: 歸妹
சீன உரை தமிழில்: குவை மேய்
நேரடி பொருள்: திரும்பிச் சேரும் மணப்பெண்;
சார்ந்த நிலை; பிறரின் சூழலை ஏற்க வேண்டிய நிலை.

குறியீட்டு பொருள்:
மின்னல் (☳) மேலே — திடீர் உந்துதல், ஆசை, கட்டுப்பாடற்ற இயக்கம்
ஏரி (☱) கீழே — மகிழ்ச்சி, ஈர்ப்பு, உணர்ச்சி

இவை சேர்ந்து:
ஏற்றுக்கொள்வதும், தழுவலும், பொருத்தம் தேவைப்படும் உறவு.
குவை மேய் = **சூழ்நிலை உன்னை முழுமையாக முடிவெடுக்க விடாது — நீ அதற்கேற்ப ஒத்திசைவாக செயல்பட வேண்டும்.**

---

2. தீர்ப்பு (卦辭 / குவா சிஜ)

சீன உரை:
歸妹，征凶，无攸利。

தமிழ் மொழிபெயர்ப்பு:
குவை மேய் — முன்னேற விரைந்து போனால் ஆபத்து.
பெரிய நன்மை இல்லை.

பொருள்:
இது "பலவீனமான நிலை".
அவசரம் → இழப்பு.
பொருத்தம் → பாதுகாப்பு.

---

3. காட்சி (象曰 / ஷியாங் யு)

சீன உரை:
澤上有雷，歸妹。
君子以永終知敝。

தமிழ் மொழிபெயர்ப்பு:
ஏரியின் மேல் மின்னல் — குவை மேய்.
ஞானி உறவுகளின் கடைசி நிலைவரை
அதில் உள்ள குறைகளையும் புரிந்துகொள்கிறான்.

பொருள்:
உறவு/சூழல் பலவீனம் கொண்டது;
அதை அறிந்தால்தான் நீ பாதுகாப்பாக இருப்பாய்.

வரி உரைகள் (爻辭 / யாவோ சி)

初九 (கீழ் வரி)

சீன உரை:
歸妹以娣，跛能履，征吉。

தமிழ் மொழிபெயர்ப்பு:
இளைய சகோதரியாகச் சேருதல்;
கால் குறை இருந்தாலும் நடக்க முடியும்;
செல்வது நன்மை.

பொருள்:
பலவீனம் இருந்தாலும்
சிரமம் காட்டாமல் முன்னேறினால் → நன்மை.

六二 (இரண்டாவது வரி)

சீன உரை:
歸妹以瑟，失初，凶。

தமிழ் மொழிபெயர்ப்பு:
இசைக்கருவியுடன் திருமணத்திற்கு வருதல்;
ஆனால் ஆரம்பம் தவறியது — ஆபத்து.

பொருள்:
தவறான தொடக்கம் → நாசம்.
அழகு காட்டுவது மட்டும் போதாது.

九三 (மூன்றாவது வரி)

சீன உரை:
歸妹以須，反歸以娣。

தமிழ் மொழிபெயர்ப்பு:
எதிர்பார்ப்புடன் காத்திருக்கும் திருமணம்;
இறுதியில் இளையவராக திரும்புதல்.

பொருள்:
நீ எதிர்பார்த்த நிலை கிடைக்காது;
சமரசம் தேவைப்படும்.

九四 (நான்காவது வரி)

சீன உரை:
歸妹愆期，遲歸有時。

தமிழ் மொழிபெயர்ப்பு:
திருமண நேரம் தாமதம்;
ஆனால் சரியான காலத்தில் நடக்கும்.

பொருள்:
தாமதம் → நன்மைக்கான தாமதம்.

六五 (ஐந்தாவது வரி)

சீன உரை:
帝乙歸妹，其君之袂不如其娣之袂良，
月幾望，吉。

தமிழ் மொழிபெயர்ப்பு:
அரசன் இளையரை திருமணம் செய்கிறான்;
ராணியின் ஆடை குறைவாக உள்ளது;
ஆனால் பௌர்ணமி நெருங்குகிறது — நன்மை.

பொருள்:
சூழல் சரியானதாக இல்லை;
ஆனால் நேரம் உகந்ததால் → நல்ல முடிவு.

上六 (மேல் வரி)

சீன உரை:
女承筐无實，
士刲羊无血，
无攸利。

தமிழ் மொழிபெயர்ப்பு:
பெண் காலியான கூடையை தூக்குகிறாள்;
ஆண் ஆட்டைக் கொன்றும் இரத்தம் வரவில்லை;
நன்மை இல்லை.

பொருள்:
செயல் → வெற்று;
பயன் → இல்லை;
சூழல் → பலவீனம்.

---

1. நெறிப் பாடம்

• இது "பலவீனமான நிலை ஹெக்ஸாகிராம்".
• அவசரம் → நாசம்.
• பொருத்தம் → பாதுகாப்பு.
• சரியான சூழலை எதிர்பார்க்காதே.
• ஏற்றுக்கொள் → சரிசெய் → முன்னேறு.

சுருக்கம்:
பாதுகாப்பான முன்னேற்றம் = சமரசம் + பொறுமை.

---

2. தத்துவப் பாடம்

• அனைத்து சூழலும் உன்னை முன்னணி செய்யாது;
சில சூழல்கள் உன்னை பொருந்த செய்ய வைக்கும்.
• பணிவான சீரமைப்பு = உயிர்வாழ்தல்.
• எதிர்பார்ப்பு குறைந்தால் → துன்பம் குறையும்.

மைய சிந்தனை:
சூழலுக்கேற்ப ஒத்திசைவு = நலம்.

---

3. நடைமுறை வாழ்க்கைப் பாடம்

அ) செயல்
• அவசரம் வேண்டாம்.
• நிலைமையை அளவிடு.

ஆ) ஒழுக்கம்
• நான் என்னும் அகங்காரம் குறைக்க வேண்டும்.
• வரம்புகளை ஏற்றுக்கொள்.

இ) முடிவெடுத்தல்
• பலவீனமான நிலை → துணிச்சலான அபாயங்களைத் தவிர்க்கவும்.

---

4. வேலை & தலைமைத்துவப் பாடம்

• படிநிலை ஏற்றுக்கொள்ள வேண்டிய நிலை.
• சூழு இணக்கம் > ஆதிக்கம்.

---

5. உளவியல் பாடம்

• ஏமாற்றம் = தவறான எதிர்பார்ப்பு.
• யதார்த்தத்தை ஏற்றுக்கொள் → அமைதி.

---

6. ஆன்மிகப் பாடம்

• குவை மேய் = கர்மா சீரமைப்பு.
• கீழ் நிலை = பணிவு பாடம்.

---

7. ஒரு வரி சாரம்

"சூழலுக்கு ஏற்ப தாழ்த்திக் கொள்வதே இந்த காலத்தின் நெறி."

ஹெக்ஸாகிராம் 55:

第五十五卦 — 豐 (பெங்)

ஹெக்ஸாகிராம் 55: 第五十五卦 — 豐 (பெங்) — செழிப்பு / உச்சநிலை / பெரும் வெளிச்சம்

---

1. 卦名 (பெயர்)

சீன உரை: 豐
சீன உரை தமிழில்: பெங்
நேரடி பொருள்: செழிப்பு, மிகுதி, பெரும் ஒளி.

குறியீட்டு பொருள்:
மின்னல் (☳) மேலே — பெரும் இயக்கம், வெளிப்படையான சக்தி, மக்கள் கவனம்
நெருப்பு (☲) கீழே — தெளிவு, விழிப்புணர்வு, உள்ளார்ந்த ஒளி

பெங் = **வாழ்க்கை தனது உச்ச நிலையை அடைவது.**
ஒளி மிகுந்த காலம்; ஆனால் கவனமும் தாழ்மையும் தேவை.

---

2. தீர்ப்பு (卦辭 / குவா சிஜ)

சீன உரை:
豐，亨，王假之。
勿憂，宜日中。

தமிழ் மொழிபெயர்ப்பு:
பெங் — செழிப்பு;
அரசர் அதில் தங்கி செயல் செய்கிறார்.
கவலை வேண்டாம்;
நேரம் உச்சத்தில் — நடுநேரம் போல.

பொருள்:
வெற்றி முழு பிரகாசத்தில் உள்ளது.
உச்சத்தில் இருக்கும் போது
நேர்மையும் சமநிலையும் காக்க வேண்டும்.

---

3. காட்சி (象曰 / ஷியாங் யு)

சீன உரை:
雷電皆至，豐。
君子以折獄致刑。

தமிழ் மொழிபெயர்ப்பு:
மின்னலும் நெருப்பும் சேர்ந்து — பெங்.
ஞானி நீதியை சரியாக நிறைவேற்றுகிறார்.

பொருள்:
உச்ச நிலை = தெளிவும் நீதியும் தேவை.
அதிக சக்தி வந்தால் தவறாகப் பயன்படுத்தக்கூடாது.

வரி உரைகள் (爻辭 / யாவோ சி)

初六 (கீழ் வரி)

சீன உரை:
豐其蔀，日中見斗，往得疑疾，有孚發若，吉。

தமிழ் மொழிபெயர்ப்பு:
ஒளி மறைக்கப்படுகிறது;
நடுநேரத்தில் கூட நட்சத்திரம் தெரிகிறது;
செல்வதில் சந்தேகமும் அச்சமும்;
ஆனால் உண்மையால் வெளிச்சம் மீண்டும் வரும் — நன்மை.

பொருள்:
தொடக்கத்தில் குழப்பம்;
உண்மைக்கு நிலைத்து இருந்தால் வழி திறக்கும்.

六二 (இரண்டாவது வரி)

சீன உரை:
豐其蔀，日中見斗，
遇其夷主，吉。

தமிழ் மொழிபெயர்ப்பு:
ஒளி மறைக்கப்படுகிறது;
நடுநேரத்தில் நட்சத்திரம்;
ஆனால் நல்ல தலைவரைச் சந்தித்து நன்மை.

பொருள்:
சரியான உறவு/கூட்டணி
கஷ்ட காலத்தைக் கடத்தும்.

九三 (மூன்றாவது வரி)

சீன உரை:
豐其沛，日中見沫，折其右肱，无咎。

தமிழ் மொழிபெயர்ப்பு:
ஒளி மங்குகிறது;
நடுநேரத்திலும் இருள் போல;
வலது கை காயம்;
ஆனால் குற்றமில்லை.

பொருள்:
தற்காலிக இழப்பு;
ஆனால் பேராபத்து அல்ல.

九四 (நான்காவது வரி)

சீன உரை:
豐其蔀，日中見斗，
躋于丘，無咎。

தமிழ் மொழிபெயர்ப்பு:
ஒளி மறைக்கப்படுகிறது;
நட்சத்திரம் தெரிகிறது;
உயர்ந்த இடத்துக்குக் குதித்து நிற்கும் —
குற்றமில்லை.

பொருள்:
குழப்பத்திலிருந்து வெளியே வர உயர்ந்த பார்வை தேவை.

六五 (ஐந்தாவது வரி)

சீன உரை:
來章，有慶譽，吉。

தமிழ் மொழிபெயர்ப்பு:
பிரகாசம் திரும்பி வருகிறது;
கீர்த்தியும் மகிழ்ச்சியும் — நன்மை.

பொருள்:
உச்ச வெற்றியின் தருணம்.

上六 (மேல் வரி)

சீன உரை:
豐其屋，蔀其家，

闚其戶，闃其无人，

三歲不覿，凶。

தமிழ் மொழிபெயர்ப்பு:
வீடு பெரியது;
ஆனால் இருள் மூழ்யது;
கதவால் பார்த்தால் — யாரும் இல்லை;
மூன்று ஆண்டுகள் வெளிச்சம் இல்லை — ஆபத்து.

பொருள்:
அதிக செழிப்பு → அகந்தை → தனிமை → வீழ்ச்சி.

---

1. நெறிப் பாடம்

• உச்சத்தில் தாழ்மை அவசியம்.
• ஒளி அதிகம் → நிழலும் அதிகம்.
• செழிப்புக் காலத்தில்
தவறான உறவு / தவறான முடிவு → வீழ்ச்சி.
• ஒளி குறைந்தாலும்
மன ஒளி காக்க வேண்டும்.

சுருக்கம்:
உச்ச நிலையில் — தெளிவு + தாழ்மை = பாதுகாப்பு.

---

2. தத்துவப் பாடம்

• ஒளி அதிகரித்தால்
இருள் கூட உயர்கிறது.
• செழிப்பு நிலையானது அல்ல;
விழிப்புணர்வு இருந்தால் மட்டும் நிரந்தரம்.
• நன்மை இருந்தாலும்
வெளிப்புற சதிகள் உண்டு.

மைய சிந்தனை:
ஒளியின் உச்சம்
அதனை காக்கும் நெறியையும் தேவைப்படுத்துகிறது.

---

3. நடைமுறை வாழ்க்கைப் பாடம்

அ) செயல்
• உச்ச காலத்தில் பெருமை காட்டாதே.
• தெளிவு → முடிவுகள்.

ஆ) ஒழுக்கம்

• புகழ் / வெற்றி காலத்தில் குணம் மிகவும் முக்கியம்.

இ) முடிவெடுத்தல்

• பிரகாசமான கட்டம் → பெரிய முடிவுகள்.
• குழப்பம் வந்தால் உயர்ந்த பார்வை தேடு.

---

4. வேலை & தலைமைத்துவப் பாடம்

• வெற்றி காலத்தில் ஆணவத்தின் ஆபத்து.
• தலைவர் புகழில் சமநிலையுடன் இருக்க வேண்டும்.

---

5. உளவியல் பாடம்

• அதீத தன்னம்பிக்கை = உள் இருள்.
• வெற்றி பதட்டம் = விழிப்புணர்வுடன் சமாளித்தல்.

---

6. ஆன்மிகப் பாடம்

• பெரும் ஒளி → உள்ளேயும் ஒளி இருக்க வேண்டும்.
• வெளிச்சத்தின் உச்சம் = இரகை எரிக்கும் தீ — கவனம் அவசியம்.

---

7. ஒரு வரி சாரம்

“ஒளி உச்சத்தில் இருக்கும் போது — அதையே காக்க வேண்டிய நேரம்.”

ஹெக்ஸாகிராம் 56:

第五十六卦 — 旅 (ல்யூ)

ஹெக்ஸாகிராம் 56: 第五十六卦 — 旅 (ல்யூ) — பயணி / அந்நிய நிலம் / தற்காலிக நிலை

---

1. 卦名 (பெயர்)

சீன உரை: 旅
சீன உரை தமிழில்: ல்யூ
நேரடி பொருள்: பயணம், அந்நிய இடம், தற்காலிக நிலை.

குறியீட்டு பொருள்:
நெருப்பு (☲) மேலே — அசைவு, ஒளி, வழிகாட்டு
மலை (☶) கீழே — திடமான நிலை, தடைகள்

ல்யூ = **நிலையான வீடு இல்லாத நிலை;**
அந்நிய சூழலில் கவனமாக நடக்க வேண்டிய வாழ்க்கைக் காலம்.

---

2. தீர்ப்பு (卦辭 / குவா சிஜ)

சீன உரை:
旅，小亨，旅貞吉。

தமிழ் மொழிபெயர்ப்பு:
ல்யூ — சிறு முன்னேற்றம்;
பயணத்தில் நெறி காக்கும் போது — நன்மை.

பொருள்:
அந்நிய இடம் → பாதுகாப்பு, ஒழுக்கம், மிதமான நடத்தை அவசியம்.

---

3. காட்சி (象曰 / ஷியாங் யு)

சீன உரை:
山上有火，旅。
君子以明慎用刑，而不留獄。

தமிழ் மொழிபெயர்ப்பு:
மலையின் மேல் நெருப்பு — ல்யூ.
ஞானி வெளிச்சத்துடன் செயல்படுகிறார்;
திடீர்மையின்றி, தண்டனையை நீட்டி வைத்திருக்கமாட்டார்.

பொருள்:
நிலையற்ற நிலை → தெளிவு + கவனம்.

வரி உரைகள் (爻辭 / யாவோ சி)

初六 (கீழ் வரி)

சீன உரை:
旅瑣瑣，斯其所取災。

தமிழ் மொழிபெயர்ப்பு:
பயணி சிறுசிறு பிரச்சினைகளில் சிக்குகிறான்;
இதுவே அவன் தன்னை அழைக்கும் துன்பம்.

பொருள்:
அந்நிய சூழலில் சிறு தவறுகள் கூட பெரிய ஆபத்து.

六二 (இரண்டாவது வரி)

சீன உரை:
旅即次，懷其資，得童僕，貞。

தமிழ் மொழிபெயர்ப்பு:
பயணி தங்கும் இடத்தை அடைகிறான்;
தனது பொருட்களை பாதுகாக்கிறான்;
உதவியாளர் கிடைக்கிறான் — நன்மை.

பொருள்:
நல்ல ஆதரவு கிடைக்கும்;
அமைதியுடன் இரு.

九三 (மூன்றாவது வரி)

சீன உரை:
旅焚其次，喪其童僕，貞厲。

தமிழ் மொழிபெயர்ப்பு:
பயணியின் தங்கும் இடம் தீப்பற்றுகிறது;
உதவி இழக்கப்படுகிறது;
நெறி காக்கினாலும் ஆபத்து.

பொருள்:
அந்நிய இடத்தில் எரியும் பிரச்சினைகள்;
திடீர் மாற்றம் → கவனம் தேவை.

九四 (நான்காவது வரி)

சீன உரை:
旅于處，得其資斧，我心不快。

தமிழ் மொழிபெயர்ப்பு:
பயணி தற்காலிக இடம் பெறுகிறான்;
பொருட்களும் இருக்கின்றன;
ஆனால் மனம் அமைதியில்லை.

பொருள்:
வெளி பாதுகாப்பு இருந்தாலும்
உள் அமைதியின்மை.

六五 (ஐந்தாவது வரி)

சீன உரை:
射雉一矢亡，終以譽命。

தமிழ் மொழிபெயர்ப்பு:
ஒரு அம்பால் காடுக்கோழி சுடப்படுகிறது;
ஒரு அம்பு இழக்கப்படுகிறது;
இறுதியில் புகழ்.

பொருள்:
சிறு இழப்பு → பெரிய நன்மை.
சரியான செயல் → கௌரவம்.

上九 (மேல் வரி)

சீன உரை:
鳥焚其巢，旅人先笑後號咷。
喪牛于易，凶。

தமிழ் மொழிபெயர்ப்பு:
பறவையின் கூடாரம் எரிகிறது;
பயணி முதலில் சிரிப்பான்;
பின் அழுவான்;
எளிய இடத்தில் மாடு இழக்கிறான் — ஆபத்து.

பொருள்:
அக்கறையின்மை → பெரிய இழப்பு;
அந்நிய சூழல் → அதிக கவனம்.

---

1. நெறிப் பாடம்

• அந்நிய சூழல் = பாதுகாப்பான, கட்டுப்பாடு நிறைந்த நடத்தை அவசியம்.
• சிறு தவறு → பெரிய இழப்பு ஏற்படும்.
• ஆதரவு கிடைத்தாலே நன்மை அதிகரிக்கும்.
• கவனம் + ஒழுக்கம் = பாதுகாப்பு.

சுருக்கம்:
பயணத்தில் நெறி காக்கும் போது — நன்மை.

---

2. தத்துவப் பாடம்

• வாழ்க்கையில் எல்லாமே "தற்காலிக நிலை" போன்றது.
• எதுவும் நிரந்தரம் அல்ல.
• நிலையற்ற சூழலில் — விழிப்புணர்வே வழிகாட்டி.

மைய சிந்தனை:
நிலையற்ற இடத்தில் நிலையான மனம்.

---

3. நடைமுறை வாழ்க்கைப் பாடம்

அ) செயல்
• அறிமுகமில்லாத இடங்களில் மோதல்களைத் தவிர்க்கவும்..
• உங்கள் வளங்களை பாதுகாப்பீர்.

ஆ) ஒழுக்கம்
• பணிவு அவசியம்.
• கவனத்தைத் தேடாதே.

இ) முடிவெடுத்தல்
• செயல்படுவதற்கு முன் உள்ளூர் நிலைமைகளை மதிப்பிடுங்கள்.

---

4. வேலை & தலைமைத்துவப் பாடம்

• குறுகிய காலப் பணிகள் / பயணப் பணிகள் → எச்சரிக்கை.
• தலைவர் ஆறுதல் மண்டலத்திற்கு வெளியே இருக்கும்போது அமைதியாக இருக்க வேண்டும்.

---

5. உளவியல் பாடம்

• வெளிநாட்டு சூழ்நிலைகளில் அமைதியின்மை இயல்பானது.
• அடிப்படை நுட்பங்கள் உதவும்.

---

6. ஆன்மிகப் பாடம்

• வாழ்க்கை ஒரு புனித யாத்திரை; ஒவ்வொரு இடமும் தற்காலிகமானது.

---

7. ஒரு வரி சாரம்

"அந்நிய சூழலில் — கவனமும் நெறியும் தான் பாதுகாப்பு."

ஹெக்ஸாகிராம் 57:
第五十七卦 — 巽 (ஷுன்)

ஹெக்ஸாகிராம் 57: 第五十七卦 — 巽 (ஷுன்) — நுழைவு / மென்மையான தாக்கம் / தொடர்ந்த ஊடுருவல்

---

1. 卦名 (பெயர்)

சீன உரை: 巽
சீன உரை தமிழில்: ஷுன்
நேரடி பொருள்: நுழைவு, ஊடுருவல், மென்மையான செல்வாக்கு.

குறியீட்டு பொருள்:
காற்று (☴) மேலே — பரவல்
காற்று (☴) கீழே — ஊடுருவல்

ஷுன் = **மென்மையாக, படிப்படியாக, பலமுறை முயற்சித்து ஊடுருவுவது. வலிமையல்ல; நுட்பமான செல்வாக்கே சக்தி.**

---

2. தீர்ப்பு (卦辭 / குவா சிஜ)

சீன உரை:
巽，小亨，利有攸往，利見大人。

தமிழ் மொழிபெயர்ப்பு:
ஷுன் — சிறு முன்னேற்றம்;
செல்வதற்கு நன்மை;
பெரியவரை (ஞானியை) சந்திப்பது நன்மை.

பொருள்:
மென்மையான வழியில் நடந்து முன்னேற வேண்டும்.
ஆதரவு உள்ளவரைச் சந்திப்பதால் வளர்ச்சி உறுதி.

---

3. காட்சி (象曰 / ஷியாங் யு)

சீன உரை:
隨風，巽。
君子以申命行事。

தமிழ் மொழிபெயர்ப்பு:
காற்று தொடர்ந்து வீசுகிறது — ஷுன்.
ஞானி தன் உத்தரவை தெளிவாக மீண்டும் மீண்டும் தெரிவித்து
செயலில் நிலைத்திருப்பார்.

பொருள்:
தெளிவு + மென்மையான தொடர்ச்சி = தாக்கம்.

வரி உரைகள் (爻辭 / யாவோ சி)

初六 (கீழ் வரி)

சீன உரை:
進退，利武人之貞。

தமிழ் மொழிபெயர்ப்பு:
முன்னும் பின்னும் சிந்தித்தல்;
யுத்த வீரனின் நெறி — நன்மை.

பொருள்:
செயல்விளைவு முன் கவனமான மதிப்பீடு.

九二 (இரண்டாவது வரி)

சீன உரை:
巽在床下，用史巫紛若，吉无咎。

தமிழ் மொழிபெயர்ப்பு:
படுக்கையின் கீழே ஊடுருவும் காற்று;
ஜோதிடர்கள்/ஆசாரியர் போல செயல்படல்;
நன்மை — குற்றமில்லை.

பொருள்:
அடிப்படை/உள் பிரச்சினைகளை மென்மையாக ஆராய்ந்து சரி செய்வது நன்மை.

九三 (மூன்றாவது வரி)

சீன உரை:
頻巽，吝。

தமிழ் மொழிபெயர்ப்பு:
அதிகப்படியான நுழைவு முயற்சி —
அது சோம்பல்/முட்டாள்தனம்.

பொருள்:
மீண்டும் மீண்டும் தலையிடுதல் → எதிர்மறை.

六四 (நான்காவது வரி)

சீன உரை:
悔亡，田獲三品。

தமிழ் மொழிபெயர்ப்பு:
பச்சாத்தாபம் நீங்கும்;
வேட்டையில் மூன்று வகை பெறுதல் — நன்மை.

பொருள்:
சரியான முறையில் ஒத்திசைந்தால்
பலன் பல மடங்கு.

九五 (ஐந்தாவது வரி)

சீன உரை:
貞吉，悔亡，无不利，
无初有終，先庚三日，後庚三日，吉。

தமிழ் மொழிபெயர்ப்பு:
நெறி காக்கினால் நன்மை;
பச்சாத்தாபம் நீங்கும்;
எல்லாம் நன்மைக்கு போகும்;
தொடக்கம் தெரியாதது;
முடிவில் நன்மை;
முன் மூன்று நாள், பின் மூன்று நாள் — நன்மை.

பொருள்:
செயல் நேரம் அவசியம்;
சுழற்சி முடிவில் பலன் கிடைக்கும்.

上九 (மேல் வரி)

சீன உரை:
巽在床下，喪其資斧，貞凶。

தமிழ் மொழிபெயர்ப்பு:
படுக்கையின் கீழே மிக ஆழமாகச் செல்வது;
பொருட்களை இழப்பது;
நெறியில் நின்றாலும் — ஆபத்து.

பொருள்:
அதிக நுழைவு — இழப்பு.
முடிவில்லாத முயற்சி → பிரச்சினை.

---

1. நெறிப் பாடம்

• மென்மையான செயலே மிக வலிமையானது.
• அழுத்தம் அல்ல;
நுட்பமான தொடர்ச்சி → வெற்றி.
• அதிக தலையீடு → இழப்பு.
• சரியான இடத்தில், சரியான ஆழத்தில் நுழை.

சுருக்கம்:
மென்மை + தொடர்ச்சி = தாக்கம்.

---

2. தத்துவப் பாடம்

• காற்று அணுக முடியாத இடமில்லை.
• நெறி காற்றுபோல இருக்க வேண்டும் —
மென்மையாக ஊடுருவி ஒத்திசைவு செய்யும்.
• நுட்பமான ஞானமே உண்மையான செல்வாக்கு.

மைய சிந்தனை:
மென்மையான ஊடுருவலே பெரும் சக்தி.

---

3. நடைமுறை வாழ்க்கைப் பாடம்

அ) செயல்
• பலவந்தத்தைத் தவிர்; உத்தியைப் பயன்படுத்துங்கள்.
• கவனிக்கவும் → செல்வாக்கு → செயல்.

ஆ) ஒழுக்கம்
• பொறுமை + நுணுக்கம்.
• ஆக்ரோஷமாக உந்த வேண்டாம்.

இ) முடிவெடுத்தல்
• மெதுவான ஊடுருவல் → நீண்ட கால வெற்றி.

---

4. வேலை & தலைமைத்துவப் பாடம்

• செல்வாக்கு > மிரட்டல்.
• தலைவர் = மென்மையான சக்தி.

---

5. உளவியல் பாடம்

• மீண்டும் மீண்டும் செய்வது பழக்கத்தை உருவாக்குகிறது.
• பலமான மாற்றம் சரிகிறது.

---

6. ஆன்மிகப் பாடம்

• ஷுன் = மூச்சு போன்ற ஊடுருவல்.
• பிராண ஓட்டம் = நுட்பமானது.

---

7. ஒரு வரி சாரம்

"மென்மையான, நுட்பமான, தொடர்ந்த முயற்சியே உண்மையான செல்வாக்கு."

ஹெக்ஸாகிராம் 58:

第五十八卦 — 兌 (துய்)

ஹெக்ஸாகிராம் 58: 第五十八卦 — 兌 (துய்) — திறப்பு / மகிழ்ச்சி / உரையாடல்

---

1. 卦名 (பெயர்)

சீன உரை: 兌
சீன உரை தமிழில்: துய்
நேரடி பொருள்: திறப்பு, மகிழ்ச்சி, உரையாடல், சந்தோஷம்.

குறியீட்டு பொருள்:
ஏரி (☱) மேலே — மகிழ்ச்சி, அழைப்பு
ஏரி (☱) கீழே — திறப்பு, பகிர்வு

துய் = **திறந்த மனம், தெளிவான உரையாடல், மகிழ்ச்சியால் தாக்கம் செலுத்துவது.**

---

2. தீர்ப்பு (卦辭 / குவா சிஜ)

சீன உரை:
兌，亨，利貞。

தமிழ் மொழிபெயர்ப்பு:
துய் — முன்னேற்றம்;
நெறியில் நிலைத்திருப்பது நன்மை.

பொருள்:
மகிழ்ச்சி + ஒழுக்கம் = உண்மையான செல்வாக்கு.
திறந்த உரையாடல் → தடைகளை உடைக்கும்.

---

3. காட்சி (象曰 / ஷியாங் யு)

சீன உரை:
麗澤，兌。
君子以朋友講習。

தமிழ் மொழிபெயர்ப்பு:
இரண்டு ஏரிகள் இணைதல் — துய்.
ஞானி நண்பர்களுடன் உரையாடி
அறிவைப் பகிர்கிறார்.

பொருள்:
உரையாடல் → இணைவு → வளர்ச்சி.

வரி உரைகள் (爻辭 / யாவோ சி)

初九 (கீழ் வரி)

சீன உரை:
和兌，吉。

தமிழ் மொழிபெயர்ப்பு:
இனிய உரையாடல் — நன்மை.

பொருள்:
மென்மையான, உண்மையான சொல் → நல்ல விளைவு.

九二 (இரண்டாவது வரி)

சீன உரை:
孚兌，吉，悔亡。

தமிழ் மொழிபெயர்ப்பு:
உண்மையுடன் உரையாடுதல் — நன்மை;
பச்சாத்தாபம் நீங்கும்.

பொருள்:
நம்பிக்கையுடன் பேசுதல் → உறவை காக்கும்.

六三 (மூன்றாவது வரி)

சீன உரை:
來兌，凶。

தமிழ் மொழிபெயர்ப்பு:
இனிப்பு காட்டும் நோக்கத்துடன் வருதல் — ஆபத்து.

பொருள்:
பொய்மையான சந்தோஷம் → பின்னே துன்பம்.

九四 (நான்காவது வரி)

சீன உரை:
商兌，未寧，介疾有喜。

தமிழ் மொழிபெயர்ப்பு:
வியாபார உரையாடல்;
இன்னும் அமைதி இல்லை;

சிறு காயம் —
ஆனால் பின்னர் மகிழ்ச்சி.

பொருள்:
ஆரம்பத்தில் சிக்கல்;
உண்மை பேசினால் நன்மை.

九五 (ஐந்தாவது வரி)

சீன உரை:
孚于剝，有厲。

தமிழ் மொழிபெயர்ப்பு:
உண்மை இருந்தாலும் அதைத் தவறாகக் காட்டுதல் — ஆபத்து.

பொருள்:
சரியான உண்மையை
தவறான சூழலில் பேசுதல் → நாசம்.

上六 (மேல் வரி)

சீன உரை:
引兌。

தமிழ் மொழிபெயர்ப்பு:
கவர்ந்திழுக்கும் மகிழ்ச்சி.

பொருள்:
அளவுக்கு மீறிய மகிழ்ச்சி → கவனச்சிதறல்.

---

1. நெறிப் பாடம்

- திறந்த உரையாடல் → நன்மை.
- பொய்மையான மகிழ்ச்சி → ஆபத்து.
- உண்மை + மகிழ்ச்சி → நீடித்த உறவு.
- எல்லையைத் தாண்டும் "மகிழ்ச்சி" → சிக்கல்.

சுருக்கம்:
உண்மையான மகிழ்ச்சியே பாதுகாப்பு.

---

2. தத்துவப் பாடம்

• ஏரி → திறப்பும் பெருகலும்.
• மனம் திறந்தால் வாழ்க்கையும் திறக்கும்.
• சிரிப்பு — தாழ்மையின் அடையாளம்.
• ஆனால் நெறியற்ற மகிழ்ச்சி → வீழ்ச்சி.

மைய சிந்தனை:
மகிழ்ச்சியில் நெறி — நெறியில் மகிழ்ச்சி.

---

3. நடைமுறை வாழ்க்கைப் பாடம்

அ) செயல்
• பேசுவதற்கு முன் உண்மையைப் பார்.
• இனிய பேச்சு தவிர்க்கவும்.

ஆ) ஒழுக்கம்
• வார்த்தைகள் = பொறுப்பு.
• நிலையான தொடர்பு.

இ) முடிவெடுத்தல்
• வெளிப்படையான உரையாடல் மோதலைத் தீர்க்கும்.

---

4. வேலை & தலைமைத்துவப் பாடம்

• குழு ஒருங்கிணைப்பு → திறந்த உரையாடல்.
• தலைவர் = மகிழ்ச்சியான + நேர்மையான.

---

5. உளவியல் பாடம்

• பாசாங்கு மகிழ்ச்சி = உள் சேதம்.
• உண்மையான மகிழ்ச்சி = அமைதி.

---

6. ஆன்மிகப் பாடம்

• துய் = மன திறப்பு;
ஆன்மா சிரிக்கும் நிலை.

---

7. ஒரு வரி சாரம்

“உண்மை கலந்து வரும் மகிழ்ச்சிதான் நீடித்த செல்வாக்கு.”

ஹெக்ஸாகிராம் 59:

第五十九卦 — 渙 (ஹுவான்)

ஹெக்ஸாகிராம் 59: 第五十九卦 — 渙 (ஹுவான்) — சிதறல் / கரைப்பு / தடைகள் கரைதல்

---

1. 卦名 (பெயர்)

சீன உரை: 渙
சீன உரை தமிழில்: ஹுவான்
நேரடி பொருள்: கரைதல், சிதறல், பாகுபாடு உடைதல்.

குறியீட்டு பொருள்:
காற்று (☴) மேலே — பரவல்
நீர் (☵) கீழே — ஓட்டம்

ஹுவான் = **தடை, பயம், சிக்கல், மனப்புழுக்கம் ஆகியவை கரையத் தொடங்கும் தருணம்.**
கட்டுப்பாடு → ஒழுங்குக்கு;
அழுத்தம் → திறப்புக்கு.

---

2. தீர்ப்பு (卦辭 / குவா சிஜ)

சீன உரை:
渙，亨。王假有廟，利涉大川，利貞。

தமிழ் மொழிபெயர்ப்பு:
ஹுவான் — முன்னேற்றம்.
மன்னன் கோவிலில் சேருவது போல் (ஒற்றுமை தேவை).
பெரிய ஆற்றைக் கடந்தல் நன்மை.
நெறியில் நின்றால் எல்லாம் நன்மை.

பொருள்:
ஒற்றுமை உருவாக வேண்டும்.
பெரிய தடையும் கரையும்,
ஆனால் ஒழுக்கத்துடன் செயல்படும் போது மட்டுமே.

---

3. காட்சி (象曰 / ஷியாங் யு)

சீன உரை:
風行水上，渙。
先王以享于帝立廟。

தமிழ் மொழிபெயர்ப்பு:
நீரின் மேல் காற்று வீசுகிறது — ஹுவான்.

பழைய மன்னர்கள் இதை முன்னுதாரணமாக கொண்டு
மக்களை ஒன்று சேர்த்தனர்.

பொருள்:
காற்று நீரைப் பிரிக்காது; ஒட்டவைக்க செய்கிறது.
சிதறல் = மீண்டும் ஒன்றாவதற்கான வாய்ப்பு.

வரி உரைகள் (爻辭 / யாவோ சி)

初六 (கீழ் வரி)

சீன உரை:
用拯馬壯，吉。

தமிழ் மொழிபெயர்ப்பு:
வலிமையான குதிரையைப் பயன்படுத்தி மீட்பது — நன்மை.

பொருள்:
முதல் படியில் வலிமையான ஆதரவு அவசியம்.

九二 (இரண்டாவது வரி)

சீன உரை:
渙奔其机，悔亡。

தமிழ் மொழிபெயர்ப்பு:
சிதறல் நேரத்தில் இயல்பான இடத்தை நோக்கிச் செல்கிறான்;
பச்சாத்தாபம் நீங்கும்.

பொருள்:
சரியான இடத்தைத் தேர்ந்தெடுப்பது → பாதுகாப்பு.

六三 (மூன்றாவது வரி)

சீன உரை:
渙其躬，无悔。

தமிழ் மொழிபெயர்ப்பு:
தன்னுடைய சிக்கல்கள் கரைகின்றன — பச்சாத்தாபமில்லை.

பொருள்:
உள் பிணைப்பு, நான் என்னும் அகங்காரம், பயம் — கரைந்து விடும்.

六四 (நான்காவது வரி)

சீன உரை:
渙其群，元吉。

தமிழ் மொழிபெயர்ப்பு:
குழுவின் சிதறல் — பெரிய நன்மை.

பொருள்:
பழைய சூழல் சிதறுவது
புதிய ஒன்றுக்கான வழி அமைப்பதாகும்.

九五 (ஐந்தாவது வரி)

சீன உரை:
渙汗其大號，渙王居，无咎。

தமிழ் மொழிபெயர்ப்பு:
பெரிய அறிவிப்பு மக்கள் மனங்களைத் திறக்கிறது;
மன்னன் சரியான இடத்தில் நிற்கிறான் — குற்றமில்லை.

பொருள்:
நேர்மையான தலைமை → குழப்பம் கரையும்.

上九 (மேல் வரி)

சீன உரை:
渙其血，去逖出，无咎。

தமிழ் மொழிபெயர்ப்பு:
இரத்தம் (ஆபத்து) கரைகிறது;
தொலை துன்பத்திலிருந்து விடுபடுகிறார் — குற்றமில்லை.

பொருள்:
இறுதி ஆபத்து கழிகிறது;
முழுமையான விடுதலை.

---

1. நெறிப் பாடம்

- சிதறல் என்பது வீழ்ச்சி அல்ல — மறுவருட்ச்சி.
- தடைகள் கரையும்போது வாய்ப்பு உருவாகும்.

• சிக்கல் கரையத் தொடங்கும் போது நெறி காக்க வேண்டும்.
• ஒன்றாக்கும் முயற்சி — பலனைத் தரும்.

சுருக்கம்:
சிதறல் → ஒற்றுமை → முன்னேற்றம்.

---

2. தத்துவப் பாடம்

• காற்று நீரை நகர்த்தும்; ஆனால் உடைக்காது.
• பிரிவும் சிதறலும் — இயற்கையின் ஒரு பகுதி.
• ஒழுங்கு மீண்டும் பிறக்கும்.

மைய சிந்தனை:
கரைதல் = புதுப்பித்தல்.

---

3. நடைமுறை வாழ்க்கைப் பாடம்

அ) செயல்
• பிரச்சினையை "பரவி கரைக்க" செய்.
• மோதல் → சண்டையிடுவதற்குப் பதிலாக கலைக்கவும்.

ஆ) ஒழுக்கம்
• விஷயங்கள் சிதறும்போது அமைதியாக இருங்கள்.

இ) முடிவெடுத்தல்
• குழப்பத்தின் போது பாதுகாப்பான நிலையை தேர்ந்தெடுங்கள்.

---

4. வேலை & தலைமைத்துவப் பாடம்

• குழு பரவல் → மறுசீரமைப்பு.
• தலைவர் பதற்றத்தை கரைக்கிறார், அதிகாரிக்கவில்லை.

---

5. உளவியல் பாடம்

• மனத் தடைகள் சரியான தெளிவுடன் உருகும்.
• விட்டுகொடுத்தல் = முக்கிய மருந்து.

---

6. ஆன்மிகப் பாடம்

• அகங்காரம் கலைப்பு → ஆன்மீக திறப்பு.
• சரணடைதல் ஓட்டத்தை உருவாக்குகிறது.

7. ஒரு வரி சாரம்

"சிதறல் பயமல்ல — அது புதுப்பிக்கும் சக்தி."

ஹெக்ஸாகிராம் 60:

第六十卦 — 節 (ஜீஎ / ஜியே)

ஹெக்ஸாகிராம் 60: 第六十卦 — 節 (ஜீஎ / ஜியே) — வரம்பு / ஒழுங்கு / அளவுத்தன்மை

---

1. 卦名 (பெயர்)

சீன உரை: 節
சீன உரை தமிழில்: ஜியே / ஜீஎ
நேரடி பொருள்: வரம்பு, கட்டுப்பாடு, அளவு, ஒழுங்கு.

குறியீட்டு பொருள்:
நீர் (☵) மேலே — கட்டுப்பாடு, ஆழம்
ஏரி (☱) கீழே — மகிழ்ச்சி, வெளிப்பாடு

節 = **அளவுக்கு மீறாமை, வரம்பு அமைத்தல்,**
அளவு தெரிந்த செயல் = பாதுகாப்பு மற்றும் வளர்ச்சி.

---

2. தீர்ப்பு (卦辭 / குவா சிஜ)

சீன உரை:
節，亨。苦節不可貞。

தமிழ் மொழிபெயர்ப்பு:
ஜியே — முன்னேற்றம்.
ஆனால் மிகக் கடுமையான வரம்பு → நாசம்.

பொருள்:
அளவு அவசியம்;
அளவுக்கு மீறிய கட்டுப்பாடு → உடைதல்.
அளவான வரம்பு → நன்மை.

---

3. காட்சி (象曰 / ஷியாங் யு)

சீன உரை:
澤上有水，節。
君子以制數度，議德行。

தமிழ் மொழிபெயர்ப்பு:
ஏரியின் மேல் நீர் — ஜியே (வரம்பு).
ஞானி எண்ணிக்கை, அளவு, ஒழுங்கை நிர்ணயித்து
தன் நெறியைச் சரிசெய்கிறான்.

பொருள்:
வரம்புகளே ஒழுங்கையும் பாதுகாப்பையும் உருவாக்கும்.

வரி உரைகள் (爻辭 / யாவோ சி)

初九 (கீழ் வரி)

சீன உரை:
不出戶庭，无咎。

தமிழ் மொழிபெயர்ப்பு:
வீட்டின் வாசலைத் தாண்டாதிருத்தல் — குற்றமில்லை.

பொருள்:
முதல் நிலை வரம்பு → பாதுகாப்பு.

九二 (இரண்டாவது வரி)

சீன உரை:
不出門庭，凶。

தமிழ் மொழிபெயர்ப்பு:
கதவுக்குள் சிக்கிக்கொள்வது — ஆபத்து.

பொருள்:
அளவுக்கு மீறிய கட்டுப்பாடு → பின்னடைவு.

六三 (மூன்றாவது வரி)

சீன உரை:
不節若，則嗟若，无咎。

தமிழ் மொழிபெயர்ப்பு:
வரம்பு இல்லாமல் நடந்தால் — பின் புலம்பல்;
ஆனால் திருந்தினால் குற்றமில்லை.

பொருள்:
அளவின்மை = பிரச்சினைகள்;
திருத்தினால் பாதுகாப்பு.

六四 (நான்காவது வரி)

சீன உரை:
安節，亨。

தமிழ் மொழிபெயர்ப்பு:
நிம்மதியான வரம்பு — முன்னேற்றம்.

பொருள்:
அளவு சரியாக அமைக்கப்பட்டால்
நிலைமை நிம்மதியாகும்.

九五 (ஐந்தாவது வரி)

சீன உரை:
甘節，吉。
往有尚。

தமிழ் மொழிபெயர்ப்பு:
இனிய வரம்பு — நன்மை.
அந்தப் பாதையில் சென்றால் மதிப்பு.

பொருள்:
கட்டுப்பாடு கடுமையல்ல;
இனிமையுடன் அமைக்கப்பட்ட வரம்புகள் → மரியாதை.

上六 (மேல் வரி)

சீன உரை:
苦節，貞凶，悔亡。

தமிழ் மொழிபெயர்ப்பு:
கடுமையான வரம்பு — நாசம்;
பின்னர் பச்சாத்தாபம் நீங்கும்.

பொருள்:
மிகுதியான கட்டுப்பாடு → உடைதல்;
பின்னர் தளர்வால் அமைதி.

---

1. நெறிப் பாடம்

• வரம்பு = பாதுகாப்பு.
• அதிக வரம்பு = நாசம்.
• மென்மையான கட்டுப்பாடு → நீடித்த நன்மை.
• ஒழுங்கில் இனிமை வேண்டும், கடுமை அல்ல.

சுருக்கம்:
அளவு தெரிந்த செயல் — பாதுகாப்பும் வளர்ச்சியும்.

---

2. தத்துவப் பாடம்

• எல்லைகள் இல்லாமல் ஒழுங்கு இல்லை.
• எல்லைகள் அதிகமாக இருந்தால் உயிரோட்டம் மறையும்.
• நடுநிலை → நிரந்தர வளர்ச்சி.

மைய சிந்தனை:
அளவு = ஞானத்தின் வடிவம்.

---

3. நடைமுறை வாழ்க்கைப் பாடம்

அ) செயல்
• நேரம், ஆற்றல், பணம் — வரம்பு அமைக்க.
• அதிகப்படியான கட்டுப்பாட்டைத் தவிர்க்கவும் + பூஜ்ஜிய கட்டுப்பாட்டைத் தவிர்க்கவும்.

ஆ) ஒழுக்கம்
• மென்மையான எல்லைகள் அதிகாரத்தை வைத்திருக்கின்றன.

இ) முடிவெடுத்தல்
• மிதமான கட்டுப்பாடுகள் → பாதுகாப்பான பாதை.

---

4. வேலை & தலைமைத்துவப் பாடம்

• காலக்கெடு = உதவிகரமானது; அதிகப்படியான கட்டுப்பாடு = சோர்வு.
• தலைவர் தெளிவான ஆனால் மனிதாபிமான வரம்புகளை நிர்ணயிக்க வேண்டும்.

---

5. உளவியல் பாடம்

• எல்லைகள் மக்களை குணப்படுத்துகின்றன.
• சுய கட்டுப்பாடு பலமாகிறது.

---

6. ஆன்மிகப் பாடம்

• ஆன்மீக ஒழுக்கம் = அளவிடப்பட்ட பயிற்சி.
• இதயம் இல்லாத கடுமை → சரிவு.

---

7. ஒரு வரி சாரம்

“அளவான வரம்பு பாதுகாப்பையும் வளர்ச்சியையும் தருகிறது; மிகுதியான வரம்பு நாசமுண்டாக்கும்.”

ஹெக்ஸாகிராம் 61:
第六十一卦 —
中孚 (ஜோங் ஃபு)

ஹெக்ஸாகிராம் 61: 第六十一卦 — 中孚 (ஜோங் ஃபு) — உள்ளார்ந்த நம்பிக்கை / உண்மை / தூய்மை

---

1. 卦名 (பெயர்)

சீன உரை: 中孚
சீன உரை தமிழில்: ஜோங் ஃபு
நேரடி பொருள்: உள்ளார்ந்த நம்பிக்கை, மைய உண்மை, இதயத் தூய்மை.

குறியீட்டு பொருள்:
காற்று (☴) மேலே — மெதுவான ஊடுருவல், நுண்ணிய தாக்கம்
ஏரி (☱) கீழே — திறந்த மனம், உணர்ச்சி, நேர்மை

中孚 = **உள் உண்மையால் பிறரின் இதயத்தில் நம்பிக்கை ஏற்படுத்தும் நிலை. வெளி வலிமையல்ல; உள்ளார்ந்த நேர்மை தான் தாக்கம்.**

---

2. தீர்ப்பு (卦辭 / குவா சிஜ)

சீன உரை:
中孚，豚魚吉，利涉大川，利貞。

தமிழ் மொழிபெயர்ப்பு:
ஜோங் ஃபு — நன்மை.
சிறிய பன்றி/மீனையும் உண்மையால் அடக்கலாம்.
பெரிய ஆற்றைக் கடந்தல் நன்மை.
நெறியில் நிலைத்திருப்பது நன்மை.

பொருள்:
உண்மை இருந்தால் பலவீனமானவர்களும் நம்புவார்கள்.
உண்மை → தைரியம் → பெரிய தடைகளை கடத்தும் சக்தி.

---

3. காட்சி (象曰 / ஷியாங் யு)

சீன உரை:
風澤中孚。
君子以議獄緩死。

தமிழ் மொழிபெயர்ப்பு:
காற்று மற்றும் ஏரி → உள்ளார்ந்த உண்மை.
ஞானி தீர்ப்புகளை மெல்லிய மனத்துடன் வழங்குவார்;
உயிர்தண்டனையிலும் கருணை காட்டுவார்.

பொருள்:
உண்மை = கருணை + தெளிவு.

வரி உரைகள் (爻辭 / யாவோ சி)

初九 (கீழ் வரி)

சீன உரை:
虞吉，有他不燕。

தமிழ் மொழிபெயர்ப்பு:
எச்சரிக்கையுடனான நம்பிக்கை — நன்மை;
ஆனால் மற்ற விஷயங்களில் அமைதி இல்லை.

பொருள்:
உண்மை வளர ஆரம்பித்திருக்கிறது;
ஆனால் இன்னும் முழுமை இல்லை.

九二 (இரண்டாவது வரி)

சீன உரை:
鳴鶴在陰，其子和之。
我有好爵，吾與爾靡之。

தமிழ் மொழிபெயர்ப்பு:
நிழலில் கிருவி அழைக்கிறது;
குஞ்சுகள் அதற்கு இணைந்து பாடுகின்றன.
"எனக்கு நல்ல பானம் உண்டு;
அதை உன்னுடன் பகிர்வேன்."

பொருள்:
உண்மை → எதிரொலி;
நல்ல மனம் → பகிர்வு → ஒற்றுமை.

九三 (மூன்றாவது வரி)

சீன உரை:
得敵，或鼓或罷，或泣或歌。

தமிழ் மொழிபெயர்ப்பு:
எதிரியை எதிர்கொள்கிறான்;
சில நேரம் போராடுகிறார்;
சில நேரம் நிறுத்துகிறார்;

சில நேரம் அழுகிறார்;
சில நேரம் பாடுகிறார்.

பொருள்:
உள் உண்மை இன்றால் மனம் அலைபாயும்;
நிலைத்தன்மை இல்லை.

六四 (நான்காவது வரி)

சீன உரை:
月幾望，馬匹亡，无咎。

தமிழ் மொழிபெயர்ப்பு:
நிலா பூரணமாகும்;
குதிரை இழக்கப்படுகிறது — குற்றமில்லை.

பொருள்:
இழப்பு இருந்தாலும்
உண்மை நிலைபேற்றைத் தரும்;
தவறு இல்லை.

九五 (ஐந்தாவது வரி)

சீன உரை:
有孚攣如，无咎。

தமிழ் மொழிபெயர்ப்பு:
உண்மை உறுதியாகக் கட்டிப்பிடித்திருக்கும் — குற்றமில்லை.

பொருள்:
ஆழ்ந்த உண்மை → நிலைமையே காக்கும் சக்தி.

上九 (மேல் வரி)

சீன உரை:
翰音登于天，貞凶。

தமிழ் மொழிபெயர்ப்பு:
பறவையின் கூச்சல் வானத்தில் உயர்கிறது;
நெறி இருந்தாலும் — ஆபத்து.

பொருள்:
அதிக தன்னம்பிக்கை → உண்மைக்கு எதிரான புறச்சத்தம்.

உண்மை அமைதி;
ஓலம் → ஆபத்து.

---

1. நெறிப் பாடம்

• மன உண்மை மிகப்பெரிய வலிமை.
• வெளி வலிமையால் கிடைக்காத ஆதரவு — உண்மையால் கிடைக்கும்.
• உள்ளார்ந்த தூய்மை → பெரிய சாதனைகள்.
• பொய்மையும் அலைபாய்வும் → திசை இழக்கும்.

சுருக்கம்:
உண்மை = தாக்கமும் பாதுகாப்பும்.

---

2. தத்துவப் பாடம்

• நம்பிக்கை உள்ளிருந்து வெளியே செல்கிறது.
• புறத்திலிருந்து திணிக்க முடியாது.
• மனத்தின் மையம் → உலகத்துடன் ஒத்திசைவு.

மைய சிந்தனை:
உண்மை உள்ளே இருந்தால் — உலகமும் இணைகிறது.

---

3. நடைமுறை வாழ்க்கைப் பாடம்

அ) செயல்
• உண்மை அடிப்படையிலான முடிவுகள்.
• ஆழமாக கேளுங்கள்.

ஆ) ஒழுக்கம்
• வஞ்சகத்தைத் தவிர்க்கவும்.
• உள் தெளிவை பராமரிக்கவும்.

இ) முடிவெடுத்தல்
• நேர்மை கூட்டாண்மைகளை உருவாக்குகிறது.

---

4. வேலை & தலைமைத்துவப் பாடம்

• உண்மையான தலைமைத்துவம் = நம்பிக்கை.
• நேர்மை, நீடித்த அணிகளை உருவாக்குகிறது.

---

5. உளவியல் பாடம்

• உள் மோதல் = நேர்மை இழப்பு.
• குணப்படுத்துதல் உண்மையுடன் தொடங்குகிறது.

---

6. ஆன்மிகப் பாடம்

• உண்மையான பக்தி = தூய இதயம்.
• பொய்யை சரணடைதல் → தெளிவு.

---

7. ஒரு வரி சாரம்

"உள்ளார்ந்த உண்மையே மிகப் பெரிய தாக்கம்; அது மனங்களைத் திறக்கும்."

ஹெக்ஸாகிராம் 62:
第六十二卦 — 小過
(ஷியாவ் குவோ)

ஹெக்ஸாகிராம் 62: 第六十二卦 — 小過 (ஷியாவ் குவோ) — சிறு அளவு மீறல் / சிறு முயற்சி / எச்சரிக்கை

---

1. 卦名 (பெயர்)

சீன உரை: 小過
சீன உரை தமிழில்: ஷியாவ் குவோ
நேரடி பொருள்: சிறு மீறல், சிறிய அளவு தாண்டுதல், சிறு அபாயம்.

குறியீட்டு பொருள்:
இடிமின்னல் (☳) மேலே — துடிப்பு, அவசரம்
மலை (☶) கீழே — தடுப்பு, எச்சரிக்கை

小過 = **சிறு தவறுகள், சிறு அலைகள், சிறு மீறல்கள் —**
ஆனால் பெரிய செயல்களைத் தொடங்க வேண்டாம்.

---

2. தீர்ப்பு (卦辭 / குவா சிஜ)

சீன உரை:
小過，亨。
利貞。可小事，不可大事。
飛鳥遺之音，不宜上宜下，大吉。

தமிழ் மொழிபெயர்ப்பு:
ஷியாவ் குவோ — முன்னேற்றம்.
நெறியில் நின்றால் நன்மை.
சிறிய செயல்களுக்கு நன்மை;
பெரிய செயல்களுக்கு இப்போது இடமில்லை.
பறவை மேலே செல்லாமல் கீழே பறப்பது நன்மை.

பொருள்:
சிறு படிகள் → நன்மை
பெரிய முயற்சி → ஆபத்து
கீழ்மையான, தாழ்ந்து நடக்கும் நடை → பாதுகாப்பு

---

3. காட்சி (象曰 / ஷியாங் யு)

சீன உரை:
雷在山上，小過。
君子以行過乎恭，喪過乎哀，用過乎儉。

தமிழ் மொழிபெயர்ப்பு:
மலையின் மேல் இடி — சிறு மீறல்.

ஞானி மென்மையில் அதிகம்;
இழப்பில் அதிக துயரம்;
செலவில் அதிக சிக்கனம்.

பொருள்:
எல்லாவற்றிலும் "அதிகமாக" வேண்டியது:
• பணிவு
• கருணை
• சிக்கனம்
இந்த மூன்று → பாதுகாப்பு.

வரி உரைகள் (爻辭 / யாவோ சி)

初六 (கீழ் வரி)

சீன உரை:
飛鳥以凶。

தமிழ் மொழிபெயர்ப்பு:
உயரப் பறக்கும் பறவை — ஆபத்து.

பொருள்:
இப்போது உயர்வை நாடுவது தவறு.

六二 (இரண்டாவது வரி)

சீன உரை:
過其祖，遇其妣；
不及其君，遇其臣，无咎。

தமிழ் மொழிபெயர்ப்பு:
மூதாதையரைத் தாண்டி;
தாயைச் சந்திக்கிறான்.
ஆட்சியாளரைச் சந்திக்க முடியவில்லை;
அவரது உதவியாளரைச் சந்திக்கிறார் — குற்றமில்லை.

பொருள்:
மேல் நிலையை அடைய இயலாது;
இடைநிலையிலான ஆதரவு → பாதுகாப்பு.

九三 (மூன்றாவது வரி)

சீன உரை:
弗過防之，從或戕之，凶。

தமிழ் மொழிபெயர்ப்பு:
மீறலைத் தடுக்க முயலாதால் — ஆபத்து.
சிலர் துரோகம் செய்யலாம் — நாசம்.

பொருள்:
அலட்சியம் → நேரடி ஆபத்து.

九四 (நான்காவது வரி)

சீன உரை:
无咎，弗過遇之，往厲必戒，勿用永貞。

தமிழ் மொழிபெயர்ப்பு:
குற்றமில்லை;
மீறாமல் முன்பே எதிர்கொள்ளல்.
முன்னேறினால் ஆபத்து — எச்சரிக்கை.
நீண்டகால நெறி மட்டும் போதாது.

பொருள்:
சிறு கவனம் → பெரிய ஆபத்தைத் தடுக்கும்.

六五 (ஐந்தாவது வரி)

சீன உரை:
密雲不雨，自我西郊，公弋取彼在穴。

தமிழ் மொழிபெயர்ப்பு:
கருமேகங்கள் குவிகின்றன;
ஆனால் மழை இல்லை.
மன்னன் வேட்டையாடும்;
இருள் இருப்பிடத்தில் இலக்கை அடைகிறார்.

பொருள்:
வெளிப்புறம் சிக்கல் போல தோன்றினாலும்
சரியான இடத்தில் செயல்பட்டால் வெற்றி.

上六 (மேல் வரி)

சீன உரை:
弗遇過之，飛鳥離之，凶，是謂災眚。

தமிழ் மொழிபெயர்ப்பு:
அவசரத்தில் தவறான முடிவு;
பறவை பறந்து ஓடிவிடுகிறது — ஆபத்து.
இது பேரிழப்பு.

பொருள்:
அளவின்மை → நாசம்.

---

1. நெறிப் பாடம்

• சிறு படிகள் → பாதுகாப்பு.
• பெரிய செயல்கள் → ஆபத்து.
• பணிவு தேவை.
• முறுக்கு தீர்மானம் → நாசம்.

சுருக்கம்:
சிறு மீறல் அனுமதி;
பெரிய முயற்சி தடை.

---

2. தத்துவப் பாடம்

• மலை மீது இடி போல —
சூழல் மிக நுணுக்கமானது.
• ஒழுக்கத்தில் மிகை → நன்மை;
செயல்களில் மிகை → ஆபத்து.

மைய சிந்தனை:
சிறு அளவிலேயே நகரு.

---

3. நடைமுறை வாழ்க்கைப் பாடம்

அ) செயல்
• சிறிய பணிகள் மட்டுமே.
• ஆபத்தை தவிர்க்கவும்.

ஆ) ஒழுக்கம்
• கூடுதல் பணிவு.
• கவனமான பேச்சு.

இ) முடிவு
• ஆபத்தை மதிப்பிடு.

---

4. வேலை & தலைமைத்துவப் பாடம்

• சிறிய திருத்தங்கள் அணியை மேம்படுத்தும்.
• விரிவாக்கம் அல்லது பெரிய திட்டத்தைத் தவிர்க்கவும்.

---

5. உளவியல் பாடம்

• அதீத நம்பிக்கை கொல்லும்.
• நிலைதன்மையோடு இருங்கள்.

---

6. ஆன்மிகப் பாடம்

• பணிவு = பாதுகாப்பு.
• நுட்பமான பாதை பாதுகாப்பானது.

---

7. ஒரு வரி சாரம்

"சிறிய படிகளில் நட — இப்போது உயர்வு ஆபத்து."

ஹெக்ஸாகிராம் 63:

第六十三卦 — 既濟 (ஜி ஜி)

ஹெக்ஸாகிராம் 63: 第六十三卦 — 既濟 (ஜி ஜி) — நிறைவு பெற்றது / வேலை முடிந்தது / சமநிலை

---

1. 卦名 (பெயர்)

சீன உரை: 既濟
சீன உரை தமிழில்: ஜி ஜி
நேரடி பொருள்: ஏற்கனவே நிறைவு; வேலை முடிந்தது; சமநிலை அடைந்தது.

குறியீட்டு பொருள்:
நீர் (☵) மேலே — குளிர்ச்சி, கட்டுப்பாடு
நெருப்பு (☲) கீழே — ஒளி, செயல்

既濟 = **நிறைவு தருணம்;**
ஆனால் இந்த நிலை மிக நுணுக்கமானது —
பின்னர் சிதைவு வரும் வாய்ப்பு அதிகம்.

---

2. தீர்ப்பு (卦辭 / குவா சிஜ)

சீன உரை:
既濟，亨，小利貞。
初吉，終亂。

தமிழ் மொழிபெயர்ப்பு:
ஜி ஜி — முன்னேற்றம்.
நெறி காக்கும் போது சிறு நன்மை.
ஆரம்பத்தில் நன்மை;
இறுதியில் குழப்பம்.

பொருள்:
இது நிறைவின் சூழல் — ஆனால் நீடிக்காது.
ஒழுக்கம் இல்லையெனில் சமநிலை உடையும்.

---

3. காட்சி (象曰 / ஷியாங் யு)

சீன உரை:
水在火上，既濟。
君子以思患而豫防之。

தமிழ் மொழிபெயர்ப்பு:
தீக்குமேல் நீர் — ஜி ஜி.
ஞானி: ஆபத்தை முன் நினைத்து
அதற்கான முன்னெச்சரிக்கையைச் செய்கிறான்.

பொருள்:
நிறைவு நிலை → மிக நுணுக்கமானது.
எழும் ஆபத்தை முன்கூட்டியே கையாள வேண்டும்.

வரி உரைகள் (爻辭 / யாவோ சி)

初九 (கீழ் வரி)

சீன உரை:
曳其輪，濡其尾，无咎。

தமிழ் மொழிபெயர்ப்பு:
சக்கரம் இழுக்கப்படுகிறது;
வால் நனைகிறது — குற்றமில்லை.

பொருள்:
சிறு தடைகள் — ஆனால் ஆபத்து இல்லை.
செயல் மெதுவாக செல்லும்.

六二 (இரண்டாவது வரி)

சீன உரை:
婦喪其茀，勿逐，七日得。

தமிழ் மொழிபெயர்ப்பு:
பெண் தனது அலங்காரத்தை இழக்கிறார்;
அதைத் தேடி ஓடாதீர்;
ஏழு நாட்களில் திரும்ப கிடைக்கும்.

பொருள்:
இழப்பு தற்காலிகம்.
அவசரம் தவறு; பொறுமை நன்மை.

九三 (மூன்றாவது வரி)

சீன உரை:
高宗伐鬼方，三年克之，小人勿用。

தமிழ் மொழிபெயர்ப்பு:
மன்னன் மூன்று ஆண்டுகள் போராடி வென்றார்;
சிறிய மனிதரைப் பயன்படுத்தாதீர்.

பொருள்:
நீண்ட முயற்சி → வெற்றி.
தவறான மனிதர் → நாசம்.

六四 (நான்காவது வரி)

சீன உரை:
繻有衣袽，終日戒。

தமிழ் மொழிபெயர்ப்பு:
அடுக்கு உடைகள் இருந்தாலும்
நாள் முழுவதும் எச்சரிக்கை.

பொருள்:
ஒழுங்கு உள்ளது;
ஆனால் கவனக்குறைவு → உடைதல்.

九五 (ஐந்தாவது வரி)

சீன உரை:
東鄰殺牛，不如西鄰之禴祭，實受其福。

தமிழ் மொழிபெயர்ப்பு:
கிழக்குப் பக்கத்தவர் பெரிய பலி செய்கிறார்;
மேற்கு பக்கத்தவர் சிறிய பலி செய்கிறார்;
ஆனால் பின்வருவோருக்கு நன்மை அதிகம் —
செயலின் உண்மை காரணமாக.

பொருள்:
பெரிய செயல் அல்ல → உண்மைமையும் நெஞ்சின் தூய்மையும் தான்
நன்மையின் காரணம்.

上六 (மேல் வரி)

சீன உரை:
濡其首，厲。

தமிழ் மொழிபெயர்ப்பு:
தலையினும் நனைவு — ஆபத்து.

பொருள்:
அதிகமாக இறங்குதல் → முழு ஆபத்து.

---

1. நெறிப் பாடம்

• நிறைவு தருணத்தில் எச்சரிக்கை அவசியம்.
• பெரிய வெற்றியின் பின்னர் வீழ்ச்சி எளிது.
• மிதமான செயலே பாதுகாப்பு.
• தவறான மனிதர் → பெரிய நாசம்.

சுருக்கம்:
நிறைவு = ஆபத்தான சமநிலை.

---

2. தத்துவப் பாடம்

• யின்-யாங் சமநிலை நிகழும் தருணம் — மிக நொடித்துளி.
• இயற்கையில் நிறைவு → மாற்றம் துவங்கும் புள்ளி.
• வெற்றியில் தாழ்மை — நிலைபெறுதல்.

மைய சிந்தனை:
நிறைவு பின் கவனமே பாதுகாப்பு.

---

3. நடைமுறை வாழ்க்கைப் பாடம்

அ) செயல்
• வெற்றி → பொறுமை.
• பேராசையை தவிர்க்கவும்.

ஆ) ஒழுக்கம்
• எதிர்கால ஆபத்தை தடு.
• ஒழுக்கத்தை பேணுங்கள்.

இ) முடிவு
• நேர்மையான கூட்டாளிகளைத் தேர்ந்தெடுக்கவும்.

---

4. வேலை & தலைமைத்துவப் பாடம்

• பெரிய வெற்றி → கவனமாக மறுசீரமைக்கவும்.
• தலைவர் சரிவைக் கணிக்க வேண்டும்.

---

5. உளவியல் பாடம்

• உச்ச உணர்ச்சிகள் → நிலையற்றது.
• அடித்தளம் அவசியம்.

---

6. ஆன்மிகப் பாடம்

• நிறைவு என்பது முடிவல்ல; அது ஒரு மாற்றம்.

---

7. ஒரு வரி சாரம்

"நிறைவு நொடியில் கவனம் — அதுவே நிலைபெறுதல்."

ஹெக்ஸாகிராம் 64:
第六十四卦 — 未濟 (வேய் ஜி)

ஹெக்ஸாகிராம் 64: 第六十四卦 — 未濟 (வேய் ஜி) — இன்னும் நிறைவு பெறாதது / இடைநிலை / இறுதி முன் எச்சரிக்கை

---

1. 卦名 (பெயர்)

சீன உரை: 未濟
சீன உரை தமிழில்: வேய் ஜி
நேரடி பொருள்: இன்னும் நிறைவு பெறவில்லை; பூரணமாகாத நிலை.

குறியீட்டு பொருள்:
நெருப்பு (☲) மேலே — மேல்நோக்கி உயர்வு
நீர் (☵) கீழே — கீழ்நோக்கி பெருக்கு

未濟 = **செயல் இன்னும் முழுமை அடையவில்லை;**
வாழ்க்கை மிக நுணுக்கமான முடிவுப்புள்ளியில் உள்ளது;
சிறு தவறு → பின்னடைவு.

---

2. தீர்ப்பு (卦辭 / குவா சிஜ)

சீன உரை:
未濟，亨。
小狐汔濟，濡其尾，无攸利。

தமிழ் மொழிபெயர்ப்பு:
வேய் ஜி — முன்னேற்றம்.
சிறு நரி ஆற்றைக் கடக்க முயற்சி செய்கிறது;
ஆனால் வால் நனைந்தால் — நன்மை இல்லை.

பொருள்:
கடைசி கட்டம் —
சிறு அலட்சியம் கூட
முழு முயற்சியையும் வீணாக்கும்.

---

3. காட்சி (象曰 / ஷியாங் யு)

சீன உரை:
火在水上，未濟。
君子以慎辨物居方。

தமிழ் மொழிபெயர்ப்பு:
நீரின் மேல் தீ — வேய் ஜி.
ஞானி: அனைத்தையும் நுணுக்கமாக ஆராய்ந்து
சரியான இடத்தில் வைக்கிறார்.

பொருள்:
எல்லாம் "சரியான இடத்தில் இல்லை" —
ஆகவே மிக உயர்ந்த கவனம் தேவை.

வரி உரைகள் (爻辭 / யாவோ சி)

初六 (கீழ் வரி)

சீன உரை:
濡其尾，吝。

தமிழ் மொழிபெயர்ப்பு:
வால் நனைகிறது — வருத்தம்.

பொருள்:
திட்டமிடல் பிழை → உடனடி தடக்கம்.

九二 (இரண்டாவது வரி)

சீன உரை:
曳其輪，貞吉。

தமிழ் மொழிபெயர்ப்பு:
சக்கரம் இழுக்கப்படுகிறது;
நெறி காக்கினால் — நன்மை.

பொருள்:
பாதை கடினம்;
ஆனால் நெறி → பாதுகாப்பு.

六三 (மூன்றாவது வரி)

சீன உரை:
未濟，征凶，利涉大川。

தமிழ் மொழிபெயர்ப்பு:
இன்னும் நிறைவு இல்லை;
இப்போது நடவடிக்கை — ஆபத்து;
ஆனால் பெரிய ஆற்றைக் கடந்தல் — நன்மை.

பொருள்:
அவசரம் நாசம்; பெரிய சவால்கள் கவனத்துடன் செய்தால் நன்மை.

九四 (நான்காவது வரி)

சீன உரை:
貞吉，悔亡，震用伐鬼方，三年有賞於大國。

தமிழ் மொழிபெயர்ப்பு:
நெறி காக்கினால் — நன்மை;
பச்சாத்தாபம் நீங்கும்.
மூன்று ஆண்டுகள் முயற்சி —
பெரிய நன்மை.

பொருள்:
பொறுமை + நீண்டகால முயற்சி → வெற்றி.

六五 (ஐந்தாவது வரி)

சீன உரை:
貞吉，无悔。
君子之光，有孚吉。

தமிழ் மொழிபெயர்ப்பு:
நெறி காக்கினால் — நன்மை,
பச்சாத்தாபம் இல்லை.
ஞானியின் ஒளி;
உண்மை இருந்தால் — நன்மை.

பொருள்:
நெறியுடன் செயல்படும் தலைமை → வெற்றியின் மைய ஒளி.

上九 (மேல் வரி)

சீன உரை:
有孚于飲酒，无咎。
濡其首，有孚失是。

தமிழ் மொழிபெயர்ப்பு:
உண்மையுடன் பானம் பருகுதல் — குற்றமில்லை.
ஆனால் தலையினும் நனைந்தால் —
உண்மை இருந்தாலும் தவறு.

பொருள்:
சிறு தவறுகள் இப்போது ஏற்றுக்கொள்ளப்படும்;
ஆனால் பெரும் தவறு → முழு இழப்பு.

---

1. நெறிப் பாடம்

• இது செயலின் கடைசி கட்டம் —
மிக நுணுக்கமான எச்சரிக்கை தேவை.
• சிறிய தவறு → பெரிய இழப்பு.
• பொறுமை + கவனம் → வெற்றி.
• அவசர செயல் → நாசம்.

சுருக்கம்:
இறுதி முனை = மிக உயர்ந்த கவனம்.

---

2. தத்துவப் பாடம்

• எல்லாம் இன்னும் இடத்தில் இல்லை.
• பூரணத்திற்கு முன் குழப்பம்.
• நிறைவு வருவதற்கு முன் — பெரும் பொறுமை.

மைய சிந்தனை:
நிறைவு முன் எச்சரிக்கையே வெற்றியை பாதுகாக்கும்.

---

3. நடைமுறை வாழ்க்கைப் பாடம்

அ) செயல்
• அவசரப்படுவதை தவிர்க்கவும்.
• கவனமாக முடிக்கவும்.

ஆ) ஒழுக்கம்
• சமநிலையில் இருங்கள்.
• எல்லாவற்றையும் இருமுறை சரிபார்க்கவும்.

இ) முடிவு
• கடைசி நிலை = அதிகபட்ச எச்சரிக்கை.

---

4. வேலை & தலைமைத்துவப் பாடம்

• திட்டத்தின் முடிவு நிலைகள் → மெதுவாக + கவனமாக.
• தலைவர் இறுதி ஆபத்தை எதிர்பார்க்கிறார்.

---

5. உளவியல் பாடம்

• பதட்டம் நிறைவடையும் தருவாயில் அதிகரிக்கிறது;

நிலையாக இருங்கள்.

---

6. ஆன்மிகப் பாடம்

• ஞானம் என்பது அகங்காரம் சரிவதற்கு சற்று முன்பு - கடைசி தடை மிகவும் ஆபத்தானது.

---

7. ஒரு வரி சாரம்

"இறுதி தருணம் — சிறு தவறும் நாசம்; கவனமுடன் சென்றால் நிறைவு உறுதி."

ஹெக்ஸாகிராமை அடையாளம் காண்பதற்கான அட்டவணை

மேல் → கீழ் ↓	☰ க்யான் (வானம்)	☳ சென் (இடி)	☵ கான் (நீர்)	☶ கென் (மலை)	☷ குன் (பூமி)	☴ சுன் (காற்று)	☲ லி (தீ)	☱ துயி (ஏரி)
☰ க்யான் (வானம்)	**1**	**34**	**5**	**26**	**11**	**9**	**14**	**43**
☳ சென் (இடி)	**25**	**51**	**3**	**27**	**24**	**42**	**21**	**17**
☵ கான் (நீர்)	**6**	**40**	**29**	**4**	**7**	**59**	**64**	**47**
☶ கென் (மலை)	**33**	**62**	**39**	**52**	**15**	**53**	**56**	**31**
☷ குன் (பூமி)	**12**	**16**	**8**	**23**	**2**	**20**	**35**	**45**
☴ சுன் (காற்று)	**44**	**32**	**48**	**18**	**46**	**57**	**50**	**28**
☲ லி (தீ)	**13**	**55**	**63**	**22**	**36**	**37**	**30**	**49**
☱ துயி (ஏரி)	**10**	**54**	**60**	**41**	**19**	**61**	**38**	**58**